கிருஷ்ணப் பருந்து

ஆசிரியரின் பிற நூல்கள்

சிறுகதை

- கடைத்தெரு கதைகள் (1974)
- மோகபல்லவி (1974)
- காமினி மூலம் (1975)
- மாதவன் கதைகள் (1984)
- ஆனைச்சந்தம் (1990)
- அரேபியக் குதிரை (1995)
- ஆ. மாதவன் கதைகள் (முழுத்தொகுப்பு, 2002)
- நாயனம் (2016)

நாவல்

- புனலும் மணலும் (1974)
- கிருஷ்ணப் பருந்து (1980)
- தூவானம் (1990)

மொழிபெயர்ப்பு நூல்கள்

- சன்மானம் (1974)
  (காரூர் நீலகண்ட பிள்ளையின் மலையாள நாவல்)
- இனி நான் உறங்கட்டும் (2002)
  (பி.கே. பாலகிருஷ்ணனின் மலையாள நாவல்)

கிருஷ்ணப் பருந்து

ஆ. மாதவன் (1934 – 2021)

திருவனந்தபுரத்தில் பிறந்தவர். பெற்றோர் குமரி மாவட்டத்தைச் சேர்ந்த செல்லம்மாள், ஆவுடைநாயகம். பள்ளி இறுதி வகுப்புவரையில் மலையாளக் கல்வி கற்ற மாதவனுக்கு மலையாள இலக்கியப் பரிச்சயம் தந்த வேகம், தமிழ்ப் படைப்புலகின் புதுமைப்பித்தன், க.நா.சு., லா.ச.ரா., தி. ஜானகிராமன், ந. பிச்சமூர்த்தி, கி. ராஜநாராயணன், சுந்தர ராமசாமி என்றெல்லாம் பரிச்சயம் கொள்ள வைத்தது.

மலையாளம் கலந்த தமிழ் பேசும் திருவனந்தபுரத்துச் சாலைக் கடைத்தெரு வட்டாரமும் அதன் மக்களும் வியாபார உலகில் வாழ்வு நடத்தும் மாதவனுக்கு இலக்கியப் படைப்புச் சக்தியாக அமைந்தனர். 1974இல் வெளிவந்த 'புனலும் மணலும்' முதல் நாவல். தொடர்ந்து வெளிவந்த 'கிருஷ்ணப் பருந்து' நாவல் உள்ளிட்ட அவர் படைப்புகள் திருவனந்தபுரத்துத் தமிழ் வாழ்வுச் சலனங்களின் பிரதிபலிப்புச் சித்திரங்களாயின.

'இலக்கியச் சுவடுகள்' என்ற திறனாய்வு நூலுக்காக சாகித்திய அக்காதெமி விருது பெற்றுள்ளார்.

இவர் 5.01.2021 அன்று காலமானார்.

அன்பார்ந்த வாசகருக்கு,

வணக்கம்.

காலச்சுவடு நூலை வாங்கியமைக்கு நன்றி.

நூலின் உள்ளடக்கம், உருவாக்கம், அட்டைப்படம் இன்ன பிற அம்சங்கள் பற்றிய உங்கள் கருத்துகளையும் ஆலோசனைகளையும் காலச்சுவடு வரவேற்கிறது. தகவல், எழுத்து, வாக்கியப் பிழைகள் தென்பட்டால் அவசியம் தெரிவித்து உதவுங்கள். நூல் தயாரிப்பில் கடும் குறைபாடு இருப்பின் மாற்றுப் பிரதி உங்களுக்குக் கிடைக்கக் காலச்சுவடு ஏற்பாடு செய்யும்.

மின்னஞ்சல்: **publisher@kalachuvadu.com**

காலச்சுவடு நாகர்கோவில் அலுவலகத்திற்குக் கடிதம் அனுப்பலாம்.

தங்கள்
எஸ்.ஆர். சுந்தரம் (கண்ணன்)
பதிப்பாளர் — நிர்வாக இயக்குநர்

Unauthorised use of the contents of this published book, whether in e-book or hardcopy format, for any type of Artificial Intelligence (AI) training — including but not limited to Machine Learning, Deep Learning, Natural Language Processing, Computer Vision, Chatbot Training, Image Recognition Systems, Recommendation Engines, and Language Models — is strictly prohibited without prior licensing from the publisher. Any such unauthorised use may result in legal action.

ஆ. மாதவன்

கிருஷ்ணப் பருந்து

காலச்சுவடு பதிப்பகம்

கிருஷ்ணப் பருந்து ❖ நாவல் ❖ ஆசிரியர்: ஆ. மாதவன் ❖ © கலைச்செல்வி, மலர்ச்செல்வி ❖ முதல் பதிப்பு: டிசம்பர் 1980 ❖ காலச்சுவடு முதல் பதிப்பு: ஜூலை 2022, எட்டாம் பதிப்பு: ஜூலை 2025 ❖ வெளியீடு: காலச்சுவடு, 669 கே. பி. சாலை, நாகர்கோவில் 629001

kirushNa paruntu ❖ Novel ❖ Author: A. Madhavan ❖ © S. Kalaiselvi, S. Malarselvi ❖ Language: Tamil ❖ First Edition: December 1980 ❖ Kalachuvadu First Edition: July 2022, Eighth Edition: July 2025 ❖ Size: Demy 1 x 8 ❖ Paper: 18.6 kg maplitho ❖ Pages: 168

Published by Kalachuvadu , 669 K.P. Road, Nagercoil 629001, India ❖ Phone: 91-4652-278525 ❖ e-mail: publications@kalachuvadu.com ❖ Printed at Manipal Technologies Limited, Manipal 576104, Karnataka

ISBN: 978-93-5523-090-4

எனது அன்பு மூத்த சகோதரர்கள்
செல்லமணி
ஆறுமுகம்
சண்முகம்
மூவருக்கும்

முன்னுரை

தீமையின் இதழ்கள்

ஆ. மாதவனை மதிப்பிட முனைந்த ஒவ்வொரு வரும்–சுந்தர ராமசாமி, நகுலன், சுகுமாரன், ஜெயமோகன் என்று பெரிய பட்டியல் அது – அவரது கதைகளில் தென்படும் ஒரு அம்சத்தைத் தொடர்ச்சியாகக் கவனப்படுத்திவந்திருக்கிறார்கள். அவர் என்றைக்கும் மனித மனத்தின் இருண்ட மூலைகளை வெளிச்சமிட்டுக் காட்டத் தயங்கிய தில்லை என்ற அம்சம்தான் அது. தீமை என்ற சொல் மனிதனைக் கொல்வது என்றோ மனித வாழ்க்கைக்கு எதிரானது என்றோ பெரும்பாலும் பகிரப்படுகிறது. தீமைக்கு மனித வாழ்வில் ஒரு பெரும்பங்கு இருக்கிறது என்பதே நேரிய உண்மை. ஆ. மாதவனுக்கு அதைக் கண்கொண்டு காண்பதில் தயக்கமில்லை. ஆ. மாதவன் ஒரு பேட்டியில் ஆடைதான் அறம் எனினும் நிர்வாணமும் மனிதனுக்குத் தேவையாகத்தானே இருக்கிறது என்கிறார்.

மாவு புளித்தால்தான் ரொட்டி. புளிப்புதான் பூமிக்கு முதலில் வாழ்வைக் கொண்டுவந்தது என்கிறது அறிவியல். கடல் பிரயாணங்களில் புளிப்பு கிடைக்காமல் நெடுங்கலம் மாலுமிகள் தோல் உதிர்ந்து செத்துப் போயிருக்கிறார்கள். ஒரு நெல்லிக்காய் அவர்களைக் காப்பாற்றியிருக்கும். ரிக் வேதத்தில் மருத்துவத்துக்கு அதிதேவதை களாகச் சொல்லப்படும் அசுவினி தேவர்கள் சஞ்சீவி மருந்தாகப் பூமியில் இறக்கிய முதல் அவுடதம் சியவனப் பிரகாசம் என்பது தற்செயல் இல்லை. நெல்லிக்காய் லேகியம். அமிர்தம் புளிப்பாகவே

இருக்க வேண்டும். அதை அருந்திய தேவர்கள் உல்லாசிகளாகவும் காமாந்தக்காரர்களாகவும் இருப்பது சும்மா இல்லை.

ஆனால் மாவு அதிகம் புளித்தால் புழு. நாம் தின்னும் ரொட்டியை நம் வயிற்றுக்குள் கிடந்து தின்னும் புழு அவசரப்பட்டுத் தானே வெளியே தின்ன வந்துவிடுகிறது. விவிலியம் இந்தப் புழுவைக் காமம் என்கிறது. தனது உடல் அறிதல். ஒருவன் ஏன் தன்னை உடலை அறியக் கூடாது? அதில் கிடக்கும் புழுக்களுக்குத் தன்னை அறியக் கொடுக்கக் கூடாது? நவீன அறிவியல் புழுக்களைக் கண்டுபிடித்ததில் தொடங்கியது. அது புதுப்புதுப் புழுக்களைக் கண்டுபிடித்துக்கொண்டே இருக்கிறது. ஒவ்வொரு புழுவையும் கொல்ல ஒரு உப்பைக் கண்டுபிடிக்க முயல்கிறது. குடல் புழுக்களுக்கு உப்பு கண்டுபிடிக்கப்படாத காலத்தில் அது மனிதர்களின் மூக்குத் துவாரங்கள், வாயிலிருந்துகூட வந்துகொண்டிருந்தது. நரம்புச் சிலந்தி என்ற புழுவை நாம் புண்களிலிருந்து அறுந்துவிடாமல் ஒரு குச்சியில் சுருட்டிச் சுருட்டி எடுக்க வேண்டும். புழுக்கள் குடல் முழுக்க நிரம்பி இடம் போதாமல் மூச்சு முட்டும்போது ஆசனத் துவாரத்தில் வந்து முட்டும். குழந்தைகள் அதனைச் சொறிந்து சொறிந்து புண்ணாக்கும். பிறகு சொறிந்த விரலை மூக்கருகே கொண்டு மோந்துபார்க்கும். வளர்ந்த குழந்தைகள் சிலர் காதைக் குடைந்து குடைந்து எடுக்கும் குரும்பையை முகந்துபார்ப்பார்கள். அது அவர்களுக்கு ஒரு லாகிரி. மனிதனுக்குத் தன் கழிவுமீதுதான் எத்தனை அருவருப்பும் கவர்ச்சியும்! சிலருக்குக் காமம் குண்டிப் புழுவாகிவிடும். அவர்கள் முகம் பிரகாசமாகப் பொலிவுடன் மின்னும். ஆசனத் துவாரத்தில் புழு குடைந்துகொண்டிருக்கும். ஆணைப் பொறுத்தவரை இது இன்னும் உண்மையாகும். பெண் தனது புளிப்பைப் பாலாக்கித் தனது குஞ்சுகளுக்குக் கொடுத்துவிடுகிறாள். ஆணின் முலை சுருங்கிச் சுருங்கி ஒரு முள்ளாக மட்டும் மாறி நிலைத்துவிட்டது. அதைச் சப்பினால் நஞ்சுதான் கசியும்.

ஆணுக்குக் காலங்காலமாய் ஞானமும் ஞானமின்மையுமாகப் பெண்ணுறுப்பே இருக்கிறது. பெண்ணுறுப்புக்குள் ஒளிந்துகொள்ளுதலும் பெண்ணுறுப்பைக் கண்டு ஒளிந்துகொள்ளுதலுமாய்க் கழிகிறது அவன் வாழ்க்கை. தனக்குள் எப்போதும் குடைந்துகொண்டிருக்கும் புழுவோடு போராடியும் கொஞ்சியும் ஜெயித்தும் ஜெயிக்கப்பட்டும் என்று மாறிமாறி ஒரு ஆட்டம். அவ்வப்போது சாமி, யோகம், தத்துவம் என்று அதற்கொரு உப்பைத் தேடுகிறான். ஆனால் உப்பைத் தினந்தோறும் தின்ன முடியாது. வனத்திலே இருக்கும் மிளாவும் ஆனையும் வருடத்துக்கு ஒருமுறை இருமுறைதான் உப்புப்

பாறையைத் தேடி வருகின்றன; அது போதும். உப்பு கூடினால் எல்லாம் செத்துப்போகும்.

மனுஷனுக்குத் தீமை தேவை. காமம் தேவை. புழுக்கள் தேவை. ஆசையும் பேராசையும் தன்னலமும் தேவை. ஆ. மாதவன் கதைகளில் இது திரும்பத் திரும்பச் சொல்லப்படு கிறது. ஒரு வணிகரைவிட இதை யார் சொல்ல முடியும்? மனுஷன் ஆசையின் மூலம் தன்னை நொதிக்கவைத்து நொதிக்கவைத்து உயிர்வாழ்கிறான். ஆனால் அளவு முக்கியம். ஆ. மாதவன் மனிதனின் வாழ்வைச் சாலைத் தெரு வியாபாரியின் துல்லியத் தராசோடு அளந்துகொண்டே இருக்கிறார். துல்லியம் என்றால் எல்லாம் நேராக இருக்க வேண்டும் என்றில்லை. நிறை ரொம்பச் சரியாக இருக்க வேண்டும் என்றில்லை. அதற்காக ரொம்ப ஏமாற்றவும் வேண்டாம்.

ஏனெனில் மனுஷன் எப்போதும் சரியாக இருக்க முடியாது. அதனால்தான் அவனைப் பூமியில் வைத்திருக்கிறது. அவ்வப்போது அவன் நிறை தப்பிவிடுகிறது. பார்த்துக்கொண்டே இருக்கும்போது பாத்திரத்திலிருந்து பால் பொங்கி வழிந்துவிடுவது போல. ஆ. மாதவனுக்கு மனுஷக் கணக்கு இப்படித்தான் இருக்கும் என்று தெரியும். அவருக்குள் இருக்கும் எழுத்தாளர் குறுக்கிடும் இடம் இது. ஆனாலும் அவனால் கணக்குப் பார்க்காமலும் இருக்க முடிகிறதா? இந்த ஊசலாட்டம் அவர் கதைகளில் எப்போதும் இருக்கிறது. 'புனலும் மணலும்' நாவலில் அங்குசாமியிடம் இருக்கிறது. காமம் என்றால் பாலுணர்ச்சி என்று மட்டும் கொள்ள வேண்டாம். பவுத்தம் மனிதருள் இருக்கும் மூன்று பாஷாணங்களாக மோகம் (மாயை), ராகம் (புலன் உணர்ச்சிகளுக்கு அடிமை), துவேஷம் (வெறுப்பு) என மூன்று குணங்களைச் சுட்டுகிறது. இவை மூன்றுமே கிலேசங்கள், குற்றங்கள் அல்லது சலனங்கள். மூன்றுமே காமத்தின் கிளைகளே. ஆசையே வெறுப்பாகவும் திரள்கிறது. புனலும் மணலும் நாவலில் அங்குசாமிக்குத் தங்கம்மையிடம் திரண்ட காமமே அவள் மகள் பங்கியிடம் அசூயையாகவும் மலர்கிறது.

தனது முதல் நாவலான புனலும் மணலும் நாவலை ஆ. மாதவன் தனது நாற்பதாவது வயதில் எழுதியிருக்கிறார். ஏறக்குறைய அங்குசாமியின் வயது. கிருஷ்ணப் பருந்தை இன்னும் ஆறு வருடம் கழித்து. கிருஷ்ணப் பருந்து நாவலின் நாயகரான குருசாமிக்கும் ஏறக்குறைய அதே வயதுதான். எழுத்தாளரின் சாயல்கள் அவன் எழுதும் கதாபாத்திரங்கள்மீது பாய்வது இயல்பானதுதான். ஆ. மாதவனுக்கு குருசாமியின் குழப்பங்கள் இருந்தனவா?

இந்தச் சந்தேகம், துருவல் தேவைதானா என்று சிலர் முகம் சுளிக்கக்கூடும்.

ஏனெனில் 'சைக்கோ அனலிசிஸ்' எனப்படும் உளப் பகுப்பாய்வு விமர்சனம் தமிழில் கைப்போக்கு தெரியாமல் பிரயோகம் செய்யப்பட்டமையால் அதற்கு ஒரு அவப்பிரசித்தி உருவாகிவிட்டதால் சற்றுக் கவனமாகத்தான் எல்லாவற்றையும் செய்ய வேண்டியுள்ளது. தன்வரலாற்றை எழுத்தில் புகுத்தி எழுதுவதற்காகப் புகழடைந்த உதாரணங்கள் மாதவன் வசித்த திருவனந்தபுரத்திலேயே இருந்திருக்கிறார்கள். நீல. பத்மநாபன் தான் வேலைபார்த்த துறையில் நடந்த சமரம் குறித்து எழுதிய கதைக்காகத் தாக்கப்பட்டவர். நகுலனின் படைப்புகள் யாவும் சுயவரலாற்றுத் தன்மை கொண்டவையே. இவர்களிடமிருந்து மாதவன் எழுதியது தான் தினந்தோறும் புழங்கிய ஒரு சூழலைக் குறித்தே என்றாலும் அதில் ஒரு பார்வையாளன் தன்மையைக் கொண்டுவர அவரால் முடிந்தது. இதுவே அவர் இவர்களிடமிருந்து விலகி நிற்கும் புள்ளி. அவர் எழுதிய சாலைத் தெருவின் மனிதர்கள், மிருகங்கள் (பாச்சி) உட்பட எல்லாவற்றுக்கும் ஒரு 'நிஜமாதிரி' இருக்கும் என்பதில் சந்தேகமில்லை. ஆ. மாதவனிடம் அந்தரங்கமாகக் கேட்டால் சொல்வாராய் இருக்கும். ஆனால் மாதவனின் வெற்றி இந்த நிஜ மாதிரிகளை வகைமாதிரியாக எழுத்துக்குள் மாற்றிவிட்டதுதான். ஒரு பிரதேசத்தைப் பற்றி, ஒரு ஊரைப் பற்றி அல்லது ஒரு தெருவைப் பற்றித் தொடர்ந்து கூர்ந்து கவனித்து எழுதும்போது இந்த வகைமாதிரிகள் தொடர்ந்து வந்துகொண்டே இருப்பதைக் கண்டு ஒருவர் திகைப்படையலாம். இன்றைக்கும் சாலைத் தெருவில் அங்குசாமியின், நாணு மேஸ்திரியின், வேலப்பனின் நாணு ஆசாரியின், பார்வதியின், பங்கியின், பாச்சியின், கிள்ளிப்பாலம் மாதவியின் சாயல்கள் வந்துகொண்டேதான் இருக்கும் என்பதில் எனக்குச் சந்தேகமில்லை. இப்படி ஒழுகிக் கொண்டே வரும் வாழ்க்கை நதியின் சிறு துளியாக, ஜீனோமாக விஸ்வரூபத் தரிசனம் காணக் குனிந்து பார்க்கும் பயாஸ்கோப் கண்ணாடி யாகசாலைத் தெரு மாதவனுக்கு உள்ளது.

வகைமாதிரிகள் பற்றிப் பேசும்போது நாம் நவீன உளவியல் பற்றியும் பேச நேர்கிறது. தமிழ் இலக்கியத்தில் ஃபிராய்டியச் சிந்தனைகள் எவ்வாறு ஊடாடிவந்திருக்கின்றன என்று ஆராய்தல் அவசியம். அவை சரியாக உள்வாங்கப்படாமல் கீழவெண்மணிப் படுகொலைகளுக்கு ஆண்மைக் குறைவே காரணம் என்று குருதிப் புனல் பெருக்கெடுத்ததும் உண்டு. ஆதவனின் கதைகளில் வெளிப்படையாகத் தோன்றியதும் உண்டு. ஆ. மாதவனின்

கதைகளில் அது உள்ளிருப்பது வெளிக்காட்டாத கயம்போல அமைதியாக இருப்பதுமுண்டு.

அம்மையைப் போன்று இருந்த அம்முவின் அம்மணம் தந்த அதிர்ச்சிதான் குருஸ்வாமிக்குப் பிறகு காமம், துறவு பற்றிய தடுமாற்றங்களுக்கு இட்டுச்சென்றதா? பத்மனாப ஸ்வாமியோ ஸ்ரீ கண்டேஸ்வரமோ எந்தக் கோவிலுக்குப் போனாலும் அவர் தீபப் பெண்டிர் சிலையருகேதான் சென்று நிற்கிறார். அம்முவைப் போல நக்கனமில்லை என்றாலும் அதற்கு மிக அருகில்தான். அதுவல்லவோ வேலப்பனைப் பின்னால் அவர் ஒரு கள்ளசாமி என்று சந்தேகிக்கவைக்கிறது. அதேபோல ஒரு நக்கன ஸ்திரீயின் படம் ஒன்று மங்கலாகிப்போனாலும் இன்னமும் அது அவர் அறையில் கிடக்கத்தான் செய்கிறது. அவர் அதே நிர்வாணத்தைத்தான் தேவீ என்று அகிலாண்ட அம்மையாக்கிக் கோயில் சுவரிலும் பிரமாண்டமாய் வரைந்து வைத்துக்கொள்கிறார். கேரளத்தில் பகவதிகள் எல்லாம் கூர்த்த பல்லும் நீட்டிய நாவும் திறந்த பொங்கிவரும் மார்புமாய்த்தான் இருக்கிறார்கள். காமத்தின் பயங்கரமும் கவர்ச்சியும் ஒன்றேபோல் ஒன்றாகி வந்து நிற்கும் பிரதிமைகளாய். குருஸ்வாமி ஏன் தேவி பூசையில் இறங்கினார் என்பது கவனிக்கத்தக்கது. அவர் தனது காமத்தின் நாகத்தை ஃபிராய்டிய மொழியில் சொன்னால் *sublimation* செய்யப்பார்க்கிறார்.

குருஸ்வாமி அவ்வப்போது தனது மாடி அறையில் நின்று கொண்டு தொடுவானத்தைப் பார்க்கிறார். எப்போதாவது அது வருகிறது. கிருஷ்ணப் பருந்து. கேரளத்தில் கருட உபாசனை உண்டு. கேரளத்தில் சர்ப்ப உபாசனை இருப்பதுபோலவே. கேரளத்தில் விஷ வைத்தியர்கள் பலர் கருட உபாசனை செய்வதுண்டு. கருட உபாசனைக்கு முக்கியப் பத்தியம் பிரம்மச்சரியம். மலையாளத்தில் இதே நேரத்தில் 'ரீ கிருஷ்ணப் பருந்து' என்ற பெயரில் பி.வி. தம்பி எழுதிவந்த மாந்திரீக நாவலில் இதுபற்றி விலாவாரியாகப் பேசப்படுகிறது. அது 1984இல் மோகன்லால் நடித்துப் படமாகவும் வந்தது. ஆ. மாதவன் தனது கிருஷ்ணப் பருந்து நாவலில் கருடனைப் பிரம்மச்சரியத்தின் உருவகமாகப் பயன்படுத்துவது தெளிவு. ஆ. மாதவனுக்குக் கேரளத்தின் இதுபோன்ற தொன்மங்களில் எல்லாம் பரிச்சயம் உண்டு. மலையாற்றூர் ராமகிருஷ்ணனின் புகழ்பெற்ற 'யக்ஷி' நாவலை ஆ. மாதவன் மொழிபெயர்த்திருக்கிறார். கேரளத்தில் பிரசித்தியான குட்டிச்சாத்தான் வழிபாட்டைக் கிண்டல்செய்து ஒரு கதை எழுதியிருக்கிறார். அவரது திராவிட இயக்கத் தொடர்பு இவற்றையெல்லாம்

மெய்யென எடுத்துக்கொள்ள அவரை அனுமதிக்க வில்லை எனினும் அவருக்குள் இவைபற்றித் தொடர்ந்த அவதானம் இருந்தது இந்தக் கதையில் தெரிகிறது.

கருடன் பிரம்மச்சரியத்தின் உருவகம் எனில் பாம்புகள் காமத்தின் உருவகங்கள். இதனை நேரடியாகவே ஆ. மாதவன் கதையில் சொல்கிறார். காலையில் குளிமுறிக்குக் குளிக்கச் செல்லும் சுப்புலட்சுமி அங்கே இரண்டு பாம்புகள் பிணைந்து கொண்டிருப்பதைப் பார்த்து அலறியவாறு வீட்டுக்குள் ஓடி வருகிறாள். அவளை குருசாமி அதே நிலையில் கவ்விக் கலவிகொள்கிறார். இரண்டு மனிதப் பாம்புகள். பாம்புகள் குளிமுறியில் மட்டுமல்ல தேவியின் விளக்குகளிலிருந்தும் தொங்கி வழிகின்றன. ஆரம்பத்திலிருந்து தேவியையும் காமத்தையும் ஆ. மாதவன் பிணைத்தே காட்டுகிறார். தேவி ஒரே நேரத்தில் காமத்தை எரித்தவளாகவும் அடங்காக் காமம் கொண்டவளாகவும் வருகிறாள். கொடுங்களூரில் கண்ணகி கொண்டிருக்கும் குணக்கோலமும் இதுதான்.

தேவி உபாசனையில் சாதகர்கள் பெரும்பாலும் தவறி விழும் இடம் மானுடப் பெண்களின் அம்சத்தைத் தேவியின் மீது ஏற்றிப்பார்ப்பதும் தேவியின் அம்சத்தை மானுடப் பெண்கள் மீது ஏற்றிப்பார்ப்பதுமாகும். குருசாமிக்கும் கதையில் இது நிகழ்கிறது.

குருசாமி இறுதியில் காமத்தை ராணியிடம் பிரசாதமாகத்தான் கேட்கிறார் என்பது கவனிக்கத்தக்கது. அவளோ அதைப் பண்டமாற்றாகத்தான் தருகிறாள் என்று அறியும்போது அவர் உயரத்திலிருந்து சரசரவென்று கீழே விழுந்துவிடுகிறார்.

கதையில் குருசாமி, வேலப்பன் இருவரின் அகமும்தான் நமக்குத் தெரிகிறது. பார்வதியாகட்டும் ராணியாகட்டும் அவர்களின் அகம் என்னவென்று ஆ. மாதவன் காட்டுவதில்லை. அவர்கள் பற்றிய திகைப்பு குருசாமிக்கும் வேலப்பனுக்கும் ஏன் ஆ. மாதவனுக்குமே இருப்பதுபோலப் படுகிறது. அதுவே அவர்கள் தேவி, மாயை, சக்தி என்று ஆண்களுக்குத் தோன்ற வைக்கிறது. கடைசிவரை குருசாமிக்கு அம்மு, சுகந்தா, சுப்புலட்சுமி, ராணி யாரையும் புரிந்துகொள்ள முடியவில்லை. சுப்புலட்சுமியிடம் மட்டுமே அவர் சற்று சவுகரியமாக இருந்தார். அவளும் இறந்துபோவதன் மூலமாக ஒரு மர்மத்துக்குள் சென்றுவிடுகிறாள். புரிந்துகொள்ள முடியாதவற்றின் மீது நமக்கு அச்சமோ சினமோ ஏற்படுகிறது. நாம் பெண்களை வேலப்பன்போல வதைக்கவோ குருசாமிபோல வழிபடவோ ஆரம்பித்துவிடுகிறோம்.

ஆ. மாதவனை இயல்புவாத எழுத்தாளர் என்று ஜெயமோகன் கூறுகிறார். இயல்புவாத எழுத்து, புறநடையில் உள்ளதை அப்படியே சித்திரிப்பது. ஜெயகாந்தன், ஜி. நாகராஜன் போன்றவர்களை இதற்கு உதாரணமாகச் சொல்கிறார். ஜெயகாந்தன் கதைகளில் மறைபொருள் என்று எதுவும் இருக்காது. எல்லாம் நேராக, சற்று அளவுக்கு அதிகமான சத்தத்துடனேயே சொல்லப்படும். ஜி. நாகராஜனும் ஒருவகையில் அவ்விதமே. ஆனால் கிருஷ்ணப் பருந்து நிறைய அடுக்குகள் கொண்ட படைப்பு. அது உரக்க எதையும் சொல்வதில்லை. வேலப்பனுக்கும் குருசாமிக்கும் உள்ள உறவில்கூட நிறைய ஃபிராய்டிய, ஷேக்ஸ்பியரியக் கோணங்கள் உள்ளன. அதனாலேயே கிருஷ்ணப் பருந்து அவரது கதைகளிலேயே மிக ஆழமான படைப்பாகும். எல்லா அடுக்குகளும் ஆ. மாதவன் அறிந்தே வைத்தவை என்பது இதன் பொருள் அல்ல. ஆனால் நல்ல படைப்புகள் தாமாகவே தங்கள் ஆழங்களை அடைந்துகொள்ளும் ஆற்றல் கொண்டவை.

இந்த நாவல் கொடுக்கும் அதிர்ச்சி ஒருவகையில் தி. ஜானகிராமன் கதைகள் கொடுக்கிற அதிர்ச்சிக்கு நெருக்க மானது. ஆ. மாதவனுக்கு இது நிச்சயமாகத் தெரிந்திருக்கும் என்பதே எனது துணிபு. ஆகவேதான் கதையைப் படித்துவிட்டு தி.ஜா. எழுதிய கடிதத்தை இதற்குக் கிடைத்த மிகச் சிறந்த பாராட்டு என்று மகிழ்கிறார். நிறைய இடங்களில் நகுலனின் நனவோடை உத்தியை அவ்வப்போது உத்தி ரீதியாக மாதவன் பயன்படுத்திப்பார்த்திருக்கிறார். நகுலனும் இதைக் கவனித்திருக் கிறார் என்று ஆமாதவன் சொல்லுகிறார். உத்தி ரீதியாகவும் இது நுட்பமான படைப்பாகும்.

கிருஷ்ணப் பருந்தை இந்தத் தலைமுறை வாசகர்களும் முன்பு வாசித்தவர்களும் மீள ஆழமாக வாசிக்க வேண்டிய தருணம் இது.

நாகர்கோவில் **போகன்சங்கர்**
7 நவம்பர் 2019

முதல் பதிப்பின் முன்னுரை

கதைகள் எழுதுவது எனக்குப் பிடித்தமான ஒரு பணி. இருபது வயது முதற்கொண்டே துவங்கி, இந்த நாற்பத்தியேழு வயதுவரையில் நிறைய சிறு கதைகள் எழுதியிருக்கிறேன். கதைகள் எழுதும் போது பெரும்பாலும், 'நான் சம்பந்தப்பட்ட' கதைகள் எழுதுவதிலேயே வெற்றிகண்டிருப்பதாக, வஞ்சப்புகழ்ச்சி செய்யாத எனது இலக்கிய நண்பர்கள் பாராட்டியிருக்கிறார்கள். நாவல் எழுதப் புகுந்தபோதும் 'நான் சம்பந்தப்பட்ட' உலகையே களமாக்கினேன். 'எட்டாவது நாள்', 'காளை', 'பாபத்தின் சம்பளம்', 'ஆனைச்சந்தம்' போன்ற எனது குறுநாவல்களிலும் என்னைச் சூழ்ந்து சலிக்கும் உலகை விவரித்தேன். எனது முதல் முழுநாவல் புனலும் மணலும் படித்துவிட்டுச் சில அன்பர்கள், 'மணல் வியாபாரத்தின் நுணுக்கம் தெரிய வேண்டுமா? இதோ, மாதவனின் நாவலைப் படியுங்கள்' என்று கிண்டல்கூடச் செய்தார்கள். எள்ளலாக இருந்தாலும் எனக்கு மகிழ்ச்சியாக இருந்தது. நான் கண்டு மட்டும் அறிந்த ஒரு துறைபற்றி நான் எழுதியதை நுணுக்க முறை என்றெழுதியிருக்கிறார்களே என்ற மகிழ்ச்சி!

இந்த 'கிருஷ்ணப் பருந்து' நாவலில் முழுக்க முழுக்க, நான் இப்போது வசிக்கும் அகண்டாகாரமான சாலைக் கம்போளத்தின் சுற்றுவட்டமான கமுகுவிளாகம் போன்ற தெருக்கள், சுற்றுவட்டங்களை மையமாக்கிக் கதை

நடத்தியிருக்கிறேன். சாலைக்கடைத் தெருவின் சற்று முந்திய காலகட்டத்தின் கதையைத்தான் சொல்ல முயற்சித்திருக்கிறேன். 'சாலையைச் சிருஷ்டிப்பதில், மாதவன் வெற்றி பெற்றிருக்கிறார்' என்று எனது மதிப்பிற்குரிய நாவலாசிரியர், சிந்தனையாளர், 'நகுலன்' அவர்கள் சொன்னபோது என் பணியில் நிறைவு தோன்றியது. ஒரு கலைப்படைப்பை உருவாக்கியவுடன், படைப்பாளியின் கடமை முடிந்துபோகிறது. பிறகு அது வாசகனின் ரசனை எண்ணங்களில் வளரவோ, புறக்கணிக்கப்படவோ செய்கிறது என்று நினைப்பவன் நான். எனவே எழுதிவிட்ட பின்பு, என் நாவல்பற்றிக் கதைக்க என்னிடம் எதுவுமில்லை.

இந்நாவலைக் கையெழுத்துப் பிரதியில் முதலில் படித்தவர் எனது இனிய நண்பர் எம். சிவசுப்ரமணியன். இரண்டாவது திரு. நகுலன். மூன்றாவது என் இல்லத் தலைவி சாந்தா.

நகுலன் அவர்களே இதுபற்றி ஒரு முன்னுரையும் எழுதிவிட்ட பின்பு, எனக்கு என் படைப்பு பற்றி நிறைவு தோன்றியது. அந்த நிறைவின் எழுச்சியினாலேயே இத்தனையும் எழுதினேன்.

திருவனந்தபுரம்   **ஆ. மாதவன்**
5–12–80

1

"குருஸ்வாமி இருக்காங்களா?"

வெளியே குரல் கேட்டது போலிருக்கவும், குருஸ்வாமி படித்துக்கொண்டிருந்த புத்தகத்தை வட்ட ஸ்டூல் மேல் வைத்துவிட்டு, எழுந்து வந்து மொட்டை மாடி மேல் நின்று கீழே பார்த்தார்.

கீழே, தனது சாணி மெழுகிய வீட்டுத் திண்ணையிலிருந்து அரிசியில் கல் பொறுக்கிக் கொண்டிருந்த பார்வதி, கலைந்த தலையும் அவலட்சணமுமாக மேலே பார்த்தாள்.

"என்னை யாராவது கூப்பிட்டாளா பார்வதி?" என்று அங்கே நின்றவாறு கேட்டார்.

"இல்லையே ஸாமி அய்யா, இங்கெ ஆரும் இல்லெ..." என்று சொல்லிவிட்டு, முறத்திலிருந்த அரிசியிலேயே கவனமாக இருந்தாள்.

"பாவம், ஓரெளவும் தெரியாது..." என்று அவளைப் பற்றிய அனுதாப உணர்வை ஒதுக்கிவிட்டு, கொஞ்ச நேரம் மொட்டை மாடியிலேயே நின்றார் குருஸ்வாமி. யாரும் கூப்பிடவில்லை. என்ன இது? தன்னை மறந்து படித்துக்கொண்டோ சிந்தித்துக் கொண்டோ இருக்கும்போது அடிக்கடி இப்படி ஒரு உணர்வு. தன்னை யாராவது அழைக்க மாட்டார்களா என்ற தாக உறக்கத்தின் கனவா? என்ன தாகம்? தன்னையும் அறியாமல் தன் அந்தரங்கத்தில் ஒரு தேவை இருக்கிறதா? அந்தத் தேவைத் தினவின் நமைச்சல், தான் இரகசியமாகப் படிக்கும் புத்தகங்களா? குருஸ்வாமி நின்ற நிலையில் தலையைச் சிலுப்பி நினைவுகளைக் கலைத்துக் கொண்டார். அந்தத் தோப்புவிளை வட்டகைக்கு வாசல் தோரணம் போல உயர்ந்து நிற்கும் இரண்டு செவ்விளநீர் தென்னை மரங்களும் நடுமுற்றத்தில்

ஓலை வேய்ந்த தேவி கோயிலும் தெரிந்தது. கோயிலின் பின்னால் விஸ்தாரமாகத் தென்னந்தோப்பு. தென்னைகளுக்குப் பின்னால் உயர்ந்து நிற்கும் ஒற்றைப் பெருமரத்தில் – வழக்கமாகச் சாயங்கால வெயில் இறங்கியதும் எங்கிருந்தோ வந்து அமர்ந்திருக்கும் அந்தக் கிருஷ்ணப் பருந்து. அதைக்கூட இன்று காணவில்லை. வழக்கமாக அது – அந்த மரக்கிளைகள் நடுவே வந்து அமரும்போது, தான் எங்கிருந்தாலும் உள்ளத்தில் ஒரு உணர்வு எழுவதுண்டு – தன்னை யாரோ முதுகிற்குப் பின்னால் பார்ப்பதுபோல. சட்டென்று வெளியே வந்து பார்த்தால் இந்தப் பறவை, கழுத்தைக் கழுத்தைத் திருப்பிக் கொண்டு அலகால் சிறகுகளைக் கோதிக்கொண்டு – சட்டென்று கல்லில் கீறல் இழுத்ததுபோலக் கிரீச்சிட்டுக் கொண்டு – கிளையே சரணமாக அமர்ந்திருக்கும். வேண்டும் வேண்டாமை போல அதைப் பார்த்துக் கன்னத்தில் தொட்டு வணங்கிவிட்டு – பிறகு மற்ற நினைவுகள். இன்று அந்தப் பருந்து இல்லை. மனதின் கிறுக்குதான் உணர்வுகளாகப் பிரதிபலிக்கிறதோ? குருஸ்வாமியின் எண்ணங்கள் சட்டென்று சுற்றத்தின் உண்மைக்குத் தாழ்ந்து பறந்தன.

முற்றத்துக் கோயிலின் பின்னால் தென்னந்தோப்பு. முற்றத்தில் தெருப் பிள்ளைகள் கோடிட்டு மும்முரமாகக் கிளித்தட்டு விளையாடிக் கொண்டிருக்கிறார்கள். வட்டகையின் நாலு கட்டு வீட்டின் சாணி மெழுகிய ஒட்டுத் திண்ணையில் ரவி, துணித் தட்டியில் போர்டு எழுதிக் கொண்டிருக்கிறான். “ஸஹாக்களே முன்னோட்டு . . .” இவ்வளவும் மலையாள எழுத்துக்களில் பெரிதாகத் தெரிகிறது. அடுத்த வரிகளின் ஸ்கெச் கோடுகளில் சாயம் ஏறாததால் என்ன வாசகங்கள் என்று தெரியவில்லை. இப்படி வயிற்றுப் பிழைப்பிற்காக ஸ்லோகங்களை எழுதும் இந்த ரவிதான் தேவி கோயிலின் பின் சுவரில் – அகிலாண்டேஸ்வரியின் அந்தப் பிரம்மாண்டமான ரூபத்தையும் தோய்த்துத் தோய்த்து வரைந்தான். அண்டத்தையெல்லாம் தன் செருமுலைத் திமிர்ப்பில் அடக்கிய அந்த அங்காளப் பரமேஸ்வரியை ரவி குருஸ்வாமியின் மனவெளிச் சித்திரமாகச் சுவரில் நிரப்பியபோது – குருஸ்வாமி அன்று கனவு கண்டார்!

எழுத்தில் அக்கறையாக முனைந்திருந்தாலும், ரவிக்கு – குருஸ்வாமி மொட்டை மாடியில் வந்து நிற்பதுவும், ஏதோ கேட்பது போலவும் இருக்கவே – எழுதிக் கொண்டிருந்த பிரஷ்ஷை உதறிவிட்டு, கசட்டுத் துணியால் கைகளைத் துடைத்தவாறு இறங்கி வந்தான்.

கோயிலின் முற்றத்தில் களேபரமாக விளையாடிக் கொண்டிருந்த பையன்களிடையே வந்து; “டேய் டேய். கொஞ்சம்

நிறுத்துங்க . . . அங்கே ஸ்வாமி என்னமோ கூப்பிட்டுக் கேக்கா. கொஞ்சம் செவிதலெ கேக்கட்டும் . . .” என்று அவர்களை அமர்த்திவிட்டு, மேலே பார்த்து, “என்ன ஸாமி. என்ன வேணும் உங்களுக்கு?” என்று உரக்க விளித்துக் கேட்டான்.

“ரவி. ஒண்ணுமில்லப்பா. அட, இதுக்கு நீ வேலையைப் போட்டுட்டு எறங்கி வரணுமா? கீழே யாரோ என்னையெ கூப்பிட்டது மாதிரி இருந்தது. அதான் பார்வதிகிட்டெ கேட்டேன். பாவம் அதென்ன கண்டுது? யாருமில்லைன்னு சொல்லிட்டு புளுங்குன்னு இருக்கிற இருப்பைப் பாரு . . .” என்றவாறு பார்வதியைக் காட்டி – கருகருவென்ற தாடியினுள் சிரித்தார் குருஸ்வாமி.

“அதுதான் பரப்பிரம்மமாச்சே. இல்லாட்டா, மூணு நேரமும் வாங்கித் திங்கோம் . . . தெய்வம் போலத்த ஆளாச்சேன்னெல்லாம் தோணியிருக்கணுமே. நீங்கதான் வேணும் ஸாமி இந்த மாதிரி அத்து அலைந்ததுக்கெல்லாம் . . .” என்றவாறு, வட்டகை வெளிவாசல் வரையில் போய்ப் பார்த்துவிட்டு வந்தவன், “யாருமே இல்ல ஸாமி. இன்னைக்கு ஞாயிற்றுக் கெழமை. வெளியே அந்த லாண்டிறிக்காரனோ தகரக் கடைக்காரனோ கூட இல்லெ. இங்கெ இந்த பயக்க கெடந்து காட்டுச் சத்தம் போடுதானுக . . . டேய், சொன்னா கொஞ்சம் கேளுங்கடேய். மேலே ஸாமி படிச்சிட்டோ மற்றோ இருக்கா. செவிதலைக் கேக்கண்டாமா . . .” சொல்லியவாறு – வாய் வெற்றிலை எச்சிலைத் துப்பிவிட்டு – “ஆராவது வந்தா நான் கூப்பிட்டுச் சொல்லுதேன் ஸாமியோ” என்று, விட்ட வேலையே நோட்டமாகத் திண்ணைப் பக்கம் போனான். எழுதியிருந்த எழுத்துக்களைக் கொஞ்சம் எட்ட நின்று கழுத்தைத் திருப்பிச் சரி பார்த்துக் கொண்டான். பிறகு அங்கேயே நின்று, மடியில் வைத்திருந்த காகிதப் பொட்டலத்திலிருந்து வதங்கிப் போன வெற்றிலை ஒன்றை எடுத்து, உள்ளங்கையில் வைத்துச் சுண்ணாம்பு தடவி – பாக்குத் துண்டுகளை ஒருமுறை ஊதிவிட்டு வாயில் போட்டு வெற்றிலையையும் அதக்கிக் கொண்டான். மறுபடியும் ஒருமுறை எழுதியதைப் பார்த்துவிட்டு, டின் விளிம்பில் இருந்த பிரஷ்ஷை எடுத்து ஒரு எழுத்தின் மேல் திருத்தம் செய்தான். விலகி நின்று பார்த்தான். ரொம்ப சரி! மறுபடியும் உட்கார்ந்து வேலையை ஆரம்பித்தான்.

கொஞ்ச நேரம் மொட்டை மாடியிலேயே நின்று ரவியின் செய்கைகளைக் கவனித்த குருஸ்வாமி தமக்குள்ளாகவே கொஞ்சம் சிரித்துக் கொண்டார்.

2

ரம்மியமான சாயங்காலப் பொழுது. தூரத்தில் தோப்பாகப் பசேலென்று கவிந்திருக்கும் தென்னை கூட்டங்களிடையே வெயிலின் பொன்னிறம் வழிந்திருந்தது. விரல் அழுத்தித் தடவும்போது அமிழ்ந்து உயரும் ஆர்மோனியக் கட்டைகள்போலத் தாழ்ந்தும் உயர்ந்தும் அலையும் ஓலைகளின் அழகு பரவசமான அனுபவமாகக் குருஸ்வாமியின் மனதில் விரிந்தது. இந்த அடர்த்தியான தென்னஞ்சோலை குவியலுக்கும் கீழ் நெட்ட நெடுகிலும் சாலைக்கடை எனும் எவ்வளவு களேபரமான கடைத்தெரு அடங்கியிருக்கிறது. ஊர் தெரியாத புதியவர் யாரேனும் இந்த மாதிரி மொட்டை மாடியில் நின்று எட்டப் பார்வை செலுத்தும் போது நினைப்பார்கள். பசேலென்று வெறும் தென்னந்தோப்புகள் மட்டும் விரிந்து கிடக்கிறது என்று. உண்மையில் இந்தப் பச்சைப் பசுமையினுள் எத்தனை விசித்திரமான ஒரு உலகம் அடங்கியிருக்கிறது. சந்தடிகள், சாகஸங்கள், தில்லுமுல்லுகள்... அப்பப்பா... எத்தனை விதமான மனிதர்கள்...

தூரத்தில், கமுகு விளாகம் தெரு எல்லையில் நிற்கும் சிலுவைகள் போலக் குறுக்கும் நெடுவுமாக நீண்ட கிளைகள் கொண்ட இலவமரத்தில், ஏதோ ஒரு குக்கூ குருவி அமர்ந்திருந்து சங்கீதம் பாடுகிறது. கீழே கோயில் முற்றத்தில் கிளித்தட்டு விளையாடும் பையன்களின் அரற்றல் சத்தங்களையும் மீறி அந்த அன்னப் பட்சியின் கணகண சங்கீதம் எப்படித் தான் காதுகளைத் தொடுகிறது..? மாலையின் மஞ்சள் வெயிலை அந்தக் கிளி ஊதலாக்கி இழைக்கிறதோ? இனிமையான இசை லயம் மனதை நெருடும்போதெல்லாம் குருஸ்வாமி, இனம் புரியாத ஒரு சல்லாப லயத்தில் அமிழ்ந்து போவதுண்டு. "ததோம் என்று சதங்கை குலுங்கி, கச்சிறுக்கத் திமிர்ப்பில் மார்பு குலுங்க, ஜல், ஜல், ஜல்... வானம்

நீலம் திரண்டு அருவியாகி ஒழுகி ஒழுகி... ராகங்கள் தான் இழைய இழைய சிருங்காரமாக, மோகனமாக, கல்யாணியாக... ஆ... ஆ... குருஸ்வாமியின் மனது லேசாகிவிடுகிறது. வீசும் மாலை மென்காற்றில் தவழ்வது தன் மனசோ?"

எத்தனை எத்தனை மரங்கள், எத்தனை எத்தனை பசுங்கொடிகள், என்னவெல்லாம் பறவைகள்... ஒரு காலத்தில் இவ்விடம் எத்தனை அழகான கொலுமேடையாக இருந்தது. காலம், கொஞ்சம் கொஞ்சமாக அத்தனையையும் கரைத்த பின்பு இன்னும் மிச்சமிட்டிருப்பதிலும் இத்தனை ரம்யம் சொட்டுகிறது. அந்த ரம்மியத்தின் துணுக்காக அந்தப் பறவையின் சங்கீதம்!

கிழக்கே பார்த்தபோது ஆரியச்சாலை கோயிலின் தாமிரத் தகடு வேய்ந்த மேற்கூரை குவியலும் பொன்முலாம் பூசிய தாழிகைக் கும்பங்களின் மினுமினுப்பும். அந்தச் சுற்று வட்டமெங்கும், புதிது புதிதாக சிமிண்டு மட்டுப்பா கட்டிடங்கள். விதவிதமான பெயிண்டு நிறங்கள்... இடை இடையே தென்னைகளுடன் குடை தூக்கியதுபோல ஒரே ஒரு அரச மரம். ஒருபுறமாகத் தகரக்கூரை கொண்ட 'சித்ரா தியேட்டர்' சினிமா கொட்டகை. தியேட்டரின் பின்புறமாக இருபுறமும் நெடுக வீடுகள் கொண்ட பாட்டு விளாகம் தெரு. பொழுது இறங்குவதை அறியாத கோழிகள் தெருக்குப்பைகளைக் கிளறிக் கொண்டு நெடுக அலைகின்றன. அந்தத் தெருக் கோடியிலும் பிள்ளைகள், குட்டியும் கம்பும் விளையாடுகின்றன. என்ன உற்சாகம்! எங்கே தவக்கம் இருக்கிறது? எங்கும் கலகலத்த உயிரோட்டம்தான் இருக்கிறது. மனிதனின் நினைப்பு போல்தான் நிலைக்களனும் அமைகிறது. அய்யோவென்று அங்கலாய்த்துக் கொள்ளும் மனசுக்காரனுக்கு இருட்டாக வாழ்க்கை. எல்லாமே சுகித்து இரசிப்பதற்கே என்ற மனத் தெம்பானவனுக்கு வாழ்க்கை கேளிக்கை மைதானம் போல. இப்படி ஆகிவிட்டதே அய்யோவென்ற நோயாளி மனதினனுக்குக் கறுப்புத் திரைதொங்கும் இருட்டான வாழ்க்கை. இப்படியே...

கீழே கிளித்தட்டு விளையாடும் பயல்களின் ஏதோ ஒரு கோஷ்டி வெற்றி பெற்ற தலைவனைத் தோளில் ஏற்றிக் கொண்டு கோஷமிடும் ஆர்ப்பாட்டம் பெரிதாகக் கேட்கிறது.

"ஸ்வாமி... ஸ்வாமியப்போ..." என்று குரல் படியேறி வந்து அருகில் கேட்டதும் கலைந்த நினைவுகளால் திரும்பிப் பார்த்தார் குருஸ்வாமி.

அட வேலப்பன். "வா அப்பா... அப்பதே வந்தியா? வா... வா. உள்ளெ வா..."

“இப்பதான் வாறவழி!” என்றவாறு வேலப்பன் தன் கையில் கொண்டு வந்த பிளாஸ்டிக் கூடையை ஓரமாக வைத்தான்.

“என்ன ஸாமியப்போ மோசைமேலெ புத்தகம் விரிச்சு வச்சாலெ இருக்குது. வெளியிலெ வந்து ஆரெப் பார்த்துக்கிட்டிருந்தியோ?”

“ஆரையும் பார்த்துக்கிட்டு இருக்கல்லே. எம்போக்கிலெ படிச்சிட்டுதான் இருந்தேன். ஆரோ கூப்பிட்டது போல இருந்தது… புஸ்தகத்தை வச்சிட்டு வந்து பார்த்தா ஆருமில்லெ. ஆனா, நம்மளெத் தவிர உலகம் எவ்வளவு கலகலப்பாயும் சந்தோஷமாயும் இருக்குதேன்னு அப்படியே பார்த்துக்கிட்டே நின்னுட்டேன்…”

“ஆரம்பிச்சாச்சா ஒங்க வேதாந்தம். சும்ம இருங்கோ ஸாமியப்பா… மனசெப்போட்டு புண்ணாக்கிட்டு. வேறெ வேலை இல்லே உங்களுக்கு. ரெண்டு நாளாச்சே அந்த ராணியையும் கூப்பிட்டு போயி. அது என்ன ஆச்சு ஏதாச்சுன்னு கேப்பியோன்னு நெனைச்சேன்…” வேலப்பன் அவர் முகத்தைப் பார்க்காமலேயே கொண்டு வந்திருந்த கூடையிலிருந்து பெரிசு பெரிசாகச் செந்துளுவன் பழமாக இரண்டும், ஒரு பெரிய வெற்றிலையில் கைப்பிடியளவில் சீனியும் எடுத்து அவர் முன் வைத்தான்.

“என்ன டேய் இதெல்லாம்?”

“ஸாமியப்போ! ராணிக்கு இன்னைக்கு பலபலா வெடியக்காலம் கொழந்தை பொறந்தாச்சு…” என்றான் சந்தோஷம் பொங்க.

“அடடே. நீ சொன்னது போல மறந்துதான் போனேன் வேலப்பா. ஆமா. என்ன கொழந்தை?”

“எல்லாம் உங்க புண்யத்தினாலே பரிபூர்ணமா ஆண் குழந்தை தான்”

“தாயும் பிள்ளையும் சும்மா இருக்கா?”

“சும்மாதான் இருக்கு. சுகப் பிரசவந்தான். ஆனா இனிமேக்கொண்டு கொஞ்சம் கூடுதல் செலவானாலும் குற்றமில்லெ. நம்ம சின்ன அம்மைக்கு பண்டு பார்த்தது போல ஏதாவது பிரைவேட் ஆஸ்பத்திரிக்குதான் போணும். ஏழு போக்கிலெ ஒரு போக்கிருந்தாலும் இந்த கவர்மெண்டு ஆஸ்பத்திரிக்கே போகக் கூடாது. முன்னாலெ நம்ம அம்மைக்கெ பிரஸவ காலத்திலெ எனக்கு ஒன்னும் குன்னும் தெரியாது.

இப்போல்லா ஓரோண்ணும் கல்லோ நெல்லோன்னு தெரியுது… சரி, நல்ல கப்பை பழம். எடுத்துச் சாப்பிடுங்கோ …"

"பழமெல்லாம் திங்கேன். வை, அங்கே. நீயென்ன? கல்யாணம் ஆகி ரெண்டு வருஷத்தக்கப்புறம் இப்பத்தான் அவளுக்குத் தலைப்பிரசவமாகி ஆஸ்பத்திரி பெட்டைவிட்டு இறங்கல்லெ. அதுக்குள்ளேயே அடுத்த பிரசவத்தைப் பற்றிச் சொல்ல ஆரம்பிச்சிட்டே. சரியான நாயர்தான் டேய் நீ. இன்னும் ஒனக்கந்த எடுத்து சாட்ட புத்தி போகல்லெ. அது சரி, கவர்மெண்டு ஆஸ்பத்திரியிலெ இப்போ என்ன ஆச்சு. நல்லா கவனிக்கலியா டாக்டர்மாரு ஆரும்?"

வேலப்பன் அசட்டுச் சிரிப்பாகச் சிரித்தான்.

"பின்னெ என்ன ஸாமியப்போ. பகல் ரெண்டு மணிக்கே வேதனை தொடங்கியாச்சுன்னு சொல்லிப் பிரசவ வார்டுக்கு கூப்பிட்டுப் போனா. வெளியே அந்த தூங்குமூஞ்சி மரமும் உண்டு. நானும் உண்டு. மணி நாலாச்சு அஞ்சாச்சு. பாதி ராத்திரியாயிட்டும் ஒரு சமாதானவுமில்லெ. அங்கே யானா ஒரே பொட்டச்சி ராஜ்ஜியம். கொஞ்சம்போய் வார்டு பக்கமா நின்னா; "ஆம்பிளைங்க எல்லாம் கேற்றுக்கு வெளியே நில்லுங்க. பிரசவம் ஆனா வந்து சொல்லுதோம்!" என்று நாய்கணக்கா நிக்கா. கொஞ்சம் நல்லவ மாதிரி தெரிஞ்சவகிட்டெ விவரம் கேட்டா "ஆயில்லா ஆயில்லா" என்று, எண்ணெய் சட்டியை அடுப்பிலெ விட்டு வந்திட்ட குசினிக்காரி மாதிரி புற நடை நடந்து போயிருதா. இங்கெ, ஒருவாய் தண்ணிகூட குடிக்கப்போக மனசில்லாமெ நின்னு நின்னு, நரகப்பட்டு, வெளுப்பான் காலம் ஒரு நாலுமணிகெல்லாம் ஒரு தடுச்சி முதுக்கி வந்து "ராணி என்னுள்ள கொச்சின்டே ஆள் ஆரா?" என்று கேட்டா. போய் நின்னேன். "ராணி பெற்று ஆண் குட்டி. குழப்பம் ஒன்னும் இல்லா …" என்று துணிப்பந்தாகக் கையில் மூடி வைத்திருந்த செக்கச் செவேல்னு பிள்ளையைக் காட்டுதா. கொஞ்சம் நல்லா காட்டுதாளா . . . தொட்டுக்கோ பிடிச்சுக்கோன்னு உள்ள போயிட்டா. அய்யோ தேவியே போரும் போரும்னு ஆயிப்போச்சுது. இதிலெ ஸாமியப்போ உங்களுக்குத் தெரியாததா –மனச்சங்கடம் என்னன்றெ. நாம ஆளெ உள்ளே அனுப்பிச்சிட்டு "எப்போ, எப்போன்னு வெளியிலெ நிக்கோம். அங்கே என்ன ஏதுன்னு நமக்கென்ன தெரியும்? கேட்டா, ஒரு அனுசரணை, நயம் உண்டா, கடிக்க வாறது மாதிரிதான். பொம்பளைங்களுக்கு எரக்க குணம்னு சொல்லக்கூடியவங்கிட்டெ இந்த ஆஸ்பத்திரி சவங்களெ கொண்டுபோய் காட்டணும். பிசாசுக. வெள்ளை டிரஸ் போட்ட பிசாசுக . . . அதுதான் அஞ்சோ பத்தோ

கூடினாலும் பிரைவேட்டிலெ பார்க்கிறதுதான் சமாதானம். ஒண்ணு கேட்டா நல்லவிதமாயிட்டு மறுபடியாவது சொல்லுவா. எனக்கு இப்பல்லவா தெரியுது... நம்ம அம்மெ என்ன பாடு பட்டிருப்பான்னு. அப்போ எல்லாம் இப்பத்தப் போல கூட இல்லியாமெ... அதனாலெதான் பெற்ற ஒண்ணுகூடத் தங்காமெ என் பொன்னம்மையும் போய் சேர்ந்திட்டா..."

"வேலப்பா டேய். சும்மா வாயெ வச்சிட்டு இரி. எதுக்கு இப்போ பழைய கெணற்றை தூரு வாங்குதே. ஒண்ணுகெடக்க ஒண்ணை சொல்லுதே உன் புத்தி. உம்... விடு. ஒரு புள்ளை பெத்துத் தீரு முன்னாலெ உனக்கு இவ்வளவு அறிவு வந்தது நல்லதுதான். சரி, சரி. கொழந்தை ஆரெப்போல இருக்கான். எப்போ கூட்டீட்டுப் போறதுன்னு சொன்னாளா?"

"ஸாமியப்போ நீங்க என்ன நெனைச்சாலும் சரி. நான் ஒருக்கதான் பாத்தேன். பிள்ளை அசல் உங்க சாடைதான். கருகருன்னு நெறையா முடி. மூக்கெல்லாம் உங்க மூக்குதான். பிரசவ முறியிலேருந்து பெட்டுக்குக் கொண்டு வந்தா. கூட நம்ம பப்பண்ணன் பெண்சாதிதான் இருக்கா. அது ஒரு சைஸு. ரெண்டுமூணு பெத்தாளே அல்லாமெ ஒரு மண்ணும் தெரியாது. "இந்த ஒண்ணும் தெரியாத பெண்ணாப் பிறந்தாளெ எதுக்கு கூட்டீட்டு வந்தியோன்னு" கேக்கா. நமக்கு வேறெ ஆரு இருக்கா. அதுதான், பெற்ற ஒடனையே உங்களிட்டெ வந்து சொல்லணும்னு அவளும் சொன்னா. பின்னெ மத்தியானப் பாட்டையும் கழிச்சு, டாக்டரை அவங்க வீட்டிலெ போய் பார்த்துட்டு இங்கெ வர இவ்வளவு நேரமும் ஆச்சு. ஒடனே போணும். வீட்டிலிருந்து கொஞ்சம் துணியும் அவளுக்கு உடுமாத்து சாரியும் கொண்டுபோணும். கீழே எறங்கினா இனி அந்த ஆர்ட்டிஸ்டுகிட்டெ சொல்லலே. பாகவதரு வெங்கிடாசலம் அவரு வந்திட்டாரோ என்னமோ. என்ன இருந்தாலும் நமக்குள்ள ஆளுகளு அவங்க எல்லாம்தானே..?"

மொட்டை மாடியேறி பார்வதி துடைப்பமும் கையுமாக வந்தாள்.

"இதாரு வேலப்பனா? நீ ஆஸ்பத்திரிக்கில்லா போனே. ராணி பெத்தாளாப்போவ்..?" என்றவாறு உள்ளே வந்த அவளைத் தாண்டி குருஸ்வாமியும் வேலப்பனும் வெளியே வந்தார்கள்.

"இருட்டப்போவுது. தூத்து பெருக்கிட்டுப் போவட்டும் அவ. ஏய், ராணிக்கு ஆம்பிளைப் பிள்ளை பொறந்திருக்காம்..." என்று எங்கேயோ பார்த்தவாறு பார்வதியிடம் சொன்னார் குருஸ்வாமி.

"அப்போ நான் போயிட்டு வாறேன் ஸாமியப்போ. மற்றதெல்லா பின்னெ வந்து சொல்லுதேன் –" என்றவாறு அவர் பதிலுக்குக் கூடக் காத்திராமல், பிளாஸ்டிக் கூடையும் கையுமாக அவசர அவசரமாகப் படியிறங்கிப் போனான் வேலப்பன்.

பார்வதி வழக்கம்போல, அறையினுள் தாறுமாறாகக் கிடந்த பேப்பர், புஸ்தகங்கள் எல்லாவற்றையும் தட்டிப் பொறுக்கி ஒழுங்காக அடுக்கி வைத்தாள். குருஸ்வாமி திறந்தவாறு வைத்திருந்த புஸ்தகத்தின் ஒரு படத்தைப் பார்த்து – கொஞ்சம் மறுபடியும் பார்த்தாளா, அப்படியே அதை மூடி ஒதுக்கிவைத்தாள். பிறகு அடுக்களைப் பக்கம் போய், எல்லாம் சரியாக இருக்கிறதா என்று ஒருமுறை பார்த்து – அறையைப் பெருக்கிவிட்டுப் பவ்யமாக ஒதுங்கியவாறு இறங்கிப் போக வந்தவளை, "பார்வதி! அந்த பழமும் சீனியும் எடுத்துக்கோ..." என்றார். வெளியே பார்த்துக் கொண்டிருந்தவர் பார்வையைத் திருப்பாமலேயே.

பார்வதி போய்விட்ட பின்பு – அறைக்குள் நுழைந்த போது இருட்டு வந்திருந்தது. விளக்கு ஸ்விட்சைப் போட்டார். ஆரியசாலை கோயிலிலிருந்து ஆறரைமணி தீபாரதனையின் கூட்ட மணியோசை, காதைச் சிலிர்த்துக் கொண்டு கேட்டது. அதே சமயத்தில் கீழே முற்றத்துக் கோயிலிலும் விளக்கேற்றி ஒற்றை மணியை யாரோ குலுக்கும் ஒலி கேட்டது. குருஸ்வாமி மறுபடியும் அறையைவிட்டு வெளியே வந்து, மொட்டை மாடியில் நின்றவாறு, கீழே தேவி படிப்புரையை நோக்கிக் கையெடுத்துக் கும்பிட்டார்... "பராசக்தி... மஹாமாயே... தேவீ..."

கிருஷ்ணப் பருந்து

3

குருஸ்வாமி தனி மனிதன். நாற்பத்தியெட்டு ஐம்பது வயதிற்குள் குடும்பம் குடித்தனம், நல்லது கெட்டது எல்லாமே நடந்து முடிந்த கதையாகப் போய்விட்டது.

சாலை வட்டத்தின் இந்தப் தோப்புவிளை, பாட்டாவும் அப்பாவும் எல்லாம் படாடோபம் நடத்திவிட்டு, எச்சில் போலக் கொஞ்சம் மிச்சமிட்டிருந்த சொத்து. இரண்டு ஏக்கர் அளவில் பெரிய தோப்பு. ரோட்டிலிருந்து ஏறினதும் முதலில் தெரிவது தறவாட்டு தேவி கோயில். நாலுபுறமும் சித்திரப்பணிகள் துலங்கும் வெள்ளைச் சுவர்கள். ஓலைக்கூரை முற்றத்தில் நீண்ட படிப்புரை. வட்டகை வாசிகள் பகலில் சோம்பேறி தூக்கம் கொள்ள வழுவழு சிமிண்டு தரை. குங்குமம் திருநீறு குடுவைகள் தொங்கும் உத்தரப் பலகைகள். எண்ணெய் தீபங்கள்... முற்றம் நிறைய இரு மருங்கும் துளசியும், நிறைய பூப் பூத்து நிற்கும் செம்பருத்திச் செடிகளும், சின்ன ஒரு துளசி மாடமும். கோயிலுக்குப் பின்னால் ஓரைக்கூரை வீடுகளாக அஞ்சாறு வீடுகள். ரோட்டிலிருந்து நுழைந்ததும், கோயிலின் வலது பக்கச் சுவரோடு தொட்டு மொட்டை மாடிப் படிகள். மாடிதான் குருஸ்வாமியின் ஆவலாச கேந்திரம். அந்த மொட்டைமாடி வீட்டறையில், சுயம்பாகப் பத்தியச் சாப்பாடும், மனது நிறைய சிந்தைகளும், அதற்கிசைந்த சில புத்தகங்களுமாக —தோப்புவிளையின் நாலைந்து குடிசைவாசிகளின் ஆதர்ச புருஷராக—தென்னை மரங்களும், கொஞ்சம் வாடகைப் பணமும் தரும் வருவாயில் வாழ்ந்து வருகிறார் குருஸ்வாமி.

அன்று தோப்பில் தேங்காய் வெட்டும் நாள். தென்னை மரத்தின் உச்சாணியில் ஏறி இருந்து கொண்டு, "மாறிக்கோ, ஆளு ஆளு மாறிக்கோ" என்று கத்தியவாறு தேங்காய்களைக் குலையாக வெட்டிப் போட்டுக் கொண்டிருந்தான் தண்டான் தங்கப்பன். அவன் மர உச்சியில் இருந்தால் மரத்திற்கும் அவன் உடம்பிற்கும் நிற வித்தியாசம்கூடக் கண்டுபிடிக்க முடியாது. இடுப்பில் வேறு, சபரிமலைக்குப் போய் வந்த கறுப்பு நிறக் கைலி சதா உடுத்திக் கொண்டிருப்பான். எதற்கெடுத்தாலும் சாமி சரணம் என்பான். "எஜமானே! ஆயிரத்தைநூறு தேங்காய் இருக்கு. சாமி சரணம். இப்போ விலை கொறஞ்சு கெடக்கு. சாமி சரணம். அடுத்த ஆள்ச்சை தேங்கா வெட்ட வாரேன். சாமி சரணம். தேங்கா மோட்டிக்க தடி போல நடக்கான் தாயோளி, சாமி சரணம்..."

கோயில் திண்ணை ஓரத்தில், கை நாற்காலி ஒன்றில் அமர்ந்திருந்து, தூரத்தில் தென்னைகளில் தேங்காய் வெட்டுபவனைக் கவனித்துக் கொண்டிருந்தார் குருஸ்வாமி. நல்ல வடிவான சரீர ஒழுங்கு. கருகருவென்று தேனீக் கூடுபோலத் தாடி. ஐம்பது வயதென்றே தோன்றாத நரையில்லாத தலைமுடி. நெற்றி நிறைய புருவங்கள். எடுப்பான மூக்கும் சிரித்த முகமும்... குருஸ்வாமி இப்பொழுதெல்லாம் சட்டையே போடுவதில்லை. காவிநிறக் கதர்ஷால் போர்த்திய கம்பீரம். தும்பைப் பூப்போல வெள்ளை நிறக் கதர் வேஷ்டி. சதா புத்தகம் ஒன்று வெற்றிலைப் பெட்டிபோலக் கையில் இருக்கும். தேங்காய் வெட்டுபவனைப் பார்த்துக் கொண்டிருப்பதின் இடையிலும், சுட்டுவிரல் படிக்கும் பக்கத்திற்கு அடையாளமாக உள் சொருகியிருக்கிறது.

"ஸாமியென்ன புஸ்தகம் படிக்கேளா, இல்லே அங்கே தென்னை மரத்தைப் பாக்கேளோ?" என்று கேட்டவாறு எதிர்த் திண்ணையிலிருந்து, வாயில் நிறைந்த வெற்றிலைச் சாற்றை ஓரமாக உமிழ்ந்துவிட்டுக் குருஸ்வாமி பக்கமாக நடந்து வந்தான் ஆர்ட்டிஸ்டு ரவி.

"ஸாமியென்ன ஒண்ணும் பேச மாட்டேங்குதியோ? தேங்கா வெட்டப்படும். அதுதான் ஒண்ணுவிடாமெ பறக்கிப் போடப் பார்வதி நிக்கா. வெங்கு பாகவதரு உண்டும். இன்னைக்குத் தேங்கா வெட்டு உண்டுன்னு அறிஞ்சப்பமே, நம்ம பப்பன்கூட ஈயம் பூசுவதையெல்லாம் போட்டுட்டு எவ்வளவு காரியமாயிட்டு நிக்கான். கொச்சங்கா மாதிரி ஒரு தேங்காய்க்கு இன்னைக்கு ஒண்ணரை ரூபா கொடுத்தா இல்லே... அதுதான் எல்லா இவனுகளுக்கும் ஸாமி சொத்திலே அக்கறை..."

குருஸ்வாமி ரவியின் முகத்தைப் பார்த்துக் கொஞ்சம் புன்முறுவல் காட்டினார்.

"சாமி கொஞ்சம் வெற்றிலைப் போட்டுப் பழகணும். உங்க முகத்துக்கு ரொம்ப ஐஸ்வரியமாயிட்டு இருக்கும். என்னைப் போலப் புகையிலை ஒண்ணும் வேண்டாம். நல்ல துளசிச் செடி வெற்றிலை, வாஸனைப் பாக்கு. கோட்டைக்குள் ஆஸ்ரமக் கோயில் ஸ்வாமிமாரெல்லாம் அப்படித்தானே ..."

"என்ன ஆர்ட்டிஸ்டு, பெரிய பெரிய காரியமெல்லாம் நம்மளெக்கொண்டு செய்யச் சொல்லுதியோ. எனக்கு நல்ல சொல்லும் பல்லும் இருக்கிறது உமக்குப் பிடிக்கலியா?" என்று சிரித்தார் குருஸ்வாமி.

"அய்யோ! நான் அதுக்குச் சொல்லலே ஸாமி. நல்லா சிந்திக்கக்கூடிய புத்திமான்களுக்கு இந்த மாதிரி வெற்றிலைப் பழக்கம் ஒரு தேஜஸாக்கும்னு அஷ்டாங்க ஹிருதயத்திலே கூடச் சொல்லிட்டு உண்டாம்..."

"ரவி, நீ வெற்றிலை போடாமலிருந்தாலும், நல்ல ஆர்ட்டிஸ்டுதான். சிந்தனா சீலமுள்ளவன்தான். நான் சர்டிபிகேட் தாறேன்..."

"நான் ஏதொண்ணு சொன்னாலும் ஸாமி இப்படித்தான். பரிகாசம் செய்து தள்ளீருதியோ... சரி, அதெல்லாம் போட்டும். எனக்கொரு காரியம். கொஞ்ச நாளாயிட்டு உங்களிட்ட சொல்லணும் கேக்கணும்னுட்டு ஆசை..."

குருஸ்வாமி அவன் முகத்தையே பார்த்தார். ரவி, மறுபடியும் வாயில் நிறைந்த வெற்றிலை எச்சியை, எட்டப் போய் வாழைத் தடத்தில் துப்பிவிட்டு வந்தான். அவர் பக்கத்தில் இருப்பதினால் அந்த மரியாதை. திண்ணையில் அவன் உட்கார்ந்து எழுதும் பக்கத்துத் தரையிலேயே, புளிச் புளிச்சென்று துப்பும் வெற்றிலை எச்சில் செங்கோலமாகக் காய்ந்து போய்க் கிடக்கும். சின்னச் சின்ன டப்பாக்களில் விளிம்பெல்லாம் கசாம்புசாமென்று பலவித வண்ணங்களில் பெயிண்டுகள், சின்னதும் பெரியதுமான ஏழெட்டு பிரஷ்கள், கை துடைத்த துணி, டர்பைன்டன் பாட்டில்... ஆகக் கொல்லன் உலைக்களன் போலத் தாறுமாறான அலங்கோலமாயிருக்கும்.

"ரவி! என்ன பெரிய அச்சாரமா போடுதே. விட்டுச் சொல்லு. என்ன காரியம்?"

“நீட்டி வளைக்கல்லே. டக்குனு சொல்லீருதேன். ஸாமி ஒரு ரெண்டு நாளத்தைக்கு, எனக்கா ஒண்ணு இருந்து தரணும். வேறே ஒண்ணுமில்லெ. அப்பிடியே ஆறுக்கு நாலு சைஸிலே ஒங்க ரூபத்தை ஒண்ணு வரஞ்சிரணும்னிட்டு எனக்கு வலிய ஒரு ஆசை. ஒங்க தாடியும், புருவமும் மூக்கும் கண்களும், அப்படியே ராமகிருஷ்ண பரமஹம்ஸர் மாதிரி. ஹோ. கையெல்லாம் விருவிருன்னு வருது. எப்பிடி ஸ்டைலா வரஞ்சு எடுத்திரலாம் தெரியுமா? கூடிப்போனா ஒரு ரெண்டு மூணு நாளத்தெ காரியம். ஸ்கெச் எடுத்தேனெங்கி பின்னெ ஜயிச்சிருவேன். கொஞ்ச காலமாயிட்டு மனசிலெ கெடக்கக்கூடிய ஒரு ஆசையாக்கும்...”

“ஆர்ட்டிஸ்டு சாரு ஸாமிகிட்டெ என்னவோ வலிய காரியம் பேசுதாப்பிலெ தோணுது. எடையிலெ நான் ஒரு காரியம் ஸாமிகிட்டெ கேட்டுகிடட்டும் –” என்றவாறு, பட்டை விபூதியும், பச்சைக் கலர் புல்ஜிப்பாவுமாக வந்து நின்றான் வெங்கடாசலம் என்ற வெங்கு பாகவதர். சாலைக்கடைத் தெருவில் பாட்டுப் பாடப் போகும்போது வேஷம் இதுவல்ல. பாரதியார் மாதிரி தலைமுண்டாசும், ஜிப்பாவும் பஞ்சகச்சமும். கொட்டடிக்கக் கையிலே ஒரு டேப்பு. மீசைதான் இல்லை.

“என்ன வெங்கடாசல பாகவதரே, என்ன காரியம்? எல்லாத் தெங்கும் ஏறீட்டானா தங்கப்பன். அவனெ கூடவே நின்னு சொல்லிச் சொல்லி வேலை வாங்கணும். மரத்துமேலெ இருக்கோம்னு பார்க்கமாட்டான். அவன் போக்கிலே பேசிக்கிட்டே இருப்பான். சாயங்காலமானாலும் வேலை தீராது. என்ன ஆச்சுது இப்போ?”

“அதுதான் ஸாமி உங்ககிட்டெ கேக்க வந்தேன். ஆர்ட்டிஸ்டு ஏதோ வலிய காரியம் பேசிட்டு நின்னது போல இருந்தது . . .”

“வேய் பாகவதரே – நான் ஸாமிகிட்டெ ரகசியமொண்ணும் பேசல்ல வேய்... நீரு வந்த காரியத்தைப் பாரும்” என்றான் ரவி, சற்றே தடித்த குரலில்.

“அய்யோ! ரவி சாரு கோவிச்சாச்சே. நான் ஒண்ணும் சொல்லலியே... அது போகட்டும். நான் ஸாமிகிட்டெ கேக்க வந்தது, அந்த ஓடை மட்டத்திலே கப்பை தெங்க நிக்கே. அது முழுக்க தேங்கா போட்டாச்சு. இனி இங்கே கோவில் நடை செந்தெங்கிலெ உள்ள மூணு கொலைகளையும் வெட்டீரட்டா, இல்லே கல்யாணக்காரங்க ஆராவது கேட்டிருக்காளான்னு தண்டான் கேக்கச் சொல்லுதான்...”

“செந்தெங்கிலே தேங்கா வெளஞ்சு கெடக்குதானா வெட்டீர சொல்லு. கல்யாணக்காரங்களையும் பார்த்துக் கொண்டிருந்தால் தேங்கா ஒவ்வொண்ணா தொழிஞ்சு விழத் தொடங்கிரும். உம். போ. வெயிலு ஏறுது. சீக்கிரம் ஆகட்டும்னு சொல்லு. மட்டை கொதும்பு காஞ்ச ஓலை எல்லாம் சரி பங்கு வச்சு எல்லாரும் எடுத்துக்கிடுங்க. கூடிப் போச்சு குறஞ்சிப் போச்சுன்னு சண்டை வரக்கூடாது. வெங்கிடாசலம் அது உன் பொறுப்பு . . . சரி. போ. சீக்கிரம், என்னதான் தோப்பு, தெங்கு, தேங்கான்னு இருந்தாலும், இங்கே நமக்கு வீடுகளுக்கு ஓலை கட்ட ஓலை விலைக்குத்தான் வாங்கணும் . . .”

4

வெங்கிடாசலம் போன பின்பு குருஸ்வாமி எதிரே நின்ற ரவியைப் பார்த்துக் கொஞ்சம் சிரித்தார். தாடியினுள் சிரிப்பு கண்களில் பிரகாசமாகத் தெரிந்தது.

"என்ன சிரிக்கிதியோ?"

"ஒண்ணுமில்லெ. நீ என் தாடியையும் ரூபத்தையும் கண்டு என்னமோ ஊர் உலகத்திலே இல்லாதது போல வரைஞ்சு வச்சிரணும்கே. இறைவன் எத்தனை பெரிய வேடிக்கை வேடிக்கையான சித்திரங்களாகத் தீட்டி நம்ம கண் முன்னாலே நடக்கவிட்டிருக்கிறார்னு பாரேன். இந்த வெங்கு இருக்கானே அவன் ரூபத்திற்கும், சுபாவத்திற்கும், பழக்கத்திற்கும், பேச்சுக்குமெல்லாம் என்ன பொருத்தமிருக்குன்னு சொல்லு. தொட்டா ஒட்டிக் கொள்ளும் போல அறப் பாண்டிக் கருப்பு. அதிலெயும் பச்சை நிற ஜிப்பாதான் போடுவான். செந்தூரப் பொட்டு. வாரம் ஒரு தவணையாவது குளிப்பானோ என்னமோ. ஆனா பார்த்துக்கோ ரவி, நீயும் கேட்டிருப்பியே. நல்லா பாடுதான். நாக்குத் திருத்தம் இருக்கு. தமிழிலே சில எழுத்துக்கள் இருக்குது பார்த்துக்கோ... அது தமிழன் வாயிலெ வழங்காது. வாளைப்பளம்"னுதான் சொல்ல வரும். சோறுக்கு, சோரும்பான். என்ன சொன்னாலும் மாறாது. அது "பளக்க"மாயிடுச்சுங்க என்பான். அதனாலெதான் சொல்லுதேன் இவன் அர்த்த சுத்தமா பாடுதான். அருணகிரிநாதர் தமிழிலெ முருகனைப் பற்றி நிறைய பாடிவச்சிருக்கிறாரு. அவரு ஸ்லோகங்களை உருட்டித் தெறிச்சுச் சொல்லணுமானா நாக்கு ஒழுங்கு வேணும்... அர்த்த ஞானம் வேணும். இவன் பஸாரிலெ அந்த மலையாளிக் கூலிக்காரங்களுக்கிடையிலெ

நின்னுக்கிட்டுச் சமத்தாரமா பாடி அர்த்தம் சொல்லுதான் பட்டனத்தான் மாதிரி. பதினெண்கீழ் சித்தர்கள் மாதிரி, குணங்குடி மஸ்தான் மாதிரியெல்லாம் அப்பப்போ மாறி பாட்டு, பிரசங்கம், டேப்பு தட்டல்... அப்படி ஒருத்தன் நம்ம வட்டகை குடிசையிலெ தங்கிக் கஞ்சிக் காய்ச்சிக் குடித்துவிட்டு, நமக்குத் தேங்காய் பொறுக்கிப் போட்டு எடுபிடி வேலை ஊழியம் செய்து, தேவியே சரணம்னு காத்துக்கிடக்கான். ஆண்டவனைப் போலப் பெரிய மாய விளையாட்டுக்காரனும் சைத்திரிகனும் ஆருருக்கான்னு நினைச்சப்போ சிரிப்பு வந்தது..."

"ஸாமி நீங்ககூட இப்ப... இப்போ பட்டனத்தார் மாதிரியும் குணங்குடி மஸ்தான் மாதிரியும் பேச ஆரம்பிச்சிட்டியோ. நல்ல ஆளு நீங்க. அதுக்கிடையிலே, சங்கதியெ மாற்றீராதீங்க. நான் கட்டாயம் உங்க படத்தை வரையணும். அதுக்கு, எப்ப உங்களுக்குச் சமயம்னு சொல்லுங்க வந்திருதேன்–"

"சரி இருக்கட்டும். உடனேயே வேண்டாம். ஓய்வு இருக்கும்போ நானே சொல்லுதேன். ஆரம்பிச்சிரலாம். ஆமா, நீ இந்த பானர் போர்டு எழுதி, சொன்ன நேரத்திலே கொடுக்கறதில்லேன்னு ஒரே பராதியா கெடக்கு. அன்னைக்குக்கூட ஒரு அசோஸியேஷன்காரன் வந்து தாம்தும்மினு நின்னான். நீ அதையெல்லாம் போட்டுட்டுப் படம் போட நிக்கற வயிற்றுப் பாட்டெ பார்க்கண்டாமா?"

"என்ன ஸாமி. சர்வமும் தெரிஞ்ச நீங்ககூட இப்பிடிச் சொன்னா எப்பிடி? கொஞ்சம் வடிவமா எழுத வரும். அதுக்காக, கள்ளுக்கடை போர்டும் அரசியல்காரனுடைய அக்கப்போரு காரியங்களும்தான் இருட்டி விடிஞ்சா உண்டும்னு வந்தா மனசு தாகத்தை எதிலே கொண்டு போய் தீர்க்க முடியும்? அதுதான் போன வருஷம் நம்ம தேவி கோயில் கொடைக்கு, நாலைஞ்சு நாள் முந்தி கோயில் சுவர் முச்சூடும் – நீங்க சொன்ன மாதிரி திவ்ய ரூபங்களை இருந்து, மனசிருத்தி வரைஞ்சேன். ஸாமி ஸத்தியமா, இப்போ உங்க முகத்துக்கு நேரா சொல்லுதேன். ஸாமி உங்களை நான் அப்பத்தான் இன்னாருன்னு அறிஞ்சுகிட்டது. மஹா பத்ரகாளி தேவியெ – மஹிஷாசுரமர்த்தனி, துஷ்ட நிக்ரக சிஷ்ட பரிபாலகியாகத்தானே ஒவ்வொருத்தரும் ரூபப்படுத்தினா–? நீங்க சொன்னேளே, காமாக்னியை வென்ற அகிலாண்ட பரமேஸ்வரின்னு. அதுக்கொரு ரூப விளக்கமும் சொன்னியோ. திரண்ட முலையும் திறந்த பெண்மையுமாக – ஜனன உறுப்பினுள் அண்ட சராசரத்தையும் அடக்கி, அத்தனை காமவெறியையும் பஸ்மீகாரம் செய்துவிட்டுக் காம சொரூபிணியான, திறந்த நிர்வாண நிலையின் அந்த விஸ்வரூபத்தை உள் பிரகாரச்

சுவரில்தான் வரைஞ்சேன். என்றாலும் இன்னைக்கும் ஜ்வர வேகம் கொண்டதுபோல நெஞ்சு பதறிச் சுடுது – ஸ்வாமி. உங்க மனவெளியை நான் திருப்தியா வரைச்சிட்டேன்னு அறிஞ்சப்போ ஏற்பட்ட திருப்தி இருக்கு பாருங்கோ, அதுக்கு ஈடு இணை நிச்சயமா ஸாமி, பணமும் காசுமில்லே... அன்னைக்குச் சுவரெல்லாம் திவ்ய ரூபங்களாயிட்டு வரைச்சு மனம் நிறைஞ்சதுக்கப்புறம் ஒரு ரெண்டு மூணு மாசத்துக்கெல்லாம் கூட மனசிலெ அந்த நீரோட்டம்தான். பரமானந்தமா இருந்தது. பின்னெப் பின்னெ அந்த டீஷாப்பு போர்டு, "இங்கிலாப் சிந்தாபாத்" "வர்க்க சக்திகளே ஒன்றுபடுக..." போச்சு. வயிறு பசி, தரித்திரம் என்கிற பிரச்னையாய்ப் போச்சுது... கஞ்சிக்குக் கொஞ்சம் வயல் வகையும் அதுவுமிதுவும் மட்டும் இருந்திருந்தா இந்தப் போர்டு, ஸ்லோகமெழுதெல்லாம் தொட்டுக்கூடப் பார்த்திருக்கமாட்டேன். மனசு நிறைய, கண் நிறைய தேவாதி தேவர்களையெல்லாம் எழுதி எழுதி, திருப்திப்பட்டிருப்பேன்–"

ஹோவென்று எல்லோருமாகக் கூச்சல்போடும் சத்தம் கேட்டதும், குருஸ்வாமியும் ரவியும் சட்டென்று சத்தம் வந்த திசையில் திரும்பிப் பார்த்தனர். "அங்கே என்னான்னு பாரு ரவி. அடெ, எல்லாரும் கூடி நிக்காளே, வா. போய்ப் பார்க்கலாம்–" என்றவாறு இருவரும் தேங்காய்களை வெட்டிக் குவித்திருக்கும் இடத்திற்கு வந்தனர்.

பெரிய தோப்பு எல்லையில் கார்ப்பரேஷனின் பெரிய சாக்கடை போகிறது. தோப்புவிளை வட்டகைக்கு எல்லைகூட அந்த ஓடைதான். ஊரிலுள்ள அத்தனை கழிவு நரகல்களும் உருண்டு உருண்டு ஒழுகி வரும். தோப்புவிளை குடியிருப்புகளின் இரகசியமான கழிவிடம்கூட அதுதான். குருஸ்வாமியும் ரவியும் வந்தபோது, பப்பனும், வெங்கிடாசலமும் ஒரு தடிப்பயலைப் பிடித்துவைத்து, கைகள் இரண்டையும் பின்கட்டாகக் கட்டி நிறுத்தியிருந்தனர். தண்டான் தங்கப்பன் தனது லுங்கி அரையில் தொங்கவிட்டிருந்த கூர் பளபளக்கும் வெட்டுக்கத்தியுடன், ஹோவென்று அவனை வாய்க்கு வந்தபடி திட்டிக் கொண்டிருந்தான். பார்வதி மூக்கின்மேல் விரல் வைத்துப் பறட்டை கோலத்தில் பார்த்துக் கொண்டிருந்தாள்.

"அந்தா ஸாமியே வந்தாச்சுது. ஸாமீ! இந்தத் தடிமாடன் என்ன வேலை செய்திருக்கான் கேட்டேளா? ஓடைக்க பக்கம், மஞ்சணத்தி செடிக்கூட்டத்துக்கு அந்தப் பக்கமா நின்னிருக்கான். தீட்டம் நாற்றம் கொண்டு மனுஷப் பெறவியிலெ உள்ளவன் அங்கெ நிக்கமாட்டான். சாமி சரணம். இந்தப் பொலயாடிமவன் அங்கெ நின்னுக்கிட்டு என்ன வேலைத்தனம் செய்திருக்கான்

தெரியுமா? ஒரு கொலைத் தேங்கா, பத்துப் பதிமூணெண்ணம் இருக்கும். நான் மேலெ இருந்து ஒதுக்கி, திட்டைப் பக்கமாயிட்டுப் போட்டேன். அதிலெ ஒரு ஏழெட்டெண்ணம் தெறிச்சு ஓடையிலெ விழுந்திருக்கு. சாமி சரணம். இந்தச் சாமர்த்தியக்காரன், அந்த நாற்றம் பிடிச்ச வெள்ளத்திலெ எறங்கி, தேங்காயை எல்லாம் எடுத்து ஓலை வேலியெ பிச்சு அந்தப் பக்கமா போட்டிருக்கான். நான் தெங்குமண்டையிலெ இருந்தாலும் என் கண்ணு பருந்துக் கண்ணாக்குமே. கண்டுக்கிட்டேன். இவன் எத்தரை எண்ணத்தை எடுத்து மாத்துதான் பார்ப்போமின்னுட்டு, ஒன்னும் அறியாதது போல இறங்கி வந்தேன். கடைசி தேங்காயெ எடுத்துக்கொண்டு கரையேறினொனா பிடிச்சுக்கிட்டேன். என்னையும் வெட்டிச்சிட்டு ஓடப் பாக்கான் ... டேய் ஊச்சாளி, நானும் இந்தச் சாலைக் கடை கருமடத்திலெ கிளுத்து வளந்தவன்தான். இந்தா பாரு, எட்டு வயசு மொதக்கொண்டே மரமேறிக் காய்ச்ச கையாக்கும். சாமி சரணம். என் கையெ தட்டீட்டு நீ போக ஒக்குமா? சும்மா கேட்டா ஸாமியே ரெண்டு தேங்கா தருவாளேடா? ஆனா ஒன்ன மாதிரி தடித்தாயளிகளுக்குத் தந்தா பாவம்தான் கெடைக்கும். சரீரத்தைப் பாக்கலியா, வெட்டிப் போட்டா நாலு கடுவாய்க்குக் காணும் ... பீத்தண்ணியிலெ முக்குளியிட்டுத் தேங்கா மோட்டிக்க நடக்கான் ...”

ஸாமி அந்த ஆசாமியையே கூர்ந்து பார்த்தார். நல்ல வாட்டசாட்டமான சரீரம். சிறுப்பக்காரன். மிஞ்சினால் இருபது வயசுக்குள்தான் இருக்கும். சாலைக் கடையில் தேறின ஆசாமியென்பது கண்ணின் கூச்சமில்லாத வெறிப்பிலேயே தெரிந்தது. திருட்டுக் காரியத்தைக் கையும் களவுமாகப் பிடித்திருந்தும் ஒரு கூச்சநாச்சமில்லாத நிமிர்வு. “போங்கடா தெரியும் –” என்ற பாவனை.

“ஆரப்பா நீ. எங்கேயுள்ளவன்?” என்று கேட்டார் ஸாமி. உர் என்று எங்கோ பார்த்துக் கொண்டிருந்தவன் “என் கையை அவுத்துவிடச் சொல்லுங்க ...” என்றான் திமிராக.

“எடா எடா. மரியாதையா பேசு. இல்லாட்டா பல்லு மோறையெல்லாம் ஷேப்பு மாறிப் போவும்” என்றான் ரவி. “போணம் சாரே. அதுக்கு வேறெ ஆளைப் பாருங்கோ ... எல்லாம் ஸாமிக்கெ காலு நக்கிகளுதானே ... அறியாம் ... ஒண்ணீ கையை அவித்து விடணும். இல்லாட்டா போலீசிலெ ஏப்பிக்கணும்”.

“பப்பா, அவனெ அவுத்து விடு. தேங்காயெல்லாம் வாங்கிப் போட்டாச்சுன்னா போகச் சொல்லு ... அவனெ எதுக்கு, சும்மா கெடந்து பெகளம் கூட்டுதியோ? ...”

"ஸாமீ! நீங்களாக்கும் இந்த மாதிரி கள்ளத் தொட்டிப் பயக்களுக்கெல்லாம் எளக்காரம் வச்சுக் கொடுக்கியது ..." என்றான் தங்கப்பன்.

"டேய் தண்டாத் தாயளி! நீ கருமடத்துப் பக்கம்தானே வருவே. எடுத்துக்கிடலாம்டா ஒன்னெ ..." என்றவாறு – கைக்கட்டை அவிழ்த்துவிட்டதும், விறைத்துக் கறுவியவாறு, மடிச்சுக் கட்டியிருந்த அழுக்கு வேஷ்டியை இன்னும் கொஞ்சம் தூக்கிக் கட்டிக்கொண்டு, ஒரு கூச்சமோ தயக்கமோ இல்லாமல், கோயில் நடையைத் தாண்டி சர்வ சாதாரணமாக நடந்து போனான் அவன்.

"உடையனை பிடிச்சுக் கெட்டக் கூடிய காலம். நல்லா புடதியிலெ ரெண்டு கொடுத்து அனுப்பியிருக்கனும்" என்றான், அவன் போனதினால் பீதி குறைந்த சவுடால் தனத்துடன், வெங்கு பாகவதன்.

"ஆமா, கொடுத்து அனுப்பிச்சிருந்தா அப்பத் தெரியும் காரியம். அவன் போய் ரெண்டு சகாக்களெ கூட்டீட்டு வருவான். பின்னெ, "இங்கிலாப் சிந்தாபாத்" தான். ஜன்மி முதலாளி பிரச்னையாயிரும். இப்ப உள்ள சாலைக் கடை வெவகாரம் தெரியுமில்லா? முன்னாலெ மஹாராஜா ஆண்ட காலமல்லவா... இப்போ சரி. விட்டுத்தள்ளு. வெட்டின தேங்கா எல்லாம் பொறக்கிப் போட்டாச்சா? எங்கே அந்தப் பார்வதி?"

"நான் இங்ஙனேயேதான் நிக்கேன் ஸாமி. அந்தத் தடிமாடன் நிப்பும் நிலையும் கண்டப்போ, ஈரக்கொலை படபடப்பு இன்னும் தீரல்லே. தலையும் கண்ணும் சுத்திட்டு வருது ..."

"ஒனக்கு பின்னெ கோழி குசுவுட்டாலே தலையும் கண்ணும் சுத்துமே. . . ஸாமி கேக்கா என்னன்னு சொல்லு ..." என்றான் பப்பன்.

"தேங்கா எல்லாத்தையும் பொறக்கிப் போட்டாச்சு. ஸாமி அய்யா எண்ணம் பாக்கச் சொல்லுங்க..."

ஒரு ஓரமாக ஒதுங்கி நின்றிருந்த வெங்கு, பச்சை நிற ஜிப்பா கையையும் சுருட்டிக் கொண்டு பயந்து போய்த்தான் நின்றிருந்தான். இங்கே எல்லார் முன்னிலையிலும் வேகமாகப் பேசி ஆயாச்சு. நாளை சாலைக்கடை பஜாரில் டேப்பையும் தட்டிக் கொண்டு முக்குக்கு முக்கு போய் நிற்க வேண்டியவனாயிற்றே. போராத்த காலத்திற்கு, இந்தத் தேங்கா திருட வந்த பயல் ரெண்டு போடு போட்டு டேப்பையும் பறித்துக் கொண்டு போய்விட்டால் குடிக்கிற கஞ்சியில் பாச்சா வுழுந்ததுதான்.

சிறிது நேரத்தில், தேங்காய் எண்ணம் போடும் இடத்தில் அதை விலைக்கு வாங்கும் ஆசாமிகள் வந்து சேர்ந்துவிட்டார்கள். ஒவ்வொரு வீட்டிற்கு நாலு நாலு முழுத் தேங்காய்கள் எடுத்துப் போட்டது போக, கூலித் தேங்காய் நீக்கி அத்தனையையும் தங்கப்பனே முன் நின்று விலை பேசி முடித்தான். இந்த மாதிரி வியாபார நேரங்களில் எல்லாம் குருஸ்வாமிக்கு ஒரு புன் சிரிப்புதான் முகபாவம். “ஸ்வாமிக்குத் தெரியுமே, தேங்கா போன மாசம் கொஞ்சம் விலை மிகச்சு நின்னது வாஸ்தவந்தான். இந்த மாசம் பிரியம் குறைவு. காரணம் சிலோன் கொப்ரா இறங்கியிருக்கு. ஆயில் மில்காரன் கொப்ரா கொண்டு வராதேங்கான். அப்படி நம்ம தள்ளினா கிண்டலுக்கு ரொம்ப இடிச்சுக் கேக்கான் ... “என்றெல்லாம் பினாத்தலாகப் பஞ்சப் பாட்டு பாடுவான் வந்தவன். அதற்கும் ஒரு புன்சிரிப்புதான் ஸாமியின் பதில். “ஸாமி சிரிக்கியோ. ஸ்வாமிக்கு எல்லாம் தெரியும். அற்றகை நூற்றிப்பத்து ரூபா போட்டு முடிச்சிருதேன். ஸ்வாமி எனக்கு இதெக் கொண்டு போய், உரிச்சு, உடைச்சு, கொப்ரா ஆக்கி மிச்சம் பாக்கும்போ, பாடுபட்டதுக்கு ஏதாவது கொஞ்சம் கிடைச்சாலாச்சு, செலப்போ, கணக்குப் பாக்கும்போ கரச்சிலும் விளியுமாயிருக்கும் ...”

“தங்கப்பா–?” என்பார் குருஸ்வாமி.

அந்த அழைப்பிற்கு, “கணக்கை முடித்துப் பணத்தை வாங்கு” என்று அர்த்தம். அவ்வளவுதான். கணக்குப் பார்த்துப் பணம் கை மாறப்படும். தங்கப்பனும் வெட்டுக் கத்தியில் கொத்திக் கொண்ட தேங்காய் கூலிப் பணத்துடன் புறப்படுவான்.

இதெல்லாம் வாடிக்கையாக உள்ளது. அன்றும் வாடிக்கை காரியந்தான் நடந்தேறியது. எல்லாம் முடிந்து குருஸ்வாமி மாடியேறும்போது, பாவம் பார்வதி ஒவ்வொரு வீட்டிற்காக, ஓலை மட்டைகளை இழுத்துக் கொண்டு போய் போட்டுக் கொண்டிருந்தாள். அவள்தான் குருஸ்வாமி வீட்டுச் சோற்றைத் தின்பவள் ஆயிற்றே. செய்யட்டுமே என்கிற எண்ணம், வெங்குவிற்கும் பப்பனுக்கும். இவள் என்றால் எல்லோருக்கும் ஒரு இளக்காரம்கூட ... “பாரு, எங்க நடையிலெ இந்தச் சூட்டும் மடலையும் கொஞ்சம் எடுத்துப் போட்டிரேன். பீடி குடிச்சு ஒருபாடு நேரமாச்சு. ஒரு கெட்டு பீடி வாங்கீட்டு வந்திருதேன்” என்று ஏதாவது ஒரு நொண்டிச்சாக்கில் நழுவி விடுவார்கள். பாவம் பார்வதி, வெயிலைக் கொஞ்சம்கூடக் களையாமல் தோட்டமும் வீட்டு வாசல்களுமாக அலைவாள். ஆமாம். பாவம் பார்வதி.

5

பார்வதி மட்டுமா பாவம்? சாலைக்கடைத் தெருவில் பாட்டுக்கள் பாடி வயிறு பிழைக்கும் வெங்குவும், பழைய பாத்திரங்களுக்கு ஒட்டுப் போட்டு ஈயம் பூசிக் கொடுத்துக் கூலி வேலை செய்யும் பப்பனும், ஆதர்சம் இலட்சியமென்று கனவுலகில் சஞ்சாரம் செய்யும் பெயிண்டர் ரவியும், இப்போது பால் விவசாய சங்கத்தில் ஜோலி செய்யும் வேலப்பனும் எல்லோருந்தான் பாவம். உண்மையில் குருஸ்வாமியின் இந்தத் தோப்புவிளை மட்டும் இல்லாவிட்டால், இவர்கள் எல்லாம் எங்கே போயிருப்பார்கள்? ஒருவேளை, சாலைக்கடையின் எல்லாக் கழிசடைகளையும் போல, கரிமடம் காலனியோ, களிப்பான்குளம் காலனியோ இவர்களுக்கு அடைக்கலமாகியிருக்கும். ஒரு வகையில் குருஸ்வாமிகூடப் பாவம்தான். பாட்டனார், தகப்பனார் காலத்தில் ஓஹோவென்றிருந்த குடும்பம். தோப்புவிளை யென்றால், இப்போதிருக்கும் இந்த இரண்டு ஏக்கர் இடம் மட்டுமா? ஏக்கர் கணக்கில் இருந்தது. ஒரு பக்கத்தில், தேங்காய் வெட்டிக் கொண்டே வந்து – துடங்கின இடத்தில் மறுபடியும் வரும்போது அடுத்த வெட்டிற்கான காலம் ஆகியிருக்கும். பாக்கு, நல்ல மிளகு, மாங்காய், பிலாசக்கை எல்லாம், அக்ஷய பாத்திரம் போலதான். எடுக்க எடுக்கக் குறையாது. சாலைவட்டத்தில் பல ஏக்கர் பூமியென்றால் பிரதாபத்திற்குக் கேட்கவா வேண்டும்? நாடாண்ட மன்னர் மன்னன், "மூத்த பிள்ளை" பட்டம் கொடுத்த பரம்பரை குருஸ்வாமியின் அப்பா ஆனந்தரங்கம் பிள்ளையுடையது. மஹாராஜா திரு மனசு கொண்டு திருக்கரத்தால் கொடுத்த வீரவாள், ஓரெண்ணத்தை, சாவது வரையில் அமூல்ய நிதியாகக் காப்பாற்றி வந்தார் அவர். பாட்டனார் ஆடிப்பாடி ஓய்ந்து–மிச்சம் வைத்திருந்த

சொத்தில் முக்கால் பங்கையும் – குருஸ்வாமி தலையெடுத்து வருமுன்பு ஆனந்தரங்கம் பிள்ளை "ஸ்வாஹா" செய்திருந்தார். கொஞ்சமெல்லாம் பழைய வைப்பாட்டிகளுக்கு, கொஞ்சம் மூத்த பிள்ளை ஆடம்பரங்கள், அச்சிதாஸிகளுக்கு. குடும்பத்தில் பழைய ராஜரீக ஆடம்பர வாழ்க்கையின் படாடோபமும் ஊதாரித்தனமும் ஏற்படுத்திய வெறுப்பு காரணமாகக் குருஸ்வாமி சிறுப்பத்தில் பாரதமாதாகீ ஜேய் கோஷமும் உருவிட்டுக் கொண்டு தேசீயம், வீரசுதந்திரமென்றெல்லாம் நடந்தான். தந்தையார் கால கதிக்குப் பின்பு தானும் மனைவியும் மட்டுமான தனி வாழ்க்கை, இலட்சியங்களின் மாறுதல்கள்தான் இன்றைய தோப்புவிளை. சின்ன வாடகையின் குடித்தனங்கள். சொல்லுக்கு அடங்கிய மனிதர்கள் – அமைதியான நீரோட்டம் போலத் துவங்கிய வாழ்க்கை, மனைவியின் அகால மரணத்தால் துடுப்பு இழந்த படகு போல் ஆயிற்று. வாழ்க்கையின் ஒரே பற்றுக் கோலாக இருந்து ஜ்வலித்த அந்த நிறைவு விதைத்து விட்டுப் போன சூன்யப் பொறிதான் தனது மனவளையத்தில் சுற்றுகிறது. நீரில் பார்த்துக் குறிவைக்கும் வில் வித்தைக்காரன் போல இலட்சியக் குறி எங்கேயென்ற தேடல் வாழ்க்கை! இன்று அது தொடர் நடை ஆகிறது குருஸ்வாமிக்கு. எதற்காகவோ? எதற்காக என்று தெரியும். காலம் கடந்த அறிவால் என்ன பிரயோஜனம்? சொத்தும் சுகபோகமும், வேகமும் விறுவிறுப்பும் இருந்த காலகட்டத்தில் – அப்பாவும் மூதாதையர்களும் வாழ்ந்த வாழ்வின் வெறுப்பை எண்ணியபோது, சுக போகம் என்பது கேவலமான உடலாசையின் தாக்குதல் என்று அந்த வயதில் தோன்றியது ஆச்சரியந்தான். இருந்தும் படிக்கிற காலத்தில் காதல் நினைவுகளும் இருந்தன. அந்த நாளின் உச்சக்கட்டம் ஒன்றில் ஏற்பட்ட அருவருப்பான காட்சி அனுபவம் ஒன்று காரணமாகக் காதல் என்ற மயக்கம் கடல் மணலில் கவிழ்ந்துவிட்ட நீராக அமிழ்ந்தே போனது. கல்யாண வயதில் தந்தையார் திருமணம் என்று நெருக்கிய போதெல்லாம்கூட அந்த அருவருப்பு காட்சியே முன்நின்றது. சுப்புலக்ஷ்மியை மணந்து கொண்ட குடும்ப வாழ்வின் நாட்களில், அந்தப் பழைய வெறுப்பு, கிளையிடையில் மறைந்திருந்து பிறகு உதிர்க்கும் பருந்து போல வெளியே தெரியாமலே இருந்தது.

சிறு வயதிலேயே தாயார் காலமாகிப் போயிருந்தாலும், வீடு நிறைய அச்சி என்றும் வால்யக்காரத்திகள் என்றும் பெண்கள் நிறைய இருந்தனர். அதில் அம்மு என்ற நடு வயதுக்காரிதான் குருஸ்வாமியின் ஆயாவாக இருந்தாள். "அம்மு அம்மே – அம்மு அம்மே –" என்று குருஸ்வாமிக்கு எப்பொழுதும் அந்த வளர்ப்புத் தாயின் அரவணைப்பு தேவைப்பட்டது. நல்ல முகராசியும், சொல் இனிமையும், லேசாகப் பூனைக் கண்களும் கொண்ட

அம்மு அம்மை இனிமையாகப் பாடுவாள். "ஆம்பாடி தன்னில் ஓர் உண்ணியுண்டங்ஙனே" என்ற கிருஷ்ணகாதா பாடலை அம்மு அம்மை பாடுவதைக் கேட்காமல் உறக்கமே வராது குருவிற்கு. "குரு மோனே அம்ம, ஒரு பாட்டு பாடாம். மோன் நிறைச்சு சோறு உண்ணனம்" என்றவாறு பருப்பு சாதத்தைக் கிண்ணியில் வைத்துப் பிசைந்து விரல்களால் எடுத்து ஊட்டி விடுவாள்.

"குருமோன்! இன்னு பள்ளிக்கூடத்தில் போய் என்னவெல்லாம் படிச்சே..." என்று பள்ளிக்கூடத்திலிருந்து அவன் வந்ததும் எடுத்து அணைத்துக் கொள்வாள். "அம்மு அம்மா ஒரு கதை சொல்லேன்" என்று அவன் கேட்கக் காத்திருந்தது போல, ஜான்ஸிராணி கதை சொல்வாள். அம்மு தினமும் காலையில் குளித்து, நிறைய உள்ள கூந்தலை முதுகு நிறைய பரப்பிக் கொண்டு, கோயிலுக்குப் போய் நெற்றியில் சந்தனமும் இட்டுக் கொண்டு, குருவை வந்து அள்ளி அணைக்கும்போது, காய்ச்சிய உருக்கெண்ணெய் மணமும், பூ மணமுமாக அம்மு, கதைகளில் வரும் வரதேவதையாக அவனுக்குத் தோன்றுவாள். அந்தத் தேவதை ஒருநாள் அப்பாவின் கட்டிலில், பச்சைப் பச்சையாக, பிறந்த மேனியில், அப்பாவின் நரைத்துப்போன நெஞ்சு ரோமத்தை வருடியவாறு, அப்பாவின் வெற்றிலைச் சாயம் படிந்த தொங்கும் உதட்டைக் கடித்தவாறு... இன்னும் இன்னும்... அய்யோ... சீ... அம்மு அம்மோவ்! நீ சுத்த அழுக்க. நீ எனக்கு வேண்டாம். ஆரும் என்னைத் தொடண்டாம். எனக்கு ஆரும் வேண்டாம். எனக்கு ஒண்ணுமே வேண்டாம்.

அந்த வெறுப்புதான் – தோப்புவிளையின் அடியவர்கள் மத்தியில் தன்னை, ஸாமியாக – ஸாமியாராக உருமாற்றிற்றோ? என்ன ஸாமியார் வேண்டிக் கிடக்கிறது? ஸாமி ஸாமி என்றாலும் தன் அந்தரங்கத்தில் ஒரு பருந்து வட்டமிடுகிறது. உயர உயர வட்டமிடுகிறது. மாலைவேளைகளில் தன் மொட்டை மாடித் தவங்களின்போது கண்தொலைவில் பெருமரக் கிளைகளிடையே அமர்ந்திருந்து சிறகு கோதி ஓய்வு கொள்கிறது.

"... வந்து வந்து சேருவதெல்லாம் தோப்பு விளையில்தான். பாவம் அந்தக் குருஸ்வாமி" என்ற வாசகம் பிரசித்தமானது. சாலைக்கடை மெயின் ரோட்டிலிருந்து ஆரியசாலைக்கு வரும் வழியில், வடக்குப் பக்கமாகத் திரும்பும் பாதையில் வந்து சேருவது – நீண்டு சந்து பொந்தான காயலான் கடைவீதிகள். தகரம், கப்பி, பழைய பேப்பர், சாக்குகள், பாத்திர ரிப்பேர் பட்டறைகள், பழைய துருப்பிடித்த இரும்புச் சாமான்கள் இத்தியாதிகள் கொண்ட கசகசவென்ற கரிக்கடை. அங்காளம்மன்

கிருஷ்ணப் பருந்து 41

கோயில்தெரு. இந்தத் தெருவில், கிழக்கு முகமாகக் கொஞ்சம் நடந்தால் மறுபடியும் வடக்குப் பார்த்து ஒரு கிளை ரோடு. இது வழியாகத்தான் கமுகு விளாகம் தெரு. பாட்டு விளாகம் தெரு, அங்கிருந்து செந்திட்டை, தம்பானூர் இரயில் நிலையம் எல்லாம் போக வேண்டும். இந்த இடை ரோடில் நடந்து வரும் போது, கமுகு விளாகம் தெரு ஆரம்பிக்கும் முன்னால் பாதி வழியில் இடது பக்கம் இருக்கிறது தோப்புவிளை. சாக்கடை சகதி நாற்றமும் இருமருங்கிலும் குப்பைக் கூளங்களும், அழுக்குத் தண்ணீர் நிறைந்து, மலமும் மீன் சகிடுகளுமாக வழியும் ஓடைகளின் சுற்றுப்புறம். உவ்வே . . . ஆனாலும் ரோட்டில் நடந்து போகும் தெருவாசிகள் அனேகம்பேர், தோப்புவிளை நடையில் வந்ததும் நின்று, செருப்பைக் கழற்றிவிட்டு, உள்ளே பார்த்துப் பயபக்தியுடன் தேவியைக் கும்பிட்டுப் போவார்கள். வெளியே நின்று பார்த்தால், ஓலைக்கூரை பிரகாரத்தினுள் மங்கலாகத் தேவி பிரதிஷ்டை தெரியும். முற்றத்தின் செம்பருத்திச் செடி சிவப்புப் பூக்களும், துளசி மாடமும் வெள்ளைச் சுவரில் சிவப்புச் சாயத்தால் பெரிதாக வரைந்துள்ள விச்வ ரூபிணியான மாகாளியின் உருவமும் கூடத்தெரியும். தேவிக்கு எல்லோரும் பயந்தார்கள். குருஸ்வாமியின் கருத்துப்படி, பயந்தானே பக்தி!

தோப்புவிளையில் இப்போது ஆறு வீடுகள். வீடுகள் என்றால் ஓலைக்குடிசைகளான சாய்ப்புகள். குழந்தை குட்டி வாரிசு எதுவுமில்லாமல் ஒரே துணையான மனைவியும் இறந்துபோன போது, குருஸ்வாமி தனது பூர்வீகமான பெரிய வீட்டை மறித்துத் திரித்துக் கையடக்க ரீதியாக அமைத்துக் கொண்டார். உள்வாங்கிப் படியேறிய மட்டுப்பா வீட்டிற்குக் கீழே ரோட்டோடு பார்த்திருக்கும் பகுதியை மூன்று கடைகளாகக் கட்டி வாடகைக்கு விட்டிருந்தது. ஒரு லாண்டிரி, ஒரு ரேஷன் கடை, சின்னதாக வெற்றிலைப் பாக்குக் கடை ஒன்று. இதற்கெல்லாம்கூடச் சாலைக்கடை மரபுப்படி இல்லாமல் சின்ன வாடகைதான் வாங்கினார் குருஸ்வாமி. மட்டுப்பா வீட்டிற்குப் படியேறி உள்ளே நுழைந்ததும், காவிநிற சிமிண்டு மெழுகிய வழவழப்பான ஹால். தொட்டு உள்ளே சின்ன கிச்சன், குளியலறை முதலியன. நடுஹாலின் இடது பக்கமாக மற்றொரு அறை. அதுதான் குருஸ்வாமியின் பூஜை அறை. வைத்து இருப்பு அறை எல்லாம். காலையில் குளித்து, கடன்கள் முடிந்தவுடன் ஈரத் துவர்த்து முண்டுடன் உள்ளே போய்—ஒரு பதினைந்து நிமிடம் அரவமிருக்காது—நயம் சந்தன ஊதுவத்தி மணம் வரும். உடனேயே கதவைத் திறந்து கொண்டு வெளியே வருவார். கொடியில் கிடக்கும் வேஷ்டியைக் கட்டிக் கொண்டு

கிச்சனுக்குள்ளே போவார். பார்வதி வாங்கிக் கொண்டு வைத்திருக்கும் பாலை ஸ்டவ்வில் ஏற்றிக் காய்ச்சிக் கொள்வது – ஒரு அவித்த நேந்திரன் பழம் அல்லது பிரட் ஜாம். காலை கரியிங்கள் குஷால்! நேராக ஹால் அறைக்கு வந்திருந்து ஒரு கையால் தாடியைத் தடவியவாறு அன்றைய பேப்பர்களைப் பார்ப்பார். எதிரே – சுவரில் காந்திஜி, புத்தர், பரமஹம்ஸர், ஈ.வே.ரா. போன்றோரின் பெரிய படங்கள். சுவர் ஓர மூலையில், எட்டுக்கு ஆறு சைஸில் ஒரு நிர்வாணக்காரியின் படம். குஞ்ஞிக் குட்டன் தம்புரான் என்ற பழைய ராஜ பரம்பரை ஓவியர் ஒருவர் சிருங்காரச் சாயத்தால் நன்றாக அழுத்தி எழுதியிருந்த அந்தப் படம் ஒளி மங்கியிருந்தமையால் சட்டென்று இன்ன ரூபமென்று யார் கண்ணிற்கும் படாது. நின்று, நுணுகிப் பார்த்தால் "எல்லாம்" தெரியும். இதற்கெல்லாம் மேலாகக் குருஸ்வாமியிடம், வருஷமெல்லாம் படித்தாலும் தீராத நிறைய புத்தகங்கள் இருந்தன. எப்பொழுதும் ஏதாவது படிப்பு, படிப்பு... தான். மத்தியான பாட்டிற்கு ஸ்டவ் அடுப்பில் அரிசி வேகும். கறி பவுடர்கள் உண்டு. பார்வதி சில சமயங்களில் வாழைக்காயோ காய்கறிகளோ நறுக்கிக் கொண்டு வந்து வைப்பாள். குருஸ்வாமிக்குக் கீரை வகைகள் ரொம்பப் பிடிக்கும். எந்தக் காலத்திலும் கோயில் முற்றத்தில் செம்பருத்திச் செடிகளுக்கு இடையே – ஒரு பாத்தி ஏதேனும் ஒரு வகை கீரை நிற்கும்.

தண்டன் கீரை, அகத்திக் கீரை, கோழிக் கீரை – ஒன்றுமில்லாத காலத்தில் குட்டையாகக் கொழுகொழுவென்று கொழும்புக்கீரை நிற்கும். "பருப்புப் போட்டுக் கூட்டு வைத்தால் ஸாமிக்கு ரொம்பப் பிரியம்" என்பாள் பார்வதி. சமையல் எல்லாம் சுயம்பாகம்தான். அவர் சாப்பிட்டு மிச்சமுள்ளதைப் பார்வதி எடுத்துக் கொண்டு போவாள். பாத்திரங்களைச் சுத்தம் செய்து வைப்பாள். அடுப்படியைக் கழுவி விடுவாள். கூட்டிப் பெருக்கிச் சுத்தபத்தமெல்லாம் செய்வாள். அவ்வளவுதான். பரபரவென்று தலையும், இன்ன நிறமென்று அறிய முடியாத சேலையும், கறுப்பு நிறமும், தத்தித் தத்தி உளறல் பேச்சும். .. குருஸ்வாமியின் மனைவி உயிரோடிருந்த காலத்திலேயே இந்தப் பார்வதிதான் எடுபிடி வேலைக்காரி. கடையிலிருந்து காய்கறி வாங்கி வர, துணிகள் துவைக்க, ஒரு கோயில் குளம் என்று போகும்போது உடன் துணைக்குப் போக என்றெல்லாம் இருந்தாலும் வீட்டிற்குள்ளே விடமாட்டாள். சுப்புலஷ்மி போன பின்பு – குருஸ்வாமியின் "ஸாமியார்" வாழ்க்கைக்கு; இந்தப் பரப்பிரம்மம் அவலட்சணத்தைப் போகச் சொல்லிவிட்டு, ஆராவது நல்ல பெண் பிள்ளையாக நிறுத்துங்கள் ஸாமி யென்றால் "இவளே போதும்" என்பார்.

"நம்ம ஸாமிக்கு வேறெ யாரையாவது பெண் பிள்ளைகளெ வேலைக்கு வைக்க பயம். யாரையாவது வச்சா, அவ எங்கேருந்தாவது வயித்திலெ உண்டாக்கீட்டு, அதுக்குச் சுவாமிதான் காரணம், சிலவுக்குக் குடுங்கோன்னு ஸத்தியாக்கிரகத்துக்கு நிப்பா . . . அந்த வம்பெல்லாம் என்னத்துக்கு, அப்படியொன்னும் படுகிழம் ஆயிரல்லியே. ஒரு கல்யாணம் கழிக்கப் பெண்ணு தரமாட்டேன்னு ஆரு சொல்லுவா?" என்று கேட்டால் பொண்ணு கெட்டி, வாழ்ந்து அனுபவிச்சதே போதும். எங்க அப்பா, ஊரெல்லாம் பெண்ணும் வைப்பாட்டிகளுமாயிட்டுப் பொடி பொடிச்சாரு ஒடுக்கம் என்ன பிரயோஜனம்? இதோ நான் மட்டும் மிச்சம். அதனாலே . . . கூடமாட ஒரு உதவிக்கு இவ போதும். நம்ம முற்றத்து தேவிக்கு இவளும் நானும் அய்யங்கார் மடத்து அம்மையும் எல்லோரும் ஒரே மாதிரிதான் . . . எதுக்குச் சொல்லுதேன்னு இங்கே இந்த நம் தோப்புவிளை தேவி சன்னிதிலெ நம்மளெல்லாம் இருக்கோம். ஒரு வெள்ளி செவ்வாய் நல்ல நாளிலெ, தேவி யாருமேலெ அனுக்கிரகிச்சு வாறா? இவ மேலெதானே? அப்போ தேவிக்கில்லாத அருவருப்பு நமக்கெதுக்கு?" என்று அந்தப் பேச்சிற்கு முற்றுப்புள்ளி வைப்பார்.

வட்டகையின் எல்லா ஆட்களைப் பற்றியும் குருஸ்வாமிக்கு ஒரே மாதிரி அபிப்பிராயந்தான். பரப்பிரம்மமான பார்வதி, பால் விவசாய சங்கக் கறவைக்காரன் வேலப்பன், படங்கள் வரையும் ரவி, தெருத் தெருவாக நின்று பாட்டுப்பாடி கவுரவ பிச்சை எடுக்கும் வெங்கு, ஈயம் பூசும் வேலைக்காரன் பப்பன்... அத்தனை பேரும் குருஸ்வாமியின் அன்புக்கு, அனுசரணைக்கு, நம்பிக்கைக்கு, அனுதாபத்திற்குப் பாத்திரமானவர்கள்தான். "உங்க தாட்சண்யம் எல்லாம் இருக்கட்டும். அஞ்சோ பத்தோ வாடகையாவது சாலைக்கடை நடப்பு போல வாங்கக்கூடாதா? அதுக்கும் மேலெ, தேங்கா, ஓலை மட்டை என்றெல்லாம் கூட. நல்ல கூத்து. எந்தத் துனியாவிலே இந்த மாதிரி நடக்கும். இன்னைக்கெல்லாம் கண்ணை மூடீட்டுக் கொடுத்தாலும் செண்டு ஒண்ணுக்கு ஆறாயிரம் ஏழாயிரம் ரூபா சலம்பாமெ கெடைக்கும். உங்க அப்பா கொடுத்ததுதானே அந்த ஓடையோரத்திலெ ஒரேக்கர். அந்தக் காலத்திலேயே ரெண்டாயிரமோ மூவாயிரமோன்னு கொடுத்தா. இப்போ அந்தச் சேட்டு வரிசையா ரெண்டு வரி வீடு கட்டி நூற்றம்பைது இருநூறுன்னு வாடகைக்கு விட்டிருக்காரு..."

"ஆமா, நான் இந்த ஓலை மாளிகைகளுக்குத் தொள்ளாயிரம் ரூபா வாடகை வாங்காமெதான் கொறஞ்சு போச்சு. ஏதோ பாவப்பட்டவங்க தாமசிச்சிட்டு போட்டும். சேட்டு பெரிய

குடும்பஸ்தன். கோல்காப்பூரிலெ அவனுக்குப் பெரிய சிலவுகள் எல்லாம் இருக்கு. எனக்கென்ன சிலவிருக்கு? பிள்ளையா குட்டியா? இன்னும் இந்தச் சொத்திலெ ஒரு பைசாகூட நான் கஷ்டப்பட்டு தேடினதில்லெ. பாட்டா சம்பாத்தியம். பெரிய தோப்பும் காப்புமாக ஏக்கர் கணக்கிலெ இருந்துது. ராஜா, மந்திரி, திவான், படை, பல்லாக்கு போற இடத்திலெ எல்லாம் வைப்பாட்டிமாரு என்றெல்லாம் பாட்டாவும் அப்பாவும் இறைச்சது போகக் கொஞ்சம் மிச்சம் வச்சிருக்கா... இப்போ நான் ஒற்றை ஒருத்தன். எங்கேயெல்லாமோ சொந்தத்திலே ஆரெல்லாமோ இருக்கா. அவங்களுக்கும் நான் ஒரு கிறுக்கன். என் சுபாவம் ஒரு மாதிரி. மனசிலெ இருப்பு ஆருக்கும் தெரியாது. இப்போ வயசும் கிட்டத்தட்ட ஐம்பதுக்குப் பக்கத்திலெ ஆயாச்சு. படிச்சேன். அப்பாக்காரர் சீரு இல்லே. சின்னதிலேயே மனசு ஒரு சிணுங்கி மனசு... அதனாலே படிப்பு பாதியில் நின்றது. "அதிக படிப்பு" படிச்சதெல்லாம் பிறகுதான். அதாவது கொஞ்சம் தேசீய அரசியல் கொண்டு நடந்தேன். அந்த முக்காட்டில் அப்பாவின், "கல்யாணம் கட்டிக்கோ" என்ற நெருக்கத்திலிருந்து தப்பித்துக் கொண்டே வந்தேன். கடைசியில், பாவம், அந்தச் சுப்புலக்ஷ்மியைக் கல்யாணம் செய்து கொண்டபோது முப்பது வயது. அவளும், தரை நோகுமோ மனம் நோகுமோவென்று ஆறேழு வருஷம் ஒத்து வாழ்ந்தாள். ரெண்டு மூணு பெற்றுப் பிரசவ அறையிலேயே பறி கொடுத்தா. மூணாவது பிரசவத்திலெ தானும் கூடவே போனாள். கோயில் முற்றத்திலெ குடியிருந்ததினாலெ தேவி கோபம் என்றார்கள். அப்பாவும் பாட்டாவும் தேவி சன்னதியில்தான் ஆட்டமெல்லாம் ஆடினார்கள். தேவியம்மை பாவம். அவளை நாம் வணங்கி வழிபடணும். அவளை எதற்கும் சாட்சி வைக்காமல் இருந்தால் அதுவே பக்தி! இதை அழுத்திச் சொன்னால் நான் ஸாமியார். நிறைய படிக்கத் தாகமிருக்கிறது. படிக்கிறேன், படிக்கிறேன். அதனாலெ ஷேவிங்கிற்குக்கூடத் சோம்பல். தாடி வளர்ந்திருக்கிறது. அதனாலேயும் ஸாமி!"

6

அன்று விடிந்தபோது, தோப்புவிளையில் ஒரு பிரத்தியேகமான கலகலப்பு கூடியிருப்பது போலிருந்தது. பார்வதி வழக்கம் போல அதிகாலை யிலேயே எழுந்து, செந்திட்டை தேவி கோயில் குளத்திற்குப் போய், அழுக்குச் சேலை துணிமணி களைத் துவைத்துச் சுத்தமாகக் குளித்து, நெற்றி நிறைய செவேலென்று கோயில் குங்குமமும் அதுவுமாக வந்தவள் தன் சாய்ப்பு புரைக்குப் போய்த் துணிகளைக் கயிற்றுக் கொடியில், விரித்துக் கொண்டிருக்கும்போது – வெங்குவைக் காணுகிறாள். வெங்கு – பார்வதிக்கு முன்னேலேயே குளித்து வந்தவனாகச் சலவை வெள்ளை வேஷ்டியும் உடுத்திக்கொண்டு கையகலக் கண்ணாடியில் ரொம்பத் துல்லியமாகப் பார்த்து, நெற்றிக்குச் சந்தனப் பொட்டிட்டு அதன் மேல் பதமாகக் குங்குமம் வைத்துக் கொண்டிருந்தான்.

“என்ன பார்வதி நீ இன்னைக்குக் கொஞ்சம் தாமசம்? நான் நாலுமணிக்கே எந்திச்சுப் போய் கிள்ளியாற்றில் குளிச்சிட்டு வந்திட்டேன். எங்கெ வேலப்பனெ காணலே. ஜோலிக்குப் போயிட்டானோ? போக மாட்டானே இன்னைக்கு? எந்திக்கலியோ?”

“என்னவோ” என்று கையை மலர்த்திவிட்டு, வடக்குப் பக்கமாக வேலப்பன் வீட்டைப் பார்த்துப் போனாள். முற்றத்தில், சின்ன செம்பருத்திச் செடி நிறைய இலை தெரியாமல் பூ பூத்திருந்தது. அதிகாலையானதினால், நன்றாக மலர்ந்து இதழ் பரப்பாமல் மூடிய குடை போலச் சின்னதாக இருந்தன பூக்கள். கொஞ்ச நேரம் பூக்களைப் பார்த்துக் கொண்டிருந்தாள் பார்வதி.

உடம்பெல்லாம், வெளிக்குப் போய் ஆக்கிக் கொண்ட பச்சைக் குழந்தையை நீட்டிய காலில்

விட்டுக்கொண்டு, சின்ன பிளாஸ்டிக் குவளையிலுள்ள இளஞ்சூடு வென்னீரால் கழுவிக் கொண்டிருந்தாள் ராணி. நீர் பட்டதும் குழந்தை குவா குவா என்று பலமாக அழ ஆரம்பித்தது. ராணி! வேண்டாம் அப்போ. வேண்டாம் அப்போ. நான் ஒண்ணுஞ் செய்யலியே. கழுவட்டும், லோ ... லோ ...” என்று சொல்லிக் கொண்டே இருந்தவள், பார்வதி வந்து நிற்பதைக் கண்டதும், “வந்திட்டியா பார்வதி, மணி ஆறடிச்சாச்சு. அவ்வோ காலையிலேயே எந்திச்சு குளிக்கதுக்குன்னு வெளியே போன ஆளெ இன்னும் காணலே. இந்தப் பிள்ளையாலெ ஒரு வேலையும் நடப்பில்லெ. நல்ல நாளும் அதுவுமாயிட்டு வாசல் நடைகூடத் தூத்து வாரல்லே. ஒரு கோலம்கூடப் போடல்லே. இப்போ அவ்வோ வந்து ஏறினா தாம்தீம்னு நிப்பா. பிள்ளைக்குப் பாண்ட சுத்தி நாளும் அதுவுமாயிட்டு, கொஞ்சம் சூடு வெள்ளம் வச்சு இதெ ஒண்ணு குளிப்பிச்சு கெடத்தீரலாம்னு போய் தொட்டிலிலே பார்த்தப்போ, மேலு முச்சூடும் ஆக்கி வச்சிட்டு, கையும் காலும் எல்லாம் தீட்டம் கொண்டு ஆறாட்டுதான். பார்வதி, நீ அந்த கோயில் முற்றமெல்லாம் ஒண்ணு சரியாக்கீரணுமே. கழியல்லே. இன்னைக்கு இருவத்தெட்டு நாளுதானே ஆச்சு ... எங்க வீட்டிலெயானா பாண்ட சுத்திவர கட்டிலவிட்டு எறங்கி நடக்கவிடமாட்டா. இங்கெ கழியாதுன்னு சொன்னா, நீங்களும் அந்தப் பப்ப அண்ணன் பெஞ்சாதியும் உள்ளதினாலெ சரி. பின்னெ சும்மா சொல்லக்கூடாது. கஞ்சி கூட்டானெல்லாம் அவ்வொதான் வைக்கா. மருந்தும், அரிஷ்டமுமெல்லாம் ஒரு கொறவுமில்லே... நான்தான் சொன்னேன். ஆரும் வேண்டாம். எல்லாம் நான் பாத்துக்கிடுவேன்னு. அதுதான் இப்ப வந்து கேறின ஒடனே படபான்னு நிப்பா ...”

“கோவிலு நடையெல்லாம் நான் வெளுப்பான் காலம் மூணு மணிக்கே எந்திச்சு களுவி தொளிச்சு, கோலங்கூடப் போட்டாச்சு. என்ன ராணியம்மோ நீ. இதெல்லாம்கூடச் சொல்லணுமா? தேவி எங்கம்மைக்கு முற்றம் தூக்கலேன்னா எனக்குப் பின்னெ என்ன சோலி . . . போட்டும் நான். தட்டிலெ ஸாமி உறக்கம் எந்திக்கு முன்னெ அங்கே போய் தூத்து வாரணும். பாலுகொண்டு வந்தானோ என்னமோ? குப்பியெ எடுத்து வைக்கணும் ...” என்றவாறு குடுகுடுவென்று வாசலைப் பார்க்க நடந்தாள். பப்பன் தன் வீட்டு முற்றத்து மண் தரையில், துருத்தியும், கரித்துண்டுகளும், நாலைந்து பழைய பித்தளைப் பாத்திரங்களுமாக–படுக்கையிலிருந்து எழுந்து வந்த கோலத்தில் கொட்டாவி விட்டுக் கொண்டு அமர்ந்திருந்தான். சாணி மெழுகிய திண்ணையில், அவன் பெண்சாதி, இன்னும் சீலையை மூடிக்கொண்டு உறங்குகிறாள். பத்தும், எட்டும்

வயதான பிள்ளைகளும் – அவிழ்ந்த நிக்கரும், கழன்ற அரைஞாண் கயிறுமாக – தாறுமாறாக வெறுந்தரையில் உறங்கிக் கொண்டுதான் இருக்கிறார்கள். கறுப்பாக, எண்ணெய்க் கசடு தோய்ந்த அழுக்குத் தலைகாணி ஒன்று தூரத்தில் விலகிப்போய் கிடக்கிறது.

அடுத்த வளைவு கொல்லன் பட்டறையிலிருந்து, இந்த அதிகாலையிலேயே இரும்புக் கரவை மேல் சம்மட்டியால் அடிக்கும் சத்தம் கேட்டுக் கொண்டிருந்தது. ரோட்டு மின்சாரக் கம்பிமேல் பத்துப் பதினைந்து காகங்கள் – காகா வென்று கத்திக்கொண்டு வந்து அமருவதும், எழுந்து பறப்பதுவுமான கலவரமாக இருந்தது. விளக்கு மரக் கம்பியின் கடைசி ஓரத்தில், மின்சாரம் தாக்கி ஒரு அண்டங்காக்கை, கறுப்புத் துணிப் பொட்டலம் போலத் தொங்கிக்கொண்டு இருந்தது.

பார்வதி, குருஸ்வாமியின் மொட்டைமாடிப் படியேறிக் கொண்டிருக்கும்போது, தெற்குப் பக்கத்திலிருந்து – தோட்டத்திற்குப் போய்விட்டு வெறும் வாளியுடன் லுங்கியும் வெள்ளை பனியனுமாக – ஒடிசல் உடம்போடு வந்துகொண்டிருந்தான் ரவி.

"என்ன பப்பு மேஸ்திரி. இன்னைக்கும் பணி செய்ய உக்காந்தாச்சா? நீரு ஒரு தரித்திரவாசிதான் வேய். வேலப்பன் கொழந்தைக்குப் பாண்டசுத்தீங்கிறதெ தள்ளும். நம்ம முற்றத்துத் தேவி கோவிலிலே இன்னைக்கு முழுக் காப்புன்னு நிச்சயிச்சதல்லவா? எடுத்து வையிம்வேய். உம்ம ஒரு வேலையெ..."

"ஆர்ட்டிஸ்டு ஸாரே! விடிஞ்சதும் விடியாததுமாயிட்டு சடபுடா சக்கடா வண்டின்னு நிக்கிதியோ? உங்களுக்கு நம்மளெப்போலப் பிள்ளையுமில்லெ குட்டியுமில்லெ! பொண்டாட்டிக்காரியெ அவங்க அம்ம வீட்டிலெ கொண்டுபோய் ஆக்கீட்டு – எப்பவாவது விருந்துக்குப் போறதுபோலப் போயிட்டும் வந்திட்டுமிருக்கிதியோ. நம்ம காரியம் அப்பிடியா? அன்னன்னைக்குப் பணி செய்யத்தான் உண்டும்... அதும் நம்ம நடை தேவி காரியம் நான் மறப்பனா... பின்னெ வேலப்பனும் கல்யாணமாகி ரெண்டு வருஷம் தவசிருந்து பெற்ற பிள்ளைக்கு விசேஷம். அதும் நமக்குக் காரியந்தான். அவன் ஸாமிக்கெ ஆளு. ஸாமி நம்மளுக்கெல்லாம் ஆளு... இன்னா இப்ப முடிச்சிருவேன்..." பேசியவாறு பப்பன், பொடி வெட்டிக் கத்திரிக்கோலை எடுத்துப் பெரிய பித்தளை வானாசருவம் ஒன்றின் சிதிலமடைந்த தூர்ப்பகுதியை வெட்ட ஆரம்பித்தான்.

இந்தச் சுறுசுறுப்பு ரெண்டு நாள் முன்னாலேயே இருந்திருந்தா இந்நேரம் மற்றுள்ள நல்ல காரியங்களெ பார்த்திருக்கலாமெ – கைவாளியைக் கீழே வைத்துவிட்டு, லுங்கி மடியிலிருந்த

வெற்றிலைப் பொட்டலத்தை எடுத்து – ஒருதரம் வெற்றிலை போட்டுக்கொள்ளும் பணியை ஆரம்பித்தான் ரவி.

"சாரே! ஆர்ட்டிஸ்டு சாரே, நீங்க பெரிய யோக்கியருதான் தெரியாதா நமக்கு. அந்த ஜவுளிக்கடை சாயபு போர்டு கேட்டு, அஞ்சாறு தடவை நடையா நடந்து, கடைசியிலெ இங்கெ கெடந்து சத்தம் போட்டப்போ, நீங்க சொன்னதெல்லாம் கேட்டிட்டுதான் இருந்தேன். ஹோ எவ்வளவு கணிசம், நாளைக்கு உச்சைக்கு முன்னாலெ கொண்டு கொடுத்திரலாம்னியோ, தேவி மேலெ ஆணை போடுங்கோ. அதிலெ இதுவரைக்கும் கமான்னு ஒரு எழுத்து எழுதீருக்கேளா நீங்கொ ... அதுதான் நம்மளெ மாதிரி ஜோலிக்காரங்களுக்கு உள்ள சொகக்கேடு. இடிச்ச பிற்பாடுதான் குனிவோம்..."

"சரி, சட்டுபுட்டுனு முடிச்சிட்டு வாரும். ரெண்டு வாழைக்குலை நேத்தைக்கே வெட்டிக்கொண்டு வச்சிருக்கு. ஆராவது ரெண்டு பேரு கூட வந்தா, தேவி சன்னதியிலெ ரெண்டு பக்கமும் வச்சுக் கட்டலாம் ... அன்னாபாரும். வேலப்பன் வாறதெ. ஆம்பிளைப் பிள்ளைன்னா அவன்தான் ஆணாப் பிறந்தான். குளிச்சு குறியெல்லாம் பிடிச்சு அய்யராயிட்டல்லா வாறான் ..."

ஆரியசாலை கோயில் ஸ்தூபிக்கும் அப்பால் தென்னை மரங்களிடையே, சூரியன் பொற்கிரணங்கள் சிலுப்பி உதித்தேறிக் கொண்டிருந்தான். "ஆர்ட்டிஸ்டு சாரென்ன, இன்னும் காலைக் காரியமொன்னும் ஆகலியா? வெயில் ஏறுதே –" என்று சிரித்தவாறு வேலப்பன், துவைத்து மடித்துத் தோளில் போட்டுக்கொண்ட துணி சட்டைகளுடன், தன் வீட்டினுள் போனான்.

குருஸ்வாமி அப்பொழுதுதான் மொட்டைமாடியில் வந்து நின்று கொண்டு, சூரிய ஒளியையே கண் இமைக்காமல் பார்த்துக் கொண்டிருந்தார். விழியுள் அந்தப் பொன்னொளி தகத்தகாயம் நிகழ்த்துகிறது. விழி வழியே நினைவுகள், நினைவுகள் வழியே நெஞ்சம், நெஞ்சு வழியே எல்லா நரம்புகளிலும்... "அம்மு அம்மே..! ஆம்பாடி தன்னில் ஓர் உன்னியுண்டங்ஙனே ..." பாடேன் அம்மு அம்மே, நீ பாட மாட்டே. அப்பாக் கிழடு மடியிலெ போய்க் கொஞ்சப் போறே ... பாடு அம்மு அம்மே ... பாடு அம்மு அம்மே ... அழகிய அந்தப் பூனைக் கண்களிலிருந்து, செம்பருத்திப் பூவிலிருந்து பனித்துளி சொட்டுவது போலக் கண்ணீர் சொட்டுகிறது. அம்மு அம்மேய், கரையாதே... ஆனால் அம்மு அம்மையின் நிர்வாணம்... தேவி கோயில் சுவரில் அந்த ஓவியம் போலத் திரண்ட முலையும், திறந்த பெண்மையுமாக – ஜனன உறுப்பினுள் அண்ட சராசரத்தையும் அடக்கி,

அத்தனை காமாக்னியையும் ஊதி அகற்றிவிட்டு, பின்னும், காம சொரூபிணியான அகிலாண்டேஸ்வரி... அவளது வார்ச்சடை சிலிர்ப்பில் சூரியன் நெருப்புக கிரணங்களால் மலர்கிறாள்... அம்மு அம்மேய்... சூரிய கிரணத்தின் பொன்னொளி நடுவே அம்மு அம்மா இறங்கி வருகிறாள். மெல்ல மெலிதாக, தொட்டில் ஆட்டும் மென்மை ஊசலில் அம்மு அம்மா தவழ்ந்து வருகிறாள்... அருகில், அருகில் தொட்டு அருகில்... என்ன இது மனைவி சுப்புலஷ்மியா, இல்லை... ராணி குழந்தையுடன் நிற்கிறாள்.

"ஸாமியப்போ, இன்னைக்கென்ன சூரிய நமஸ்காரம் இவ்வளவு நேரம்? மணி ஏழு கழிஞ்சாச்சு..."

சட்டென்று கண்களைத் தாழ்த்திப் பார்த்தபோது ஏந்திய கையில் குளிப்பாட்டிய குழந்தையை வைத்துக் கொண்டு ராணி சிரித்துக் கொண்டு கீழே நிற்கிறாள். முதலில் எல்லாம் நிழல்களான சூரிய குஞ்சுகளாக... பிறகு இமைகள் பட படக்கக் கண்களைத் துடைத்துப் பார்த்த பின்புதான் ராணியும் குழந்தையும் ஓலைக்கூரை... அவள் வீட்டுப் பின்புறம்... செந்தென்னையிலிருந்து மஞ்சள் முத்துக்களாகப் பொடிப்பொடிப் பூக்கள் நிறைய உதிர்ந்து கிடக்கும் முற்றம்... வேலப்பன் பூத்தூவாலையை எடுத்துக் கொண்டு வந்து குழந்தையை வாங்கிக் கொண்டவன், மேலே குருஸ்வாமியைக் கண்டதும் "இன்னும் காலைக் காரியம் ஒண்ணும் ஆகலியா ஸாமியப்போ... நல்ல ஆளுதான்... இன்னைக்கு உங்க பேரப் பிள்ளைக்குப் பாண்டசுத்தி. தேவிக்கு முழுக் காப்பு... இதாவது ஞாபகமிருக்கா..?"

"நீங்க ஒண்ணு. சும்மா போட்டு பேரப் பிள்ளை பேரப் பிள்ளைன்னு. நம்ம ஸாமியப்பாவெ இப்பவே கெழவனாக்கீராதீங்க. எங்க தாஸண்ணனும் ஸாமியப்பாவும் ஒரு பிராயம். நான் பிள்ளைக்கு மாமான்னுதான் கூப்பிடச் சொல்லுவேன்..." என்றாள் ராணி குழந்தையை மறுபடியும் அவன் கையிலிருந்து வாங்கியவாறு.

"ஆமா. உனக்கு உன் ஆளுகளெ, என்ன ஆனாலும் மறக்க ஒக்காதே. உன் இஷ்டம் போல எங்க ஸாமியப்பாவ என் பிள்ளெ எப்பிடிக் கூப்பிட்டாலும் எனக்கொண்ணுமில்லே..."

"அதுக்காக நல்ல நாளும் காரியவுமா ரெண்டு பேரும் சண்டை போட வேண்டாம். அவன் வளந்து, என்னெ எப்பிடிக் கூப்பிடணுமோ அப்பிடி கூப்பிட்டுக்கிடுவான். ஒரு வேளை, எல்லோருக்கும் ஸாமியப்போ போல அவனும் ஸாமியப்போன்னு கூப்பிட்டாலும் எனக்குப் பிரியம்தான்... சரி. போய் வேலை

நடக்கட்டும். நானும் குளிச்சிட்டு வாறேன். பார்வதி நின்னா முக்குக் கடையிலே நேத்தே சொல்லீருக்கேன், நேந்திரன் பழம் வாங்கி வந்திரச் சொல்லு ...”

சட்டென்று, செடியிலிருந்து கிள்ளியெடுத்தது போல அந்தத் தகத்காயமான கிளுகிளுப்பிலிருந்து இந்த வெறும் சமாச்சாரத்திற்கு எப்படி தன்னால் ஈடுகட்ட முடிகிறது? எண்ணியவாறு படியிறங்கி தோட்டம் பக்கமாக நடந்தார். கோயில் ஒட்டுத் திண்ணையில் அமர்ந்திருந்து செம்பருத்தி இலைகளையும் துளசி இலைகளையும் கலந்து பூமாலை கட்டிக் கொண்டிருந்த பார்வதி குருஸ்வாமி வருவதை அறியாமல் கர்மமே கண்ணாக இருந்தாள்.

“ஸாமி வாறா. அந்தப் பரப்பிரம்ம சவம் ஒண்ணு எந்திச்சு ஒதுங்குதா பாரேன்?” என்றான் பப்பன், பல் தேய்த்துக் கொண்டு நின்ற தன் மனைவியிடம். “உக்கும்...” என்றாள் அவள். வாயில் நிறைந்த உமிக்கரி குழம்பைத் “தூ” வென்று உமிழ்ந்தவாறு.

“சவம்! அதைப் போய் உன்கிட்டெ சொல்ல வந்தேனே... நீயும் அவளுக்கு அக்காகாரியாச்சுதே . . .”

குருஸ்வாமி கோயிலின் பின்புறச் சுவரின் ஸ்ரீசக்ர கோலத்தைப் பார்த்துக் கொண்டே நின்றார். காலை இளம் வெயில் சூடேற ஆரம்பித்திருந்தது.

7

தேவி கோயிலின் எல்லா விளக்குகளும், வெளிச்செண்ணெய் நிறைந்தது. வெள்ளைத் திரி துல்யத்தில், ஜகஜ்ஜோதியாய் ஒளிவிட்டுப் பிரகாசித்துக் கொண்டிருந்தது. இரண்டு கியாஸ் விளக்குகளில் ஒன்று சன்னிதி முற்றத்திலும் இன்னொன்று தோப்பு விளை நுழைவாசலிலும் கட்டியிருந்தது. "என்னதான் கரண்டு விளக்கு, குழல் விளக்கு பிரகாசம் இருந்தாலும் சமயத்துக்கு அதெ நம்ப முடியாது. இல்லாட்டாலும் ஒரு நல்ல காரியம் விசேஷம் என்றால், புஸ்ஸென்று ரெண்டு கியாஸ் லைட் இருந்தால் ஒரு பிரத்தியேக களைதான்!" என்றான் வேலப்பன்.

இருட்டி வெகு நேரமாகியிருக்கவில்லை. எட்டு மணிக்கு மேல்தான் தீபாராதனை நடக்கும். சாதாரணமாக வாரத்தில் செவ்வாய் வெள்ளிக் கிழமைகளில், எல்லா விளக்குகளும் ஏற்றித் தீபாராதனை விசேஷமாக இருக்கும். யாராவது வேண்டுதல்காரர்கள் புட்டு அமுது மாவோ, அரவணை பாயாசமோ நைவேத்யம் பண்ணி எல்லோருக்கும் விளம்புவார்கள். கமுகு விளாகம், பாட்டு விளாகம், கரிக்கடை முடுக்கு இங்கெல்லாமுள்ள சின்னஞ் சிறுசுகள் எல்லாம் பிரசாதத்திற்காக கோயில் முற்றத்தில் கூடி நிற்பார்கள். அஞ்சு ஆறு படிக்கும் சில பிள்ளைகள் "சிம்ஹவாகன தேவி" கீர்த்தனம் பாடுவார்கள். எட்டு மணி வரை நேரம் போவதே தெரியாது. அடிக்கடி வெங்கு புதுப்புதுக் குரலில் தேவி நாமாவளியைச் சத்தம் போட்டுப் பாடுவான். பிள்ளைகள் உடன் சேர்ந்து பாடுவார்கள்.

இன்று தேவி சன்னதியில் எல்லாம் அமோக மாக இருந்தது. சிமிண்டு மெழுகிப் பளபளத்த திண்ணையில் நாலைந்து வாழைப்பழக் குலைகள் வைக்கப்பட்டு இருந்தது. முற்றத்துச் சென்னிறத்

தென்னையிலிருந்து இரண்டு இளநீர்க் குலைகள், சன்னிதித் தூண்களை அலங்கரிக்கிறது. தேவி காரியமென்றால் வெங்குவின் சுறுசுறுப்பே தனி. உண்மையில் அவன் பிழைப்பே தேவி பாடல், சித்தர் பாடல், முருகன் ஸ்துதி என்றெல்லாம்தானே! சுறுசுறுப்பாக அங்குமிங்கும் அலையும் அவனது நெஞ்சில், புஜங்களில், நெற்றியில், முழங்கையில் எல்லாம் வெள்ளைக் கோடுகளாக விபூதி நாமங்கள் பளிச்சிட்டன. ஆர்ட்டிஸ்டு ரவி அம்மனுக்கு அலங்காரம் செய்யும் சபாபதி தெருக்காரர் போற்றியுடன் சேர்ந்து அவருக்கு அரைத்த சந்தனம் எடுத்துக் கொடுக்க, குங்குமம் கொடுக்க, கரிப்பொடி பாகமாகப் பொடித்து வைக்க எல்லாம் உதவியாக இருந்தான். தேவி கண்களுக்கு வெள்ளியிலான விழிக் கமலங்களைப் பதிக்கச் சொன்னான். ஃபான்ஸி ஸ்டோரிலிருந்து வாங்கிய பிளாஸ்டிக் முத்துப் புல்லாக்கை அழகிற்கு அழகாக அம்மன் மூக்கு நுனியில் சார்த்துகிறான். தலைமேல் கில்ட்டு ஸ்வர்ண கிரீடம் ஜாஜ்வல்யமான விளக்கொளியில் டாலடிக்கிறது. விக்ரகத்திற்குப் பின்புறம் பிரபாவலைய கண்ணாடி பதித்திருப்பதினால் ஒளியில் தேவியின் முகார விந்தம் திவ்ய ஜோதியாகப் பிரகாசிக்கிறது. பப்பன் தெற்கு மூலையில், செங்கட்டிக் கற்களால் அமைந்த பெரிய அடுப்பில், கடாய் மாதிரி வெண்கல உருளியில் கொதிக்கும் வெல்லப் பொங்கலை, நீளமான மரக் கைப்பிடி போட்ட அகப்பையால் கிளறிக் கொண்டிருக்கிறான். அவனும் வெள்ளை முண்டும், இடுப்பில் கட்டிய சிவப்புத் துண்டுமாக எவ்வளவு சுத்தமாகத் தன்னை மாற்றிக் கொண்டிருக்கிறான்... இத்தனை பரபரப்பிற்கிடையிலும் ஒன்றுமே அறியாதவள் போல "யானொன்றுமறியேன் பராபரமே" என்ற பாவனையில் – பார்வதி, ஒட்டுத் திண்ணையில் குத்துவிளக்கடியில் அமர்ந்திருந்து சரமாலை கட்டிக் கொண்டிருக்கிறாள். எவ்வளவு ஏகாக்கிரதையான லயிப்பு. இந்த அப்பிராணி பெண்பிள்ளையிடம் பக்தி எவ்வளவு பெரிய பாந்தத்தை நிறைத்திருக்கிறது. கட்டைத் துடப்பத்தைத் தூக்கிக்கொண்டு அழுக்குச் சீலையை முட்டிற்குமேல் தூக்கிச் செருகிக் கொண்டு, சாணி வாளியுடன் குருஸ்வாமி வீட்டுப் படியேறும் பார்வதி – தென்னையிலிருந்து காய்ந்து விழுந்த ஓலைகளைப் பொறுக்க பப்பனின் சின்னப் பிள்ளைகளுடன் போட்டியிட்டுக் கொண்டு ஓடும் பார்வதி – "கஞ்சியும் வெள்ளவுமாயிட்டு, கொஞ்சம் உப்புப் போட்டுத் தா ராணியம்மோவ்! வயிறு வேவுது" என்று அலுமினிய தூக்குச் சட்டியுடன் நிற்கும் பார்வதி – மழையானாலும் கொட்டுப் பனியானாலும் வெடவெடவென்று நடுங்கிக் கொண்டு செந்திட்டை கோயில் குளத்தில் விடியும் முன்பே குளித்து, ஈரச் சேலையுடன் கோயிலைச் சுற்றி வலம் வரும் பார்வதி – முற்றத்துத்

தேவி கோயிலின் நடையில் ஆராசனை வந்து, ஆட்டம் வந்து, உடம்பைப் படபடத்துத் திமிறி, குய்யோவென்று கூச்சலிட்டு, வெட்டியிட்ட வாழை மரம் போல மூர்ச்சையுற்று விழும் பார்வதி – அவளா இவள்? தேவிக்குப் பூத்தொடுப்பதில் ஜன்ம சாபல்யம் கொள்கிறாளா? நுட்பமாக, கருத்தாக, கவனமாக அமர்ந்திருக்கிறாள். விரல்கள்தான் மாறிமாறி முத்திரை காட்டுவது போல – அலகால் கொத்திக் கொத்தி இரை பொறுக்கும் குருவி போலப் பூக்களைப் பொறுக்கி மாலை கட்டுகின்றன.

நேரங்களில் எத்தனை ஆத்மார்த்தமான ஒத்துழைப்பு வந்துவிடுகிறது. தோப்புவிளை வட்டத்திலும், கமுகு விளாகம், பாட்டி விளாகம் தெருவிலும், ஏன் சாலை, இலவாணியத் தெரு, கருப்பட்டிக் கடைத் தெருவிலிருந்தெல்லாம்கூட, சிறுவர் சிறுமியரும், பெண்களும், அங்காளம்மன் கோயில் தெருவிலிருந்து கம்மாளத்திகள், மலையாளிச்சிகளும்கூட வந்திருக்கிறார்கள். வேலப்பன் எல்லாவற்றிற்கும் முன்னால் நிற்கிறான். ஓலை வட்டிக் கூடைநிறைய சோளப்பொரி கொண்டுவந்து திண்ணை ஓரத்திலிருந்த பெரிய சாக்கில் கொட்டி வைத்துவிட்டு, "கொட்டு வாத்தியம் கம்பரு பார்ட்டி இன்னும் வரலியாண்ணே? மணி ஏழு கழிஞ்சாச்சே" என்று வெங்குவைப் பார்த்துக் கேட்கிறான். அதற்குப் பதிலைக்கூட எதிர்பார்க்காமல் – எதையோ எடுக்கத் தெருவைப் பார்த்துப் பின்னும் அவசரமாகப் போகிறான்.

"தன் காரியம்னா தம்பி சண்டப் பிரசண்டன்தான்!" என்றான் ரவி – பூசாரியைப் பார்த்து.

"ஆமா, பின்னெ இருக்காதா? கல்யாணம் கெட்டி எவ்வளவோ நாள் கழிச்சுப் பிள்ளை கெடச்சிருக்கு. இல்லாட்டாலும் அவன் குருஸ்வாமி ஆளு. தேவி சன்னிதிக்காரன். பண்டு, கறவைக்கு வீடுவீடாப் போயிட்டிருந்தான். இப்போ அப்பிடி இல்லை. க்ஷீர விவசாய சொஸைட்டியிலெ மாசச் சம்பள உத்தியோகம். இந்த உத்தியோகம் கிடைச்ச பிற்பாடுதான் ஆண்பிளெப் பிள்ளை பாக்யம் கெடைச்சிருக்கு. அதனாலெ எல்லா நல்லதுக்கும் சேர்த்துச் சிறப்பு நடத்துதான். அப்போ ஓடிச்சாடி செய்யத்தானே வேணும்–"

"ஆமா, இவன் நல்லா செய்தான். அவனெ போறிக்குத் தெரியாது. காசுன்னா தம்பி கருணைக்கிழங்காக்கும்... இவ்வளவு பிராயத்திலெ இருந்தே எல்லாத்துக்கும் குருஸ்வாமி மடியிலெ இருந்துதானே பறிப்பான். அவன் ஆளு எமகாதகனாக்கும். இல்லாட்டாலும் எனம் மலையாளி இல்லையா? மலையாளி வெள்ளை சொள்ளையா சிரிச்சிட்டுதான் இருப்பான். ஆனால் ஆள் உள்ளே ஈயச்சட்டி மாதிரி கனமா அழுத்தமா இருப்பான்...

ஸாமி ஓராள் இல்லையானா இவன் இந்த ராணியம்மையெ கெட்டிருக்க முடியுமா. அப்பிடியே கெட்டினாலும் இந்தத் தோப்பு விளையிலெ தைர்யமா குடியிருந்திருக்க முடியுமா?”

“வோய், ஆர்ட்டிஸ்டே, நிறுத்தும். தேவி காரியம் செய்துக்கிட்டிருக்கோம். பரதூஷணம் வேண்டாம்–” என்று சிரித்தவாறு, தேவியின் ஏந்திய கைக்கு வெண்பஞ்சில் சாயம் தோய்த்துச் செய்த பச்சைக் கிளியைப் பொருத்தி வைத்தார் போற்றி. கொஞ்சம் எட்டமாறி நின்று பார்த்தார்; “இப்போ அசல் மதுரை மீனாக்ஷிதான்” என்று தன் கைவண்ணத்தில் தாமே பெருமைப்பட்டுக்கொண்டார்.

“சாமி இதானே ஒள்ளதெ சொன்னப்பம், பரதூஷணம்னு நம்மளெ ஒரு வேல வச்சிட்டியளே. ஆ, போட்டும். ஆமா, குருஸ்வாமி அவங்க மேலெ இல்லையா? பகலிலெகூட வெளியே காணல்லே. லைட்டு கிடக்கிறது. படிச்சிட்டு இருக்காளோ என்னவோ. நானும் அனேக ஆளுகளெக் கண்டுட்டுண்டும் கேட்டிட்டுண்டும்... இதுபோல ஒரு ஆளு... அப்பா, படிப்புன்னா இப்பிடி ஒரு படிப்பு உண்டுமா? கூரைப் பற்றியெரிஞ்சாக்கூடெ அறியாத படிப்பு. இருந்தும் இந்தக் காலத்திலெ முட்டையிலெ இருந்து விரிஞ்ச ஒடனேயே பிள்ளைக மூக்குக் கண்ணாடி போட்டுக்கொண்டு புஸ்தகத்தை மணப்பிச்சுப் பார்க்கிறது மாதிரி அடக்கிப் பிடிச்சிட்டுப் பாடம் படிக்கிறது. இவாளுக்கானா அம்பது வயசு, கிட்டத்தட்ட ஆயிருக்கும். வெள்ளெழுத்து விழக்கூடிய காலம். ஒரு கோளாறுமில்லாமெ பகலும் ராத்திரியுமில்லாமெ படிச்சுத் தள்ளுதா... நினைச்சுக்கிட்டே இருக்கேன். சந்தர்ப்பம் வரட்டும்னுதான் இருக்கேன். மனுஷனெ சிம்ஹாஸனத்திலெ இருத்தினது மாதிரி இருத்தி வச்சு ஃபுல்சைஸிலே ஆயில் பெயிண்டிலே முழு உருவப் படம் ஒண்ணு வரைச்சிரணும். பாத்துக்கிடும் போற்றிஸாமி, தேவி ஸகாயம் உண்டுமானா, இந்த ரவி அவர் படத்தை வரைஞ்சே தீருவேன்... அவருகூடச் சம்மதிச்சாச்சு...”

“சரி, பேசிக்கிட்டே இருக்காதியும். பார்வதி பூ கெட்டித் தீர்ந்தாச்சுன்னா அந்தத் தெற்றிப்பூ மாலையும், வன மாலையும் எடுத்துக்கிட்டு வாரும். கொஞ்சம் தாழம்பூகூட கெடைச்சிருந்தா ஒரு கொறை இல்லாமெ இருந்திருக்கும். சாலைக்கடை பூரா கேட்டேன். இது தாழம்பூ சீஸன் இல்லே. செலப்போ வல்ல நாடாத்திகளும் கொண்டு வந்திருந்தாலோ என்னுதான் அலைஞ்சேன்... அண்ணா வேலப்பன் வந்தாச்சு. வோய் காரியக்காரரே, வாரும். எங்கே நாயனத்தையும் கொட்டு வாத்தியக்காரனையும் இன்னும் காணல்லே? மணி என்ன ஆச்சு தெரியுமில்லையா?”

“அதுதான் போற்றி ஸாமி, நானும் ஆரியசாலை கோவிலு வரைக்கும் போயிட்டு வந்தேன். அங்கே நடை அடைச்ச பிற்பாடு வேணும்னா வாறேங்கான். அங்குள்ள நடராஜ கம்பரு. ஹா, அன்னா வந்தாச்சே நம்ம ஆளு. வாரும்வேய் வாத்தியக்காரரே, எங்கே போய்க் கெடந்தேரு, மணி என்ன ஆச்ச தெரியுமா..?”

“என்ன ஆச்சு மணி? ஏழு மணிக்கு மேலேன்னு சொன்னீரு, மணி இப்போ ஏழரைதானே—?”

“சரி, பேச்செல்லாம் பின்னெ தொடங்கட்டும். ரெண்டு தட்டு தட்டும். ஆளுக வரட்டும்...”

நையாண்டி மேளமும் நாயனமுமாக வாத்தியக்காரர்கள் தங்கள் கைவரிசையைக் காட்ட ஆரம்பித்ததும், தோப்பு விளைதேவி சன்னதிக்கு ஒரு திருவிழா களை வந்துவிட்டது. வெளியே சந்து ரோட்டிலும், லாண்டிரி வெற்றிலைப் பாக்குக் கடை முன்னாலெல்லாம் – அங்கிங்காக நின்றிருந்த ஆட்கள் உள்ளே வந்தார்கள். பெண்கள் எல்லாம் முற்றத்தின் வடக்கு பக்கம் பந்தலாகப் பரவியிருந்த அடுக்குச் செம்பருத்தி, மருதாணிச் செடிகளின் அருகில் கூடியிருந்தார்கள். நாலைந்து குழந்தைகள் – கியாஸ் விளக்கொளியில் – முற்றத்தில் மண்ணை அள்ளி “ஈக்கி ஈக்கி தாம்பலம்” விளையாடிக் கொண்டிருந்தார்கள். பப்பனின் பெண்சாதிகூடக் குளித்து, சலவை செய்தெடுத்த நூல் சேலையும், பச்சை நிற ஜம்பரும், செந்தூரப் பொட்டுமாக, அங்காளம்மன் தெருப் பெண்களோடு பேசிக் கொண்டிருந்தாள் – அவள் அந்தத் தெருக்காரி. கியாஸ் விளக்கொளியும், மின்சார விளக்குப் பிரகாசமுமாக முற்றம் பகல் போலப் பிரகாசித்தது. மெல்லிய புளியிலைக்கரை நேரியலை மேலே போர்த்திக் கொண்டு, வெள்ளைக் கதிர் வேஷ்டியும் நெற்றியில் குங்குமமும் தாடி கம்பீரமுமாக, மேலேயே நின்று கவனித்துக் கொண்டிருந்த குருஸ்வாமிக்குக் கும்பலைப் பார்த்தபோது வேடிக்கையாக இருந்தது. பெண்கள் நிறைய வந்திருந்தார்கள். “இப்பவெல்லாம் சினிமாவும் பக்தியும் பெண்களுக்குதான்...” என்று தனக்குள்ளாகவே எண்ணிப் புன்முறுவல் கொண்டார். கூட்டத்தில் ராணியின் குடும்பக்காரர்கள் யாராவது வந்திருக்கிறார்களா என்று பார்த்தார். எப்படி வருவார்கள்? அத்தனை விபரீதத்திற்கும் தானேதான் காரணமென்று கறுவிக் கொண்டு அடாப்பிடித்தனங்கள் எல்லாங்கூட செய்த தாஸ் குடும்பத்தினர் இனி இந்தத் தோப்பு விளையில் காலடி வைப்பதென்றால் வெள்ளைக் காகம் மல்லாக்கப் பறக்க வேண்டும்! ராணி பாவம், நல்ல பெண். பழைய தனது நண்பன் தாஸின் தங்கைக்காரி. பெரிய குடும்பத்தைப் பகைத்துக் கொண்டு இந்த

வேலப்பனை நம்பி இறங்கி வந்து, இப்பொழுது ஒரு குழந்தையும் ஆயிற்று. எல்லாம் காதல் வேகம். மூன்று நாலு தலைமுறை நிர்மூலம் செய்தாலும் தீராத சொத்து ராணியின் பரம்பரைக்கு. ராணியை அவர்கள் அந்தஸ்துக்கு ஏற்றார்போல எப்படிக் கொடுத்திருந்தாலும், உண்மையில் இன்று அவள் "மகாராணி" அந்தஸ்துக்கே வாழ்ந்திருக்கலாம். அதையெல்லாம் துச்சமாகத் துறந்துவிட்டு, வீட்டு வேலைக்கு வந்த இந்த வேலப்பன் என்ற அன்னிய ஜாதிக்காரனுடன் வந்துவிட்டாள். மோகம் முப்பது நாள் ஆசை அறுபது நாள் என்பதெல்லாம் சொல்லோடு சரி. இன்றும், அந்தத் "துறவை" இவள் எண்ணிக்கூடப் பார்த்தவளாக இல்லையே. எவ்வளவு சந்தோஷமாக இருக்கிறாள். இங்கே இந்தக் குடிசை குமைவு வாழ்க்கை அவளுக்கு இலட்சியக் கனவாக இருந்திருக்குமோ? தான் படிக்கும் சில புத்தகங்களில் அளவு மீறிய சதைக் காதல் – அல்லது நம்பிக்கைக்கு அதீதமான தெய்வீகக் காதல் என்றெல்லாம் சும்மாவேணும் வார்த்தை அளந்திருப்பதற்கும் – இந்த அப்பட்டமான உண்மை நிலைக்கும் எவ்வளவு தூரம் வித்தியாசமிருக்கிறது? ராணி அவள் குடும்பத்தில் எந்தப் படாடோப சூழலில் வளர்ந்தாள் என்று தெரியாது. ஆனால் இந்த ஓலைக்குடிசையில் – சுகமாக நிறைவாக வாழ்வதாகக் குருஸ்வாமிக்குத் தோன்றியது. ஒருவேளை ... இன்னும், கசகசவென்று நாலைந்து பெற்று, பிக்கலும் பிடுங்கலுமாக வாழ்க்கை கிழிபடும்போது – தான் விட்டு வந்த குபேர நிலை பற்றி அவள் நினைக்கலாம். இந்த ராணியும் ஒரு வேளை, கிருஷ்ணப் பருந்தைக் கும்பிடும் பக்தர்களைப் போல்தானோ? ஆஹா, கிருஷ்ணப் பருந்து! அவ்வளவு உயரத்தில் பறக்கும் அதன் வெண்கழுத்தில் – சக்கரம் சங்கம், கதாபத்மதாரியாக மஹாவிஷ்ணு வீற்றிருப்பார் ... பரந்தாமா என்று கன்னத்தில் போட்டுக் கொள்ளும் பக்தி ஆவேசம் ... தன் வாழ்வின் சாபல்யத்திற்குப் பரந்தாமனைச் சுமந்து வரும் பக்ஷியாக வேலப்பனை ராணி எண்ணுகிறாளோ? ராணியைப் பற்றியே நினைக்க நினைக்க – குருஸ்வாமி மனதில் வெள்ளரும்புகள் முளைக்க ஆரம்பிக்கிறதோ?

8

நையாண்டி மேளம் அதிரடியாக அதிர்ந்து கொண்டிருந்தது. கமகமவென்று சாம்பிராணி மணம், பூ மணம், சந்தன மணம்! பார்வதி சன்னிதித் திண்ணைக்குக் கீழே ரெண்டு கைகளையும் குவித்து மெய்மறந்து நிற்கிறாள். இந்தப் பறட்டை ஜன்மத்திற்கு இம்மாதிரி நேரங்களில் எங்கிருந்து வருகிறது இந்த ஏகாக்கிர சிந்தை. என்ன பவ்யம்! எத்தனை அடக்கமான கண் மூடிய பக்தி நிலை. தெய்வமோ இல்லையோ பக்தி என்ற கல்மஷமற்ற இலயிப்பு மாபெரும் சக்தி வாய்ந்தது. ஒன்றே ஒன்றை மட்டும் எண்ணி அனைத்தையும் மறக்க முடிகிறது. அல்லாட்டமில்லாமல் மனதை நிறுத்த முடிகிறது. கவி உள்ளூரின் பக்தி தீபிகையின் சனந்தனன் கதைகூட அதுதானே? சனந்தனன் பண்டித சிரேஷ்டன் – தபஸ்வி. பரந்தாமன் – இரண்யன் மகன் பிரகலாதனுக்குக் காட்சி தந்த நரசிம்ம ரூபத்தைத் தானும் தன் தவ வலிமையால் கண்டே தீருவது என்ற முனைப்புடன் கானக நடுவில் கடுந்தவம் புரிகிறான். தவம் என்றால் கடல் நீர்கூட வற்றிவிடும் அளவிற்கு ஜ்வாலை பறக்கும் தவம். ஆனால் என்னவாயிற்று? மேனி மெலிந்ததேயன்றிக் காட்சி அருளல் நிகழவே இல்லை. கானகத்தில் வேட்டையாடி திரியும் சாத்தன் எனும் வேடனுக்குத் தவ முனிவரின் மெலிவு இரக்கத்தை உண்டாக்கியது. “மஹா முனியே! எதை வேண்டி இந்த ஊண் உறக்கமற்ற தவம்? காலம் உங்கள் சரீர வலயத்தில் சிதல் புற்றுகளைக்கூட எழுப்பிவிட்டதே. என்ன வேண்டும் ஸ்வாமீ உங்களுக்கு? ஏதேனும் காட்டு விலங்கென்றால் நானே பிடித்துத் தருவேனே! சொல்லுங்கள் ஸ்வாமி...” என்று ஒரு நாள் வந்து அழுகிறான்.

சனந்தனனுக்கு இந்த அப்பாவி வேடனின் பரிவில் எள்ளல்தான் தோன்றிற்று. “வேட்டுவனே,

நீ கேட்டது சரிதான். நான் தவம் செய்து கண்டு அடைய நினைப்பதுவும் ஒரு மிருகம்தான் – ஆமாம். நரசிம்ஹம், நரனின் உடலும், சிம்ஹத்தின் சிரசும் கொண்ட மிருகம். பிடித்து வர முடியுமா உன்னால்?" என்று கேட்டான். "என்ன சிம்மம் ஸ்வாமி?" என்றான். "நரசிம்ஹம்" என்று சொல்லிவிட்டு – கலைந்து போன நினைவுகளைச் சேகரித்து மீண்டும் தவத்தில் மூழ்கினான். சாத்தன் நரசிம்ஹத்தைத் தேடி அலைந்தான். காடான காடும், வெட்டவெளியும் மலை குகை எங்கும் அலைந்தான். கானகத்திலா இருக்கிறது, அவன் தேடும் சிம்ஹம்? எங்குமே இல்லை. சாத்தனுக்கு வைராக்யமாயிற்று. "அட நான் அந்தச் சாமி சாவதற்கு முன் நரசிம்மத்தைப் பிடித்துக் கொடுத்தாக வேண்டுமே. ஏய் நரசிம்மம், நீ எங்குதான் இருக்கிறாய்? என் மணிச் சிங்கமே நீ எங்கே, எங்கே, எங்கே..." என்று பைத்தியமாக அலைந்தான் சாத்தன். அவனும் ஊணின்றி உறக்கமின்றி நரசிம்ம நாமாவளியுடன் காடெல்லாம் அலைந்தான் . . . ஏகாக்கிர தியானத்தில் உருகுபவனாயிற்றே பரந்தாமன். சாத்தனின் தேடல் தீ – பாற்கடலின் குளிச்சியை எரிக்க ஆரம்பித்தபோது – சின்னஞ்சிறு மணிச்சிங்கமாக – நரசிம்ஹமாக, சாத்தன் முன் தோன்றினான் எம்பெருமான் மாதவன். சாத்தனுக்குண்டான மகிழ்ச்சிக்கு எல்லையே இல்லை. சின்ன ஒரு புற்கொடியைப் பறித்துக் கயிறாகத் திரித்து "என் மணிச் சிங்கம் வா" என அதன் கழுத்தில் கட்டியிழுத்துக் கொண்டு, சனந்தன மாமுனிவனிடம் போனான். இணங்கிய பூனைபோல மாயவன் அவனோடு நடக்கத்தான் வேண்டியிருந்தது. "சாமீ! இதோ பாரும். நீர் கேட்ட நரசிம்மம். கிடைத்துவிட்டது. கொண்டு வந்துவிட்டேன். கண்ணைத் திறந்து பாரும்" என்றான்.

சனந்தனனின் முன், திவ்யமூர்த்தி – நரசிம்ஹமாக நின்று சிரிக்கிறான். கண்ணைத் திறந்ததும் "சனந்தனா!" என்கிறார் மூர்த்தி மாயப் புன்னகையுடன். ஆனந்த பாஷ்பம் கண்ணை மறைக்கிறது. "மஹாப் பிரபோ! கால் காலாந்திரமாகக் கடுந்தவம் புரிகிறேனே . . . எனக்குக் காட்சியருளாத நீங்கள், இந்த வேட்டுவ சாத்தனின் புற்கொடி பிணைப்பில் எப்படிக் கட்டுண்டு வந்தீர்கள்?" என்று தான் முதலில் கேட்கிறான். "சனந்தனா! நீ அகந்தை எனும் தவத்தால் என்னை வரவழைத்திட எண்ணினாய். உன் தவாக்னி பனியாகத்தான் உதிர்ந்ததேயன்றி என்னை இழுத்து வரும் வெள்ளமாகப் பொங்கவில்லையே. ஆனால் இந்தச் சாத்தன் – காட்டு வேடன். அவன் உனக்கு உதவ வேண்டுமென்ற எண்ணத்தால் என்னை ஆத்மார்த்தமாக நெஞ்சுருகத் தேடினான். நான் அவன் முன் கட்டுப்பட்டேன்".

"சுவாமீ! இன்றே என் அகந்தை அழிந்தது" என்றான் சனந்தனன்.

— பார்வதியும் வேடன் சாத்தன் போல நிர்மலை. அவள் ஒரு அப்பிராணி என்றுதானே, அந்த நையாண்டி மேளக்காரன்கூட, அவள் காது வட்டத்தில் போய் நின்று கொண்டு துள்ளித் துள்ளிக் கொட்டி முழக்குகிறான் – டங்கு டங்கு... டணக்கு டங்கு...

ராணி குழந்தையைப் புதிய துணி அணைப்பில் ஏந்திக் கொண்டு சன்னதித் திண்ணையிலேயே நிற்கிறாள். பிரசவத்திற்குப் பின்பு அவளிடம் ஒரு பிரத்தியேக மினுமினுப்பு வந்திருக்கிறதோ? விளக்கு வட்ட கும்பலில் – யாரோ இரண்டு, பத்துப் பதினைந்து வயது சிறுவர்கள் – ராணியைச் சுட்டிக் காட்டி என்னவோ பேசித் தங்களுக்குள்ளாகவே சிரித்துக் கொள்கிறார்கள். குருஸ்வாமி மேலே இருந்து பார்த்துக் கொண்டிருப்பதை அப்போதுதான் கவனித்த பொடியன்கள் – மெல்ல கூட்டத்தில் வேறெங்கோ போய் மறைந்தனர். ராணியின் அணைப்பிலிருந்த குழந்தை – ரோஜாப்பூ வர்ணத்தில் இரண்டு கை முஷ்டிகளையும் முறுக்கிக் கொண்டு உறங்குகிறது. நுங்கு போன்ற சின்னத் தலையில், பூக்குஞ்சம் தொங்கும் கம்பிளித் தொப்பி... இதெல்லாம் இந்த வேலப்பனுக்கு எப்படி வக்கணையாக வாங்கத் தெரிந்தது? மனைவி – பிள்ளையென்றெல்லாம் வரும்போது பொறுப்பு தானாக வந்துவிடுகிறதோ? தனக்குப் பிள்ளையே இல்லை. அதனால்தான் இப்படிப் பொறுப்பே இல்லாமல் – மற்றவர்கள் போல் இல்லாமல், பணம் வேண்டாம், சம்பாத்தியம் வேண்டாம் – ஒன்றுமே வேண்டாமென்று – வெறும் புத்தகங்களுடன், சூரிய ஒளியைப் பார்த்துக்கொண்டு, பறவைகளின் கலகலா பிதற்றலில் சங்கீத லயம் தேடிக்கொண்டு – ஊரெல்லாம் சுற்றிவிட்டு மரக்கிளையில் இறகு ஆற்றும் பருந்திற்குக் கன்னத்தில் இட்டுக் கொண்டு... சுப்புலக்ஷ்மி பெறத்தான் செய்தாள். பெற்று பூமியைத் தொட்டதும் இறந்துவிடும் பிள்ளையாக இரண்டு முறை பெற்றவள், மூன்றாவதில் தானும் கூடவே போய்விட்டாள். அதுதான் எல்லா வெறுப்பிற்கும் கடைக்கோலோ என்னமோ?

மேளச் சத்தத்தையும் மீறிக் கிணுகிணி என்று பூஜை மணி ஒலி கேட்டது. நாயனக்காரன் உச்ச ஸ்தாயியில் ஸ்வரமேற்றி நாயனத்தை ஆகாசத்தை நோக்கித் தூக்கித் தூக்கிப் பொழிந்து தள்ளுகிறான். திடீரென்று அத்தனை சந்தடியையும் துளைத்துக் கொண்டு வெங்குவின் கணீரென்ற தேவி கீர்த்தனை – ராகலயத்துடன் ஒளிர்ந்தது.

ஆத்தாளை, எங்கள் அங்காள வல்லியை அண்டமெல்லாம்
பூத்தாளை, மாதுளம்பூ நிறத்தாளை, புவி அடங்கக்
காத்தாளை, அங்கையில் பாசாங்குசமும் கரும்பு வில்லும்
சேர்த்தாளை, முகக் கண்ணியைத் தொழுவோர்க்கு ஒரு
தீங்குமில்லையே . . .

உண்மையில், புல்லரிக்கத்தான் செய்கிறது. பொறுக்கிப் பொறுக்கி எடுத்தணிவிப்பது போல் வார்த்தைகளைச் செதுக்கி வைத்து, எப்படிப் பாசுரம் இயற்றி வைத்திருக்கிறார்கள். வெங்கு – இந்தக் கறுப்பு நிற யாசகன் எத்தனை அழுத்தம் திருத்தமாக – உச்சாரண சுத்தமுடன் பாடுகிறான். கம்பீரமான இந்த மிடுக்குத்தான் அவன் வயிற்றுப் பிழைப்பு. என்னதான் மலையாளத்து வட்டமென்றாலும், செந்தமிழின் அர்த்த சுத்தப் பொலிவு, நாற்சந்தியில் எல்லோரையும் இழுத்து நிறுத்துகிறது. கடைத்தெருவில், நல்ல சந்தடியுள்ள ஒரு முக்கு வட்டத்தில், பாரதியார் மாதிரி தலை முண்டாசும், கழுத்தில் ஒரு பாசி கருமணி மாலையும், ஜிப்பா வேஷ்டி கம்பீரத்துடன், சின்ன கை டேப்பைத் தட்டித் தட்டி எவ்வளவு அனாயாசமாக;

முத்தைத்தரு பத்தித் திருநகை
அத்திக்கிறை சத்திச் சரவண
முத்திக் கொரு வித்துக்குருபர – எனவோதும் –

எனத் திருப்புகழ் அமுதைப் பாடி – விளக்கம் வேறு சொல்ல ஆரம்பிப்பான். கும்மென்று கும்பல் நெரிசல் படும். பத்துப் பைசா – நாலணா – எட்டணா – ஒரு ரூபாய் கூடக் கொடுப்பார்கள். ஒரு சுற்று அலைந்து வரும்போது, ஷாப்பிங் பாக் மாதிரி தோளிலிருந்து தொங்கி இடுப்பைத் தொடும் பையில் யதேஷ்டம் ஒரு வாரத் தேவைக்கான பணம் சேர்ந்துவிடும். என்னதான் தெய்வப் புலவர்களின் பாடல் என்றாலும் அதைத் தன்மையாகப் பாடிக் காட்சியை விரித்துச் சொல்லிக் காட்டும் தொழில் வித்தை வெங்குவிற்கு மட்டும் ஆனது.

வெங்குவின் தேவி ஸ்துதி கீதத்தில் தோப்புவிளை கும்பலும் அயரத்தான் செய்தது. கோயில் திண்ணை சிமிண்டு தரையில் விரித்திருந்த புத்தம் புது பனையோலைப் பாயில் குழந்தையைக் கொண்டு வந்து கிடத்துகிறாள் ராணி. உள்ளிருந்து வந்த குருக்கள் சாமி சின்ன உத்தரிணியில் இருந்து துளஸிப் பூ மிதக்கும் தீர்த்தத்தை உள்ளங்கையில் ஊற்றி, பன்னீர் உதறுவது போலக் குழந்தையின் மேல் தெளித்தார். குழந்தை திடுக்கிட்டு ஓவென்று அழ ஆரம்பித்தது. கூடியிருந்த பெண்கள் கொலு கொலுவென்று குலவையிட்டனர். "எங்கே குழந்தையின் தகப்பன்?" என்று குருக்கள் அறிவித்தபோது, வேலப்பன் படபடவென்று ஏறி வந்து குருஸ்வாமியைக் கூப்பிட்டான்.

“வாருங்க ஸாமி. நூல் கெட்டணும். நீங்க அடுத்து வந்து நிக்கணும் ...” என்றான்.

பரக்கப் பரக்க அழும் குழந்தையின் இடுப்பில் வேலப்பன் வெள்ளி அரைஞாணைக் கட்டும்போது, குருஸ்வாமி கண்களை மூடி, கைகளை நெஞ்சில் வைத்துக் கும்பிட்டார்.

“குலவை போடுங்க... குலவை போடுங்க பொண்டுகளே...” என்று கூவினான் பப்பன். குலவையும் நையாண்டி நாதஸ்வர மேளமும், ஒரே களேபர கோலாகலமாக இருந்தது.

குருக்கள் போற்றி குழந்தையை எடுத்து, ராணியிடம் கொடுத்து “தேவி பிரசாதத்தை எடுத்து ஒரு பொட்டு வச்சிக்கோ, போதும். குழந்தை ரொம்ப அழுது. எடுத்துக் கொண்டு போயி அதுக்குப் பாலோ தண்ணியோ கொடுக்கலாம். தீபாராதனை நேரமாச்சு!” என்று குனிந்து நடை உள்ளே போனார்.

இவ்வளவு நேரம் பிரதிமை போல, எல்லாவற்றையும் பார்த்துக் கொண்டு, கும்பிட்ட கையுடன் அசையாமல் நின்று கொண்டிருந்த பார்வதியிடமிருந்து, சட்டென்று ஒரு கீச்சுக் குரல், அலறல் எழுந்தது. உடம்பு முழுதும் படபடவென்று பதற ஆரம்பித்தது. இவ்வளவிற்கும் நின்ற இடத்தைவிட்டு விலகாத ஆட்டம். உம்... உம்... என்ற திமிறிய முனகல்.

“பார்வதிக்கு மேலெ தேவி அனுக்ரகம் வந்தாச்சு. தள்ளி நில்லுங்க எல்லாரும்” என்று, ரவியும் வெங்குவும் பப்பனும் குழுமி நின்ற பையன்களையும் பெண்களையும் ஒதுக்கி ஒதுக்கி நிறுத்தினார்கள். நாயனமும், நையாண்டி மேளமும் குன்று இடிந்து சிதறுவது போல அதிரடியாக அதிர்ந்தது.

“அவ அவ பாட்டுக்கு ஆடட்டும். சூடத் தட்டு எங்கே? தட்டத்திலெ நிறைய திருநீறு போடுங்க. தீபாராதனைக்கு நேரமாச்சு...” என்றவாறு குருக்கள் போற்றி கற்பூரக் குவியலில் தீபமேற்றித் தேவி பிரதிஷ்டையின் பாத கமலத்திலிருந்து, மேலே உயர உயர கொண்டு வந்து நிறைந்த மார்பு, ஒளிர்ந்த முகார விந்தம்... அப்பா! முகத்தின் கொடூரத்திலும் எத்தனை அசாமான்யமான தேஜஸ்! குருஸ்வாமி நின்று – லயித்து, கனிந்து, மனதால் உருகிப் பணிந்து – அந்தத் திவ்ய ஒளிப் பிரவாகத்தைக் கண் நிறைய வாங்கி, மனதில் நிறைத்து, “அகிலாண்ட மாயே! தேவீ சர்வேஸ்வரி..!”

பார்வதி நின்ற நிலையில் ஆடிப் படபடத்து, ஓவென்று கூவியவாறு, வெட்டியிட்டது போலச் சடாலென்று கீழே சாய்ந்தாள். பப்பனின் பெண்சாதி மாலையும், கரிக்கடை முடுக்குப் பெண்களில் யாரோ இரண்டு பேருமாக அவளைத்

தாங்கி எடுத்து, எதிரே வீட்டுத் திண்ணையில் கொண்டு போய் படுக்க வைத்தார்கள். ஒருத்தி முகத்தில் குளிர்ந்த தண்ணீர் அடித்துக் கொஞ்சம் குடிக்கவும் கொடுத்தாள். பனையோலை விசிறியால் விசிறினார்கள்.

எல்லாம் அமைதி. நாயனமும் நையாண்டி மேளமும் எல்லாம் நின்றிருந்தது. விளக்கொளியில் – கும்பலின் கலகலப்பு மட்டும்! பிரசாதம், பொங்கல், பொரி பரிமாற ஆரம்பித்தபோது மறுபடியும் இரைச்சல் ஆரம்பமாகியது. வேலப்பன் வெண்கலச் சட்டியும் கரண்டியுமாகப் பெண்கள் கூட்டத்தில் சுறுசுறுப்பாக பரிமாறினான். ராணியின் பிரசவத்திற்குப் பின்பு, வேலப்பன் குறுந்தாடியை எல்லாம் ஒழுங்காக எடுத்துவிட்டுக் கிருதாவும் கிராப்பும், பொடி மீசையுமாக மினுக்கம் கொண்டிருந்தான். அந்த மினுக்கத்தின் பிரதிபலிப்பு அவன் பெண்களிடையே பிரசாதம் பரிமாறும்பொழுது, டால் அடித்தது. கரிக்கடை நாயர் வீட்டிலிருந்து வந்திருந்த சின்னப் பெண்ணிடம், எதையோ குறும்பாகக் கேட்டுவிட்டு அவள் கை இலை நிறைய அதிகமாகவே பாயசத்தை விளம்பினான்.

“என்னா வேலப்பா, ஆளைப் பார்த்துப் பிரசாதம் கொடுக்கிறது போல இருக்கே?” என்று நமட்டுச் சிரிப்பு சிரித்தான் நெற்பொரியை அள்ளிக் கொடுத்துக் கொண்டிருந்த ரவி.

“நமக்கென்ன இனிக் கொண்டு ஆளையும் தாளையும் பார்க்க வேண்டிக் கெடக்குது? அவ நம்ம தங்கச்சிக்காரியாக்கும். அப்போ அவ மருமகனுக்குப் பாண்டசுத்திப் பிரசாதம் நிறையா கொடுக்காண்டாமா? அதிருக்கட்டும். அதனாலெ இப்போ ஆர்ட்டிஸ்டு சாருக்கென்ன வலிய காரியம்?”

“எனக்கொண்ணுமில்லேப்பா, நான் ஒரு பாவம். குடியும் குடித்தனமும் இல்லாதவன். நீ பெரிய குடும்பஸ்தன். இதுபோல நெறச்சு தங்கச்சிமாரு இருப்பா. உம்... நடத்து நடத்து. பாவம், அந்த ராணி மாத்திரம் இதொண்ணும் அறியக் கூடாது...”

இவர்களது உற்சாகத்தையும் கலகலப்பையும் பார்த்தவாறு பிரசாதத்தை வாங்கிக் கொண்டு, படியேறிக் கொண்டிருந்த குருஸ்வாமிக்கு – வேலப்பனின் துருதுருப்பும், வக்கணையும் எல்லாம் கண்டபோது தனக்குள்ளாகவே சிரிப்பு வந்தது. அவனா, அவன் எமகாதகனாயிற்றே. ரவி, பாவம். வேலப்பனின் சவுடால்தான் இன்று நேற்றா தனக்குத் தெரிவது? காலம் எவ்வளவு மாய்மாலங்களையெல்லாம் செய்துவிடுகிறது. செய்து சுவடுகூட இல்லாமல் அழித்துவிடுகிறது.

9

“தம்பியப்பா. இவனுக்கு ஏதாவது ரெண்டு அட்சரம் சொல்லிக் கொடுங்களேன். ஓரெளவும் தெரிய மாட்டேங்கிது. மலையாம் பள்ளிக்கூடுத்து அந்த சாரு, வழியிலெ கண்டு ஒரு பாடு பராதி. ஒரு சுக்கும் தெரிய மாட்டேங்குதாம். ஒண்ணே ரெண்டே ஒம்பதுக்கு மேலே பத்தேன்னு எண்ணத் தெரியாத பிள்ளையுட்டுமா? நாயன்மாரு எலையை வித்துத் தின்னாலும் சொரணையை வித்துத் திங்க மாட்டான்னு ஆக்கும் எங்க ஜாதியிலெ பழஞ்சொல்லு. இவன் ஒரு புத்திர பாக்கியம் நம்ம சொரணையை விக்க வச்சிருவான் போல இருக்கு ...”

அப்பாக்காரர் கேசு நாயரின் விரலைப் பிடித்துக் கொண்டு முற்றத்துச் செம்பருத்திச் செடியின் விரியாத மொட்டு ஒன்றைப் பறித்து நெருடிக் கொண்டிருந்தான் சிறுவன் வேலப்பன்.

“டேய் வாலு, பூ மொட்டைப் பறிச்சுக் களையாதே. இங்கே வா. இரி இப்பிடி. அப்பா சொல்லக்கூடியதெல்லாம் சரிதானா? ஏன், ஒண்ணு ரெண்டுகூட எண்ணத் தெரியாதா ஒனக்கு?”

“சும்மா சொல்லுதா ஸாமியப்போ. எனக்கு ஒண்ணு ரெண்டு நூறு வரைக்கும், பின்னெ நூறு தொண்ணுத்தி ஒம்பது தலைகீளாட்டும் தெரியும். அப்பா சும்மாவாக்கும் சொல்லுதா. அவருகூட நானும் பஸாருக்கு வாறேன்னு சொன்னேன். கொண்டு போகாமெ இருக்கத்தான் இப்படி எல்லாம் சொல்லுதா. எங்க சாரு ஒண்ணுமே சொல்லலே”.

“அடி, பய்யன் கொள்ளாமெ மூப்பா. உம்ம பையன், இப்போ உம்மளையே கள்ளனாக்கீட்டானே?”

“டேய், நாய்க்குப் பொறந்த பயலே. சாரு நேத்திக்கு வளியிலெ வச்சு சொன்னாரா இல்லியான்னு பள்ளிக்கூடத்திலெ வந்து கேக்கட்டாலே?”

“சரி. விடும். நீரு பஸாருக்குப் போயிட்டு வாரும். அது சரி. உம்ம பலசரக்கு புரோக்கர் தொழிலுக்கு இப்பிடி நேரம் விடியும் முன்னாலெ போணுமா?”

“உங்களுக்குத் தெரியாது தம்பியப்பா, நம்ம தொளிலு காரியம் விளுப்புரம், மதுரை, சங்கரன் கோயில் இங்கிருந்தெல்லாம் அரிசி வெஞ்ஞனம் லோடு பாதி ராத்திரிதான் வந்து எறங்கும். நமக்கு முன்னாலேயே ஃபார்வேடிங்கு ஏஜண்டுகாரங்க மொச்சிருவா. நமக்கென்ன கடையா கோடவனா என்ன இருக்குது? அது கொண்டு காலையிலேயே போனா எவனாவது ஒரு பார்ட்டி அரிசியோ, வத்தலோ, பருப்போ, பயிரோ சாம்பிள் கட்டித் தருவான். நாலு மொத்த கடையிலெ காட்டினா ஒண்ணோ ரெண்டோ பழுக்கும். வண்டி ஒண்ணுக்கு நல்ல தல்லாலும் கிடைக்கும். கஞ்சிக்குள்ள அரிசி பருப்பு சாம்பிளா தரக்கூடியது மிச்சமாவும்”.

“அப்போ காலையிலேயே போனா ரெண்டு காரியம் நடக்கிதுன்னு சொல்லும்... இருந்தாலும் ஒண்ணும் மிச்சமாகலியே சம்பாத்தியம்... ஆக நீங்க அப்பனும் பிள்ளையும் ரெண்டுபேரு மாத்திரம்தான் ...

“ஆமா, பெரிய மிச்சம்? வாரத்திலெ – செவ்வா, வெள்ளி ரெண்டு சந்தை நாளிலெதானே ஏதாவது கெடைக்கும். அதுவும் உண்டுமானா உண்டும். இல்லாட்டா ராம ராமாதான். தெனம் இந்தப் பயலுக்குப் பண்டம் வாங்க கிளப்புக் கடைக்கே, கிடைச்சதெல்லாம் காணாது. அதிலெ இவ அம்மக்காரி – அவ இதொண்ணும் அறியாண்டாம்னு போயச் சேந்திட்டா மகராசி. இந்தப் பயலையும் வச்சிட்டு நான் படக்கூடிய அவஸ்தை ஒரு கூத்திப்பட்டிகூடபடாது ... பார்த்துக்கிடுங்க தம்பியப்பா. நின்னொருத்தன் அறிய சொல்லுதேன். இனிக் கொஞ்ச நாளு கூட பாப்பேன். படிச்சா நல்லவிதமாயிட்டுப் படிக்கணும். இல்லாட்டா, அந்தப் பாவன்னா ஆனா கடையிலெ சொல்லி வச்சிருக்கேன். கொண்டு விட்டிருவேன். நடை தூக்கவோ – காபி சாயா வாங்கவோ அலையட்டும்...”

“வேய் நாயரே! அப்பிடியொண்ணும் செய்திராதேயும். பய நல்ல பய. படிக்கட்டும். நீரு சொன்னது போல ரெண்டெழுத்துப் படிச்சிட்டுக் கடையிலெ ஜோலிக்குப் போனாலும் நல்லதுதானே..? சரி. தெனமும் காலையிலெ இங்கெ விடும். நான் கொஞ்சம் பாக்கட்டும். இப்போ நீரு போவும்...”

வேலப்பனின் அப்பா கேசு நாயர் போய்விட்டதும், குருஸ்வாமி அந்தச் சிறுவனையே பார்த்தார். காதில் இரண்டு

வெள்ளை ஒற்றைக்கல் கடுக்கன். துருதுருப்பாக – கொஞ்சம் மூக்கும் முழியுமாகப் புது நிறம். நல்ல பையன். குருஸ்வாமிக்கு அவன் புதியவனல்ல. வட்டகையில்தானே இருக்கிறான். அடிக்கடிப் பார்ப்பதுண்டு. ஆனால் இன்று தன் முன் விடப்பட்டிருக்கிறான் – படிப்பு வரவில்லையென்று – இவனையும் தன் தொழில் முறையில் இழுத்து விட்டுவிடுவார் இந்த ஆள் என்று எண்ணினார்.

"வேலப்பா!"

"ஏன்?"

"காலம்பறெ என்ன குடிச்சே?"

"இன்னும் ஒண்ணும் குடிக்கல்லே..."

உள்ளே அடுக்களையில், சுப்புலக்ஷ்மி உப்புமாவிற்குத் தாளிக்கும் மணம் வந்து கொண்டிருந்தது.

"சுப்பு!" மனைவியைக் கூப்பிட்டார், குரு.

"என்ன? காலைலே ஒரு ஜோலியும் நடப்பில்லெ..." என்றவாறு வெளியே வந்த சுப்புலக்ஷ்மி, வேலப்பனைக் கண்டதும், "என்ன காலைலே இவனெ இங்கெ காணுது?" என்று கேட்டாள்.

"ஆமா, கேசு நாயர் கொண்டு வந்து விட்டிட்டுப் போறாரு. ரெண்டு எழுத்துப் படிச்சுக் கொடுக்கணுமாம்..."

"சரியாப் போச்சு. அவரு தரக்கூடிய நாலு ரூபா வாடகை அதிகப்பட்டுப் போச்சுன்னாக்கும்... உங்களுக்கு வேறெ வேலை இல்லை..."

"சும்மா இரு. பய்யன் நிக்கான். இப்போ காபி பலகாரம் ஆச்சா? ஆச்சுன்னா இவனுக்கும் கொஞ்சம் எடுத்து வையி".

"உப்புமா ரவைதான். நேத்து தோசைக்குப் போடலே... ரவை கிண்டிக்கிடட்டும். சரி. நீங்களாச்சு, உங்க பாடாச்சு..." என்று முந்தானையால் முகத்தைத் துடைத்தவாறு உள்ளே போனாள் – சுப்புலக்ஷ்மி.

அன்றைய முதல் நிகழ்ச்சி இன்னும் பசுமையாகக் குருஸ்வாமியின் நினைவில் இருந்தது. காலகரணப் பட்டுப்போன தஸ்தாவேஜுக்களை எரித்து நிர்மூலமாக்கிவிடுவது போல – பழைய நினைவுகளையும் அழித்து விடுவதற்கு ஒரு சக்தி இருக்க வேண்டும். அப்படி இருந்தால் – அன்றாட நினைவுகள், அன்றாட கனவுகள், அன்றாட ருசிகள், அன்றாட சுகங்கள், துக்கங்கள் மட்டுந்தானே? சீ... என்ன பலகீனம் இது. நடக்க முடியாத கற்பனைகள்...

“வருஷங்கள் ஓடி மறைந்துவிட்டதே. எவ்வளவு சீக்கிரம்” என்று எண்ணிய குருஸ்வாமியின் நினைவுகள் படர்ந்தன. அன்று அப்பா காலமாகிக் கொஞ்ச காலம்தான் ஆகியிருந்தது. அவர் வாழ்ந்து, அழித்து, போயே போய்விட்ட பின்பு, சுப்புலக்ஷ்மி ஒக்கிட்டுச் சீர் பண்ணிய வீட்டுச் சுற்றம் அமைதியாக அமைத்துக் கொண்ட வாழ்க்கை என்று அலை ஓய்ந்த கடல் போலக் கவலையற்ற நாட்கள் நினைக்க நினைக்கப் பசுமைதான் வழிகிறது.

இந்த இதே தோப்பு விளைதான். எத்தனையோ மாறுதல் வந்த பின்பும் தோப்பு விளை – தோப்பு விளைதான். நாலு கட்டும், நிரை பலகையும் ஓட்டடுக்குமான பெரிய வீடு. அன்று கேசு நாயர், தம் மகனைக் குருஸ்வாமியிடம் கொண்டு வந்த பின்பு, பையன் வேலப்பன் – பெயருக்குப் பள்ளிக்கூடமென்று போய்விட்டு – வளைய வளைய வருவான். அவன் தகப்பன் சொன்னது போல உண்மையில் அவனுக்குப் படிப்பில் ஒன்றும் அவ்வளவு அக்கறை இருக்கவில்லை. சதாசர்வ காலமும் படிக்கிறேன் என்று சொல்லி இங்கேயே கிடந்தான். தகப்பனாருக்கும் “அவன்பாடு அந்தத் தம்பியப்பா பாத்துக்கிடுவா” என்ற மெத்தனம் இருந்தது பிறகு வரவரத் தெரிந்தது. இதிலெல்லாம் சுப்புலக்ஷ்மிக்குக் கை உதவிக்குச் சரியான ஓராள் அகப்பட்டது போலவும் இருந்தது. ஆரம்பத்தில் அவள் கொஞ்சம் விரட்டி அடித்துப் பார்த்தாள். பிறகு பிறகு “நல்ல பயல். என்ன சொன்னாலும் ஒரு மடி கிடையாது” என்று மெல்ல மெல்ல ஆரம்பித்தாள். குருஸ்வாமிக்கு வால் மாதிரி அவர் போகுமிடமெல்லாம் கூடவே போவான். தினமும் அவருடன் பத்மநாப சுவாமி கோயிலுக்குப் போவதுவும், ஆலயத்தின் நீண்ட படிக்கட்டுகளை ஒண்ணு ரெண்டு என்று எண்ணிக்கொண்டே மேலே ஏறிப் போய் முன்னால் நிற்பான். குருஸ்வாமி அனேகமாகச் சுவாமி தரிசனத்திற்கோ தீபாராதனை கும்பிடவோ நிற்கமாட்டார். உள் மண்டபத்தில் கல் தூண்களில் உள்ள சிற்பங்களையெல்லாம் நின்று நின்று தினமும் என்னதான் பார்ப்பாங்களோ? சிரட்டை வைத்துக் கட்டினது போல ரெண்டு முலைகளையும் தள்ளிக் கொண்டு ஏந்திய கைகளில் விளக்கு வைத்திருக்கும் அந்தக் கல் பொம்மைகள். “அய்யே, நாணம்” என்று வேலப்பன் அவன் போக்கில் போய் சின்னப் போற்றியிடம் சந்தனம் வாங்கிக் கொண்டு வரும்போது குருஸ்வாமி வேறொரு விளக்குப் பிரதிமை முன்னால், ஆ – என்று நின்று கொண்டிருப்பார். “அம்மோவ்! நம்ம ஸாமியப்பா கோயிலுக்கு வந்தா ஸாமியை ஒண்ணும் தொழமாட்டா. சும்மா விளக்குத் தூண்களையே பார்த்துக் கொண்டு நிப்பா!” என்று சிரிப்பான் வேலப்பன். “உங்க ஸாமியப்பாவுக்குத் தெய்வம் தூணிலெதான் இருக்கும்…

அதாக்கும் ஒரு சூத்திரம்–" என்று குருஸ்வாமியைப் பார்த்து அர்த்தத்துடன் சிரிப்பாள் சுப்புலக்ஷ்மி.

– இது ஒரு புறம். குருஸ்வாமி படிக்கிற காலத்தில் கொண்டு நடந்த அரசியல் ஈடுபாடு அறவே விட்டுப் போயிருக்கவில்லை. யாராவது பார்ட்டி ஆட்கள் அடிக்கடி வீட்டிற்கு வருவார்கள். சுதந்திரம் கிடைத்த பின்புள்ள சுயாட்சியின் தில்லுமுல்லு அரசியலின் காலம். கை பலமும், காய பலமும், வாய்ச் சவுடாலும், பத்து சேக்காளிகளும் உள்ளவன் முன்னணியில் நின்றான். எந்த ஆட்சிக்காரன் ஆனாலும், அவனுக்கு எதிரணியில் நிற்பதிலும், அவனை விமர்சனம் செய்வதிலும், மேதா விலாசம் இருப்பதாக– ஒரு படித்த அணி எண்ணிச் செயல்பட்டது. முன்னேற்றமடைந்த மேல் நாடுகளையும் அவர்களது அயராத உழைப்பையும், உயிர்த் தியாகத்தையும், வியர்வை சிந்தாமலேயே – சோம்பேறி சொர்க்கத்தில் இருந்துகொண்டு, உதாரணம் காட்டினார்கள். அன்று நகரின் கோட்டை வெளியில், கோயில்கள் சுற்றத்தில், சந்தடி மிக்க நாற்சந்தியிலுள்ள பழவங்காடி மைதானம் தான் எல்லா அரசியல் வாய் வீரர்களுக்கும் மேடையாக இருந்தது. ஒரு நாளாவது அங்கே பொதுக்கூட்டம் இல்லாத நாள் இல்லை.

கோயிலுக்குப் போய் சிற்ப மேய்ச்சல் நடத்துவதற்குப் புறம்பாகப் பழவங்காடி மைதானத்தில் நடக்கும் எல்லாக் கட்சிப் பொதுக்கூட்டங்களுக்கும், குருவுடன் வேலப்பன் கூடவே போவான். பொதுக் கூட்டங்களில் பேசப்படும் முதலாளி, உழைப்பாளி, பாட்டாளி, பணக்காரன் பிரச்சினைகள் வேலப்பனின் சின்ன மனத்துள் ஒன்றும் செய்யாவிடினும், பேசுபவர்கள் ஒவ்வொருத்தரின் முகபாவமும், ஆக்ரோஷமும், துடிப்பும் அவனுக்கு வேடிக்கையாக இருக்கும். அப்படியெல்லாம் கண்விழிப் பிதுங்கப் பேசிக் கொக்கரித்துவிட்டு – சட்டென்று குனிந்து பூ மாலையை வாங்கிக் கொண்டு – பல்லெல்லாம் தெரியக் கும்பிட்டுச் சிரிக்க பொல்லாத சாமர்த்தியம் வேண்டும் என்று மட்டும் அவனுக்குத் தோன்றுவதுண்டு. தான் பெரியவன் ஆகும்போது, கட்டாயம் ஒரு "நேதாவு" ஆக வேண்டுமென்று சங்கல்பித்துக் கொள்வான்.

வேலப்பன் நாலாவது படிக்கும்போதே தனக்கினிப் பள்ளிக்கூடம் போக முடியாதென்று தகப்பனிடம் முரண்டுபிடித்தான். வகுப்பில் சகாக்களைச் சேர்த்துக்கொண்டு "விப்ளவம் ஜயிக்கட்டே" என்று கூச்சல் போட்டிருக்கிறான். பழைய சமஸ்தான ராஜ விச்வாசியும் – புதிய சுயாட்சி ஜாதிக் கட்சியின் அனுதாபியுமான தலைமை ஆசிரியர் முதலில் "தகப்பனாரைக் கூட்டிக்கொண்டு வா" என்று அனுப்பியிருக்கிறார்.

பிறகு பிறகு, அவரால் பொறுக்க முடியாமல் – பள்ளிக்கூடத்தை விட்டே வெளியேற்றிவிட்டார். அப்போதுதான் தனக்குப் படிக்க விருப்பமில்லை. படிப்பு மண்டையில் ஏறமாட்டேங்கிது என்று குருஸ்வாமியிடம் வந்து அழுதான். ஹெட்மாஸ்டரின் பிரம்பு துடைகளில் படிந்திருப்பதைக் கண்டபோது – "படிச்சு அவன் ரெண்டாக்கினது போறும்" என்றார் கேசு நாயர். அவனைக் கமிஷன் கடை ஒன்றிற்கு உதவிப் பையனாக ஏற்பாடு செய்தார். தமிழ் தெரிய வேண்டும். மலையாளிப் பையனை வைத்து என்ன செய்ய என்ற சலிப்பு – கடைக்காரரிடமிருந்து வந்தபோது அங்கேயும் கொஞ்ச காலம்தான். மீண்டும் வீட்டில் நின்றான். தோப்புவிளை, கமுகு விளாகம், பாட்டு விளாகம் இங்கெல்லாமுள்ள வெறும்பயல்களுடன் சுற்றித் திரிந்து, சைக்கிள் விடப் படித்தான். ஒருநாள் கிள்ளியாற்றிற்கு எருமைகளைக் குளிப்பாட்ட கொண்டு போகும் மாட்டுக்காரப் பையன்களுடன் போனான். தகப்பனார் வந்து, நன்றாகக் கட்டி வைத்து அடித்தார். நல்ல நாயர் தறவாட்டிலே ஜனிச்சிட்டு, கண்ட கோனாப் பயக்ககூட மாடு பத்திக்கிட்டு திரியான். எங்கெயாவது சாயாக்கடையிலெ போய் நின்று தண்ணி எடுத்துக் கொடுத்தாலும் மானம் போகாது. வயிற்றுப்பாடும் நடக்கும். இப்படித் தெரு பூராத் திரிஞ்சு, மாடு குளிப்பிக்கவும், கக்கூஸ் கழுவவும் நடந்தா, நீ உன் பாடே விதியே போன்னு நான் என் போக்கிலெ போயிருவேன். என் ஒருத்தன் வயிற்றுப்பாட்டைப் பார்க்க எனக்குத் தெரியும். ஒரு ஆம்பிளை பயலாட்டு வந்து பொறந்தான். என் உயிரை எடுத்தாலும் தேவிலெ. மானம் போவுது . . ."

வேலப்பனின் புது அலைச்சலும், அவன் தகப்பனாரின் ஆதங்கமும் எல்லாம் குருஸ்வாமியும் அறியத்தான் செய்தார். ஒருநாள் அவர் வேலப்பா இங்கே வா. இனி இப்பிடி எல்லாம் நடந்தால் பற்றாது. உனக்கும் பத்துப் பன்னிரண்டு வயசாகுது. உன் தகப்பன்காரர் சொல்லக்கூடியதும், ஏசக்கூடியதும் எல்லாம் நானும் பார்த்துக் கொண்டுதான் இருக்கேன். இனிமேல், நீ நம்ம வீட்டிலேயே உள்ள ஜோலியைப் பார்த்துக் கொண்டு நில்லு. உன் அப்பா சொல்லக்கூடியது போலச் சாயாக் கடையிலெ எச்சில் கழுவ ஒண்ணும் வேண்டாம். உன் ஓராளுக்குள்ள காரியந்தானே. உனக்கொரு நல்ல ஜோலி கிடைக்கிறது வரையிலெ இங்கேயே இரு… ஒரு பால்மாடு வாங்கி விட்டிருக்கேன். சுப்புவாலெ மட்டும் முடியல்லே. பால் கறவைக்காரன் வருவான். கூட நிக்கணும். பாலை வாங்கி வைக்கணும். ரெண்டு வீட்டுக்கு, பால் கொண்டு போய்க் கொடுக்கணும். உன் அப்பா கிட்டையும் சொல்லிட்டேன். உன்னைக் கொண்டுள்ள கவலை வேண்டாம்னு . . ." என்றார்.

10

வேலப்பன் கேசுநாயரின் புத்திரப் பாக்கியமானாலும், குருஸ்வாமியின் ஆளானது இப்படித்தான். அறவே சுத்தமாகத் தமிழ்ப் பேசினான். மாட்டுக் கறவையான் நெட்டைச் சங்கரனை, வேலப்பனுக்கு ரொம்ப பிடித்துப் போயிருந்தது. "ஆசானே!" என்று வெகு அருமையாக அவனோடு பழகினான். அவன் தலைக்கட்டு கட்டுவது போல இவனும் ஒரு துவர்த்து முண்டால் தலைப்பாகை கட்டிக் கொண்டு பனியன் போட்டு, இரட்டைத் தூல் கரை துவர்த்தை முண்டாக உடுத்திக் கொண்டு, பால் கறவை மொந்தையையெல்லாம் தூக்கிப் பிடித்துக் கொண்டு நடைகூட நெட்டைச் சங்கரன் மாதிரி ஆணிப் புற்றுக் காலால் நடப்பது போல நடக்கவெல்லாம் ஆரம்பித்தான். தினமும் பலபலவென்று விடியும் போது "அம்மோவ்! கறக்க ஆள் வந்திருக்கேன்" என்று வந்து நிற்கும் சங்கரனிடம் ஐக்யமாகிவிட்டான் வேலப்பன். ஒவ்வொரு நபருக்கும் ஒவ்வொரு வாசனை இருக்கிறதே. அந்த வாடை வீசும் திசைக்குத் திருப்பி விட்டுவிட்டால், கபகபவென்று பிடித்துக் கொண்டு விடும். அதை விட்டுப் பெரிய கற்பனைகளுடன் எதிர்த் திசைக்குக் கட்டியிழுத்துக் கொண்டு போதல் சங்கடமும் சந்தாபமும் எல்லாமாகிக் கடைசியில் "தாழ்ந்த நிலத்தில் நீரோடும்" என்பது போல – வரவேண்டிய இடத்தில்தான் வந்து சேரும். இந்த நிலையில், விளையும் பயிர் முளையில் தெரியும் என்பதுகூட பொய்தான். வேலப்பனைப் பொறுத்தவரையில் முளைப் பருவத்தில் எதுவுமே தெரியவில்லை. பழவங்காடியில் – கோயில் மண்டப வெளியில், பிரசங்க மேடைகளுக்குத் தன்னோடு வருவதும், அரசியல் பேச்சாளர்களின் சேஷ்டைகளை இமிடேட் பண்ணுவதும், எல்லாமான ஆர்வத்தைக்

கண்டபோது, நல்லதொரு அரசியல்காரனாக வருவானோ என்று எதிர்பார்த்ததுண்டு. கடைசியில், மாடு கறவைக்காரன் சங்கரனின் சீடப்பிள்ளையாக நீருக்கு மேல் தெளிந்து வந்தான்.

சுப்புலக்ஷ்மியை வாய் நிறைய "அம்மா" என்றுதான் அவன் கூப்பிடுவான். "யம்மோவ், நாளைக்கு வெடியக்காலம் நான்தான் மாட்டைக் கறக்கப் போறேன். சங்கரண்ணனுக்குக் காய்ச்சல். வரமாட்டானாம்..." என்று ஒருநாள் ஆரம்பித்தான். முதல் நாள் மாடு நன்றாக உதைத்துத் தள்ளியது. வாழைத் தடத்தில் போய் விழுந்தான். பித்தளைத் தவலைப் பானைகூட நசுங்கி, உவ்வேயென்று ஆகியது.

"நீ பாலும் கறக்காண்டாம் ஒண்ணும் செய்யண்டாம். இன்னிமெ உங்க அப்பாக்காரர் சொல்லுவா; எம்பிள்ளையெ மாட்டைக் கொண்டு சவிட்டிக் கொல்லப் பாத்தான்னு. இப்பவே உன்னை இங்கே விலைக்கு வாங்கினது போல அடச்சு வச்சிருக்கோம்னு சொல்லிக்கிட்டுத் திரியா... நாலு ரூபா வாடகை தந்து கொண்டிருந்ததும் இப்போ ஆறு மாசமாயிட்டுத் தாறதில்லே. இங்கே கேக்கதுக்கும் ஆளில்லே, போட்டும்..."

"யம்மோவ்! நீங்க கொஞ்சம் சும்மா இருப்பேளா? ஹோ... மாடு கொஞ்சம் வெரண்டதுக்கு என்னவெல்லாம் சொல்லுதியோ. அது நல்லப்பம் கை தொட்டதினாலெ ஒண்ணும் சவுண்டல்லே... அதுக்கு இடத்தே முலைக்காம்பிலெ ஒரு வெடிப்பு. அந்தக் காம்பை விட்டுக் கறக்கணும்னு சங்கரண்ணன் சொல்லீட்டுண்டுமாயிருந்தது. நான்தான் விடியக்கால இருட்டு வாக்கிலெ, மறந்து கை வச்சிட்டேன். அந்தச் சின்ன மொந்தையை எடுங்க. கொஞ்சம் கொஞ்சமாயிட்டு இப்போ பாத்துக்கிட்டே நில்லுங்க..." என்று சொல்லி, வேலப்பன் பின்னும் மாட்டின் அருகே போய், கொஞ்சம் எட்ட நின்று அதன் முகத்தைத் தொட்டான். நெற்றியில் சொரிந்துவிட்டான். நெருங்கி வந்து, முதுகில் ரெண்டு ஷொட்டு வைத்தான். வால் பக்கமாகக் கொஞ்சம் தடவிவிட்டான். மெதுவாகக் கன்றுக்குட்டியின் தாம்புக் கயிற்றை இழுத்து வந்து திண்ணைத் தூணில் கட்டிவிட்டு மெல்ல, மொந்தையுடன் கால்மாட்டில் அமர்ந்தான். மாடு கொஞ்சம் கால் மாற்றி நின்றது. பயந்து சடக்கென்று விலகினான் வேலப்பன்.

பார்த்துக்கொண்டே நின்ற சுப்புலக்ஷ்மி, குபுக்கென்று வாய்விட்டுச் சிரித்தாள்... "இவ்வளவு பயந்தவன் பின்னியும் போய் ஏன் ஒண்டுதே?" என்றாள்.

“யம்மோவ்! நீங்க ஒண்ணு. சும்மா சிரிக்காதீங்க . . .” என்றவாறு மறுபடியும் அமர்ந்தான். இப்பொழுது மாடு இதமாக – தானொன்றும் அறியேன் பராபரமே என்று அசை போட்டுக்கொண்டு நின்றது. வேலப்பனின் கறவை அரங்கேற்றம் ஓரளவு வெற்றிகரமாக நடந்தது.

மறுநாளோ ரெண்டு நாள் கழித்தோ சங்கரன் வந்த போதும்; “நான் கறக்கேன் அண்ணே இல்லெ ஆசானே . . .” என்று வேலப்பன் அவனைத் தாஜா பண்ணிக் கொண்டு நசநசவென்று வளைய வந்தான். வேலப்பனின் ஆர்வத்தைச் சரியாக முதலெடுப்பவனாக இருந்தான் சங்கரன். “டேய் சிஷ்யப் பிள்ளெ. சும்மா ஒண்ணும் வித்தைப் படிக்க முடியாது. நான் காய்ச்சலாயிட்டுக் கெடந்தப்போ பசுவுக்கெ மடியெத் தொட்டுக் கறந்திருக்கே. போட்டும். க்ஷமிச்சிருக்கேன். ஆனா படிச்ச வித்யை பரிபூர்ணமாகணும்னா அதுக்குச் சில சடங்குகள் எல்லாம் உண்டும். முதல்லே அஞ்சரூபா நோட்டிலெ ஒரு முழு வெள்ளி ரூபாயை மடக்கி வெற்றிலையிலெ மடக்கித் தட்சிணை தரணும். தந்தா மட்டும் போறாது. புதிய துவர்த்தும் முண்டும் ஒரு ஜோடி அது வேறெ தரணும் . . . இதொண்ணும் இல்லாட்டா மாடு முட்டும். கன்னுக்குட்டி வயிற்றாலெ போகும். நீ என்னதான் தடவித் தடவி இழுத்தாலும் பாலு சொரத்தாது. அறிஞ்சுக்கோ...” என்று சிரித்துவிட்டு, “உம் முதல்லே ஓரணாவுக்கு வலிய பீடி வாங்கீட்டு வா” என்று அனுப்புவான்.

மெல்ல மெல்லச் சங்கரன் ஏற்பாட்டின்படி, வேலப்பன் வலியசாலை பிராமணாள் தெருவில், ஒரு அய்யங்கார் ஸாமி வீட்டில், கமுகு விளாகத்திலுள்ள மேடை வீடு நல்லக்கண்ணு செட்டியார் வீட்டில் என்றெல்லாம் ஓய்ந்த வேளைகளில் – சங்கரனுக்கு முடியாத நாட்களில், அவ்வப்பொழுதாகக் கறவைக்குப் போனான். என்னவோ அவனுக்கு அந்தத் தொழிலில் ஒரு பிடிப்பு வந்துவிட்டது. சாதாரணமாக நாயன்மார்கள் மாடு கறக்க மேய்க்க என்றெல்லாம் போவதில்லை. நாயர்களில் சற்று குறைந்த ஜாதி பண்டாரிகள் என்ற ஒரு இனத்தார்தான் மாடு, மாட்டுத் தரகு, பால் வெண்ணெய் தயிர் வியாபாரம் என்றெல்லாம் போவார்கள். வேலப்பனின் நாட்டம் இந்த வழிக்குத் திரும்பியபோது; “பண்டாரிப் பயலுக்குப் பொறந்த பய. எக்கேடோ தொலையட்டும்...” என்று புறுபுறுத்தார் கேசு நாயர். “எல்லாம் அந்தத் தம்பியப்பாவும் வீட்டுக்காரியும் கொடுக்கக் கூடிய எளக்காரம்” என்று குருஸ்வாமியையும் – சுப்புலக்ஷ்மியையும் குற்றம் சாட்டவும் – அந்த நாயர் மறக்கவில்லை.

"அம்மோவ்! முந்தியெல்லாம் நான் தவலை மொந்தையெ கையிலெ எடுக்கும்போ, ஓங்களுக்குச் சிரிப்பாணி பொங்குமே. இப்போ பாத்தேளா, வலிய சாலையிலெ அந்த அய்யங்காரு ஸ்வாமி வீட்டிலெ அந்த மாடு என்ன எனம் தெரியுமா? "கராச்சி கிராஸ்" குட்டியானை தோத்துப் போவும். அதெ நானே ஒற்றைக்குக் கறந்து பெரிய தவலைப் பானை நெறையா பால் அளந்து கொடுத்தேன் . . . மடத்திலெ அம்மா, என்ன சொல்லுதா தெரியுமா? "டேய், நீ அந்தப் புரோக்கர் கேசு நாயர் மகனல்லவா? பண்டாரி கோனார் மாதிரி பால் கறக்கிறயே என்கா . . ."

அதிகாலையில் வேலப்பனுக்கு, இப்படி மாடு கறக்கும் வேலை இருந்தது. பிறகு பொழுது புலர்ந்ததும், நாலைந்து வீட்டிற்குப் பால் கொண்டு போய்க் கொடுத்துவிட்டு வருவான். சுப்புலக்ஷ்மிக்குக் காய்கறி வாங்கி வந்து கொடுப்பான். சாயங்காலம் தோசைக்கு மாவு ஆட்ட ஒத்தாசை செய்வான். கிணற்றிலிருந்து தண்ணியை இழுத்து இழுத்து (இப்பொழுது அந்தக் கிணறு இருந்த இடத்தில் ஃபிளஷ் அவுட் லட்றின் கட்டியிருக்கிறது) கொட்டித் தொழுவத்தை ஒரு அக்கு அழுக்கில்லாமல் கழுவிவிடுவான். சாணி அள்ளிப் போடும் உரக் குழிக்கு ஓலைக் கிடுகு வைத்து மறை கட்டுவான். செம்பருத்திப் பூவும் பச்சிலையுமாக மாறிமாறிச் சர மாலை கட்டி – கொஞ்சம் வீட்டு விளக்கிற்கும், மீதியைத் தேவி கோயில் நடைக்கும் வைப்பான். ஆரியசாலை சினிமா கொட்டகையில் வரும் சினிமா ஒன்றைக்கூட மிச்சம்விடாமல் பார்ப்பான். பாசமலர் படம் பார்த்துவிட்டு வந்து, அண்ணன் தங்கை பாசத்தைக் கதையாகச் சொன்னபோது – அவன் அழுதது மட்டுமல்ல – சுப்புலக்ஷ்மியையும் கண்ணில் நீர்முட்டச் செய்துவிட்டான். இவ்வளவிற்கும் சுப்புலக்ஷ்மிக்கு – இந்த மாதிரி சினிமா, டிராமா சங்கதிகள் எல்லாம் பிடிக்கவே பிடிக்காது. வெள்ளி செவ்வாய் கிழமைகளில் செந்திட்டை தேவி கோயிலுக்குப் போய் வருவாள். "எம்மோவ், ஸ்வாமியப்பாவையும் கூட்டிக்கிட்டு ஒரு சினிமா பார்த்திட்டு வந்தா என்னம்மோவ். சிவாஜி நடிச்ச ஸ்ரீவள்ளி படம், பக்திப் படம், ரெண்டாவதும் வந்திருக்கெ. போய்ப் பாருங்கம்மோவ். நீங்க சொன்னா ஸாமியப்பாவும் வருவா . . ." என்று சொல்லிவிட்டு – சினிமாவில் வரும் முருக தரிசனக் காட்சி – வேடன், விருத்தன் சாகஸம் எல்லாம் தத்ரூபமாகச் சொல்லுவான். "வேலப்பா! நீ பாத்திட்டு வந்து சொல்லுவதே எனக்கு நெறஞ்சு போவுது. பின்னெ அந்தப் பலவட்ற ஜனங்களும் வரக்கூடிய எடத்திலெ இடிச்சுத் தள்ளீட்டு போய் இருக்கணுமா.

தேவி நடையிலையாக்கும் இருக்கோம். இல்லாட்டாலும் எனக்கு அதொண்ணும் பார்க்கணும்னு ஆசையுமில்லே. உங்க ஸ்வாமி அப்பா பின்னெ அதுக்கும் மேலெ–" வேலப்பன், "நல்ல பழஞ்சான் ஆளுகளும்மா" என்று சிரிப்பான். "நீங்க அந்த வள்ளி வேஷத்திலெ வரக்கூடிய பத்மினியெ ஒண்ணு பாருங்கம்மோவ். அசல் ஒங்க சாயல்தான் ..." என்பான். அதற்கும் சுப்புலக்ஷ்மி சிரிப்பாள். "வேலப்பா போ. உன் ஜோலியைப் பாரு!" என்பாள்.

வேலப்பன் சினிமா பார்த்துப் பார்த்து, ஸ்டைலாக நடக்கப் பழகினான். தலைக்குப் பின்னால், பொம்மென்று படிய சீவிக் கிராப்பு வைத்துக்கொண்டான். கொஞ்சம் கொஞ்சமாகப் பூனை மயிர் மீசை அரும்பி வருவதும் அவனுக்கு ஒரு புதிய முகப் பொலிவைத் தந்திருந்தது. சினிமாப் பொம்மைகள் நிறைய உள்ள பத்திரிகைகள் வாங்கினான். வீட்டில் ஒருநாள் எம்.ஜி.ஆர். நாடோடி மன்னனின் வாளையும் வைத்துக்கொண்டு வீராவேசமாக நிற்கும் படத்தை–கண்ணாடி சட்டம் போட்டு –வீட்டுச் சுவரில் கொண்டு வந்து மாட்டியிருந்ததைக் கேசு நாயர், குருஸ்வாமியிடம் வந்து பராதி சொன்னார்."நான் ஒண்ணு ரெண்டு ஸ்வாமி படங்களை மாட்டி வச்சிருக்கேன். அதுக்கு ஊடாலெ இவன் சினிமாப் படத்தைக் கொண்டு வந்து சிங்காரிச்சிருக்கான். வயசு கழுதைக்கான வயசாவு, தம்பியப்பா! எல்லாம் உங்க கண் முன்னாலேன்னு ஆயிப்போச்சுது. நம்ம சொல்லுவளி கேக்கிற காலமெல்லாம் போச்சுது ... இதையும் நீங்கதான் சொல்லித் தட்டி வையுங்கோ ..."

"நாயரே, அவன் கறவை அதுஇதுன்னு மாசம் பத்தோ இருவதோ சம்பாதிக்கான். இந்தக் காலத்திலெயுள்ள இவன் வயசுப் பிள்ளைகளெப் போல அத்து அழிஞ்சு நடக்கல்லே ... பின்னெ இது, நம்ம காலங்கள் போல அல்ல. இப்பவெல்லாம், ஒரு பட்டினிகூடப் பெரிய காரியமில்லெ. சினிமாதான் முக்கியம்னுள்ள காலம், விடும் அவன் இஷ்டம் போல. ஒண்ணும் வந்திராது".

ஒரு கைக்கடிகாரம் வாங்கிக் கொள்ள வேண்டுமென்று வேலப்பனுக்கு அளவு கடந்த ஆசை. அதனால் அனாவசியமாக ஒரு அணா காசுகூடச் சிலவழிக்கமாட்டான். நாலணா – எட்டணாவென்று, சுப்புலக்ஷ்மியிடம் கொஞ்சம் கொஞ்சமாகக் கொடுத்து வைத்துப் பணம் சேர்த்து வந்தான்.

சுப்பு–மூன்றாவதும் கர்ப்பமாகி, ஆரம்பத்திலேயே டாக்டர் வீடும் மருந்துமாக இருந்தபோதே–இவன்தான் ஓடியாடி ரொம்ப உதவியாக இருந்தான். "நீங்க கொஞ்சம் தேகத்தை வச்சிக்கிட்டு

சும்மா இருங்கம்மா. கறிக்கு நான் அரைக்கேன், நானும் நல்ல சுத்தமுள்ள நாயர் தறவாட்டுக்காரன் தான்" என்பான்.

"டேய்! நீ ஆம்பிளெ. இன்னும் சின்னப் பிள்ளை ஒண்ணும் இல்லே. கறிக்கு அரைக்கவும், தீயெரிக்கவும், சட்டிப் பானை கழுவவும் ஒண்ணும் வேண்டாம். எனக்கென்ன, அப்பிடித் தீரெக் கழியாமெ ஒண்ணும் இல்லியே. பின்னெ அந்தப் பார்வதிதான் வாறாளே ..." என்பாள் சுப்புலக்ஷ்மி.

அவளெத்தான் நீங்க, சுத்தம், ஜாதீன்னு அடுக்களைக்குள்ளே விடமாட்டேளே. இந்தக் காலத்திலெ கையும் காலும் மனசும் சுத்தம்தான் பாக்கணும் ..."

"வேலு ... நீ சொல்லிச் சொல்லி, கொஞ்சம் கடந்துதான் சொல்லுதே. இதொண்ணும் ஸ்வாமி கேக்கக் கூடாது ... உம். போ. டாக்டர் எழுதித் தந்த அந்த மருந்து குளிசையைப் போய் வாங்கீட்டு வா ..." என்று சிரித்தவாறு அவனை விரட்டுவாள்.

மாத்திரை மருந்து வாங்க, ராத்திரி பகல் எந்த நேரமானாலும் – எந்தத் தொலைவிலிருந்தாலும் இவன் ஓடுவான்.

முதல் இரண்டு பிரசவமும் இல்லாமலாகிவிட்டது. அதனால் மிகவும் ஜாக்கிரதையாக, இருக்க வேண்டுமென்றார் லேடி டாக்டர். பிரசவ காலத்திற்கு ஒரு மாசத்திற்கு முன்னதாகவே, நர்ஸிங்ஹோமில் அட்மிட் செய்திருந்தது. வேலுதான் குட்டிப் போட்ட பூனை மாதிரி ஆஸ்பத்திரித் திண்ணைக்கும் வீட்டிற்குமாக அலைவான். குருஸ்வாமியைவிட – பிரசவம் ஆகப் போகிறவளைவிட இவன்தான் அதிக வேதனைப்பட்டான்.

கடைசியில் என்னவாயிற்று?

பிளட் பாங்கிலிருந்து, குருஸ்வாமி ரத்த பாட்டிலுடன் வந்து சேருவதற்கு முன்னாலேயே இங்கே, "அஸ்தமனம்" ஆகிவிட்டிருந்தது.

பெண் பிள்ளை மாதிரி தலையைத் தலையை உருட்டி உருட்டி அழுதான் வேலப்பன். ஆர்வத்தோடு குடிக்க ஏந்திய பாத்திரத்தைப் பறித்தெறிந்து உடைத்துவிட்டது போல – தனக்கேற்பட்ட அதீதத் துக்கத்திடையேயும் – குரு வேலப்பனைத் தேற்ற வேண்டியதாயிற்று. அதனாலேயே அவர் துக்கம் பாதி குறைந்தது.

"என்ன வேலு நீ ... இதோ எனக்கில்லாத சங்கடமும், வேதனையுமா உனக்கு? சும்மா இரி. சமாதானப்படு ..."

"ஸ்வாமியப்போ . . . என்னெயப் பெற்ற அம்மக்காரி போனப்போ எனக்குத் தெரியாது. இந்த அம்மெ என்னெ இப்பிடி விட்டிட்டுப் போயிட்டாளே ஸாமியப்போ ... "டேய் வேலப்பா! நான் நல்லபடியா பெற்றுப் பிழைச்சு வந்து பிள்ளைக்குப் பாண்டசுத்தி அன்னைக்கு உனக்கு ஒரு வாச்சு வாங்கித் தருவேன்னு" சொன்னாளே எங்க பொன்னு அம்மா ... போயிட்டாளே ..."

"டேய்! நீ இப்போ வாயெ வச்சிட்டு சும்மா இருக்கப் போறியா – இல்லே. நான் எறங்கி வெளியிலே போட்டுமா ..?" என்று, கடைசி ஆயுதம் பிரயோகித்த பின்புதான் ஒரு மாதிரி அடங்குவான்.

நாட்கள் எத்தனை வேகமாக நினைவுகளைக் குழிப் பறித்து மூடி கொண்டுவிடுகிறது. விடிந்து, பொழுதாகி, மாலை மயங்கி, இருட்டு வந்து – ஒவ்வொரு நாளும் ஒரே மாதிரி தானே? இருந்தாலும், உதிர உதிரச் சருகாகி, வறண்டு தூளாகிக் காற்றோடு கலந்து மறைவது போல – நாட்களும் நினைவுகளும் ... நேற்றைய அழுத்தம் இன்றில்லை. நாளைக்கு – வன்மை குறைந்து, லேசாகிச் சரிந்து கடைசியில் இல்லவே இல்லை. காற்று மட்டும் இதமாக வீசி வீசி, தவழ்ந்து போகும் நாட்கள், நாட்களுக்குக் காற்று என்று பெயர் சொல்லலாமோ ..?

11

சுப்புலக்ஷ்மியின் இழப்பு, வாழ்க்கையை என்னவாக்கிற்று? தான் அதிகம் விருப்பங்கொள்ளும் எதுவும் தன்னிடம் நிலைத்து நிற்பதில்லை. பூனைக் கண்களும், மென்பாட்டும், தாளி எண்ணெய்ச் சுகந்தமும் கொண்ட அம்மு அம்மா . . . பிறகு, காலைத் தொலைவிற்குப் பின்பு வந்து அமைந்த சுப்பு... அவளும் தட்டிப் பறித்துக் கொண்டது போல இல்லவே இல்லாமலாகிவிட்டாள். இப்போது, நூல் நுனியில் தக்கையை மிதக்கவிட்டுக் கொண்டு – குளக்கரையின் வெறுமையில் காத்திருக்கும் மீன் வேட்டைக்காரன் போல—எதற்காக இந்தப் பொய் முகம்? பொய் முகமா? முகமூடி என்றால் உள் மனதில் தனக்கென ஒரு தெளிவு நிலை என்ன? “என்ன?” என்று திருப்பிக் கேட்டால் குகை வெளி போல—“என்ன” வென்று எதிரொலிதான் பெரிசாகக் கேட்கிறது. “குருஸ்வாமி—என்ன, எவ்வளவு காலம் இப்பிடியே வெறும் நடையாகத் திரிய முடியும்? ஒரு ரெண்டாந்தாரம் பண்ணிக் கொள்வதுதானே? உங்க பரம்பரையே அந்த வாகுதான். உங்க பாட்டாவுக்கும் பாட்டாவுக்கு மூணு தாரமாக்கும். உங்க பாட்டாவுக்கு ரெண்டு பெண்சாதிமாரும் நாலைந்து வைப்பாட்டிகளும் இருந்தா. உங்க அப்பா காரியம் பின்னெ தெரிஞ்ச காரியந்தான். உன்னையும் தெரியும். சும்மா மேலுக்குப் பூனை சந்நியாசி மாதிரி இருக்கக்கூடியவங்களைத்தான் நம்பவே கொள்ளாது. பேருக்கு ஒரு கல்யாணம் வேணும். அது இருந்தா, வெளியிலெகூடெக் கொறையான எசகுப்பிசகுகள் நடந்திட்டாலும் ஆரும் ஒண்ணும் கண்டுக்கிடமாட்டா . . .” என்று சொன்னவர்களுக்குத் தன்னைப் பற்றி அபார கணிப்பு. அதனாலேயே வீம்பு மனதேறிக் கொண்டது என்றுகூடச் சொல்லலாம். எதிர்த்து நீச்சல் போட்டுக் காட்ட வேண்டும்! “வேலப்பா! வா

பழவங்காடி கோயிலுக்குப் போயிட்டு, அப்பிடியே பத்மநாபசாமி கோயிலுக்கும் போயிட்டு வரலாம்" என்று அவனோடு நடப்பார். கனவுகளை மனதில் அழுத்தி நட்டுக் கொண்டு கோயிலின் சிற்பக்கூடங்கள், ஸ்ரீகண்டேஸ்வரம் கோயிலின் கொடிமர அடிப்பீடத்தில் – எல்லோருக்கும் தெரியாமல் செதுக்கியிருக்கும் "சூத்திர சில்பம்" போன்றவற்றை நுணுகிப் பார்த்துக் கொண்டு, படிக்கும் "சிருங்கார ரசவல்லரி" "மானச சூத்ர ரகஸ்யம்" போன்றவற்றில் மனதை இழைய விட்டுக்கொண்டு... வாழ்க்கை அலையாடிக் கழிவதில் சுமையே தெரியவில்லை.

இதற்கிடையே, வேலப்பனுக்கு நிரந்தரமாக ஒரு வேலை கிடைத்துவிட்டிருந்தது. பாளையத்தில் பரம்பரையாக, பெரிய அளவில் பால் பண்ணை நடத்தி வரும் பாளை அருணாசலம் வீட்டுப் பால் பண்ணையில் கறவை வேலை. காலையிலும், சாயங்காலமும், பத்து முப்பது பல்வேறு விதமான மாடுகளை, நிறைய வேலையாட்கள் சேர்ந்து, பராமரிப்பது, கறந்து கட்டுவது என்றெல்லாம் தடபுடலான ஏற்பாடுகள் உள்ள இடம் அது. பால், வெண்ணெய், தயிர், நெய் என்று விற்பதற்கு வீட்டிற்கு முன்னால் மார்க்கட்டு அருகில் டிப்போ வேறு வைத்திருந்தார்கள். வெண்ணெய் தண்ணீர்க் கலவை இல்லாமல் மெழுகுக் கட்டி மாதிரி கிடைக்கும். சாயங்காலம் ஏழு மணி தாண்டிவிட்டால் வெண்ணெய் இல்லை. பிறகு மறுநாள்தான். பாலும் அது மாதிரிதான். கள்ளிச் சொட்டு மாதிரி. ஒரு பொட்டுத் தண்ணீர் சேர்க்கமாட்டார்கள். கார்ப்பரேஷன் ஃபுட் இன்ஸ்பெக்டர்கள் – தலை கீழ் நின்று பார்த்தும் – ஒரு கலப்பட கேஸ் பாளை அருணாசலம் டிப்போ பேரில் போட முடியவில்லை.

பாளை அருணாசலம் அவர்களுக்கு நாலைந்து பிள்ளைகள் – மூன்று பெண்கள் என்று பெரிய குடும்பம். எல்லோரும் பி.ஏ – எம்.ஏ என்றெல்லாம் படிப்புள்ளவர்கள். மூத்த மகன் பட்டப் படிப்பெல்லாம் முடித்துக்கொண்டு டிப்போவில் மானேஜராக இருந்தார். "மானேஜர் வாகீச தாஸ், பி.ஏ. ஆனர்ஸ்" என்று அவர் இருப்பிடத்திலுள்ள குஷன் சேருக்கு மேல் சுவரில் பெயர் பொறித்து வைத்திருக்கும். நல்ல தளதளவென்ற சந்தனக் கலர் உடம்பில் தூய வெள்ளைநிற முழுக்கை ஜிப்பா – கொஞ்சம் தொந்தி – தங்கச் செயின் கைக் கடிகாரம் – பெரிசாக ஒரே ஒரு மோதிரம் – முன் வழுக்கை என்று கம்பீரமான ஆள். டிப்போவில் எல்லா காரியங்களும் கைபடாத சுத்தம். பட்டர் பேப்பர் கிளீன் பாட்டில்களில் சீல்டு பாக்கிங்... உள்ளே நுழைந்தால் விலை கூடிய ஊதுபத்தியின் மணம் வருமே தவிர – வெண்ணெய் தயிர் வாடை மருந்துக்குக் கூட வராது. அந்தக் காலத்திலேயே ஒன்றிரண்டு மொத்தக் கடைகள். தபால் ஆபீஸ், போலீஸ்

ஸ்டேஷன் விட்டால் பாளையத்தில் அந்த டிப்போவில்தான் போன் வசதியிருந்தது. அவ்வளவு மவுசான பெரிய இடம். அந்த மாதிரியான பெரிய மட்டத்தில் வேலை கிடைப்பதென்றால், அரசாங்க உத்தியோகம் போல. "பண்ணையிலா வேலை? அட பரவாயில்லையே? அப்போ பெரிய இடத்திலிருந்து சம்மந்தம் தேடி வரும்" என்பது வட்டாரக் கணிப்பு.

சுப்புலக்ஷ்மி காலமாகிக் கொஞ்ச காலமெல்லாம், குருஸ்வாமிக்கு வீட்டு உதவி, அப்பிடி இப்பிடியென்று உதிரி சதிரியாக இருந்தபோது குருஸ்வாமியின் முயற்சியால்தான் வேலப்பனுக்கு டிப்போவில் வேலை கிடைத்திருந்தது. வாகீச தாஸும், குருவும் இண்டரில் ஒன்றாகப் படித்தவர்கள். ஒருநாள்: "இப்படியாக்கும் நம்ம வட்டகை பையன் ஒருத்தன், ஜாதியிலே நாயராக இருந்தாலும் பரம்பரை கோனார்களெல்லாம் இவன்கிட்டெ வரமுடியாது. மாடு கறவையிலே நல்ல எக்ஸ்பர்ட்டு" என்று நற்சான்றிதழ் வழங்கினார் குரு தாஸிடம்.

ஒருநாள் காலையில் "மார்னிங் வாக்" போய்விட்டு வரும்போது, வெட்டினறி ஆஸ்பத்திரி வாசலில் தாஸ் காரிலிருந்து இறங்கி, குருஸ்வாமியைக் கண்டு–ரொம்ப நேரம் பல காரியங்கள் பற்றிப் பேசிக் கொண்டிருந்தபோதுதான் இதைச் சொன்னார்.

"குரு, நீ இவ்வளவு தூரம் சொல்லும்போது நான் சொல்ல என்ன இருக்கு? ஒருநாள் அந்தப் பையனை வரச் சொல்லு..." என்றார். அதற்கேற்றாற்போல–வேலப்பனை நேரில் பார்த்ததும், மறுப்பு ஒன்றும் சொல்லாமல் "நாளை ராகு வேளை கழிஞ்சதும் வா அப்பா. சாயங்காலக் கறவையிலிருந்து பார்ப்போம்..." என்றார் தாஸ். அப்பாக்காரர் பாளை அருணாசலம்தான் கொஞ்சம் முகத்தைச் சுளித்தார். "என்ன டேய் தாஸு. நீ செய்யிற காரியம்? முளைச்சு மூணு இலைவிடாத பயக்களையெல்லாம் செம்பையும் கொடுத்து அனுப்பீருதே. அதும் நாயர் பயக்க திமிரு பிடிச்ச ஜன்மங்களாகும்... பாத்தா சாது மாதிரி இருப்பானுக. நம்ம மாடு ஓங்கி ஒரு மூச்சு விட்டாலே இவன் உரக்குழியிலே போய் விழுந்திருவான்..." என்று முரண்டியிருக்கிறார்.

"என்னப்பா நீங்க ஒண்ணு. இந்தக் கிளட்டு கோனாப் பயக்ககூடக் கெடந்து தினம் அலமாறு வாங்க இனி நம்மாலெ ஆகாது. நல்ல வேலை செய்யக்கூடிய சிறுப்பக்காரங்களெ வச்சு வேலை வாங்கணும். இன்னும், என்னெக் கேட்டா இவனுகளுக்கு வேஷத்தையே மாத்தணும். பண்ணை வேலை ஆளுன்னா தனியாத் தெரியணும்!" என்றான்.

பாளை அருணாசலம் அவர்களுக்கு ஒதுங்கிய வாழ்க்கை. வயது வந்த பிள்ளைகள் எல்லாம் பார்த்துக் கொள்கிறார்கள்.

அவருண்டு, அவரது ஹில்மன் கார் உண்டு. அதன் டிரைவர் மீசை பங்கஜாட்சன் உண்டு. சாயங்காலமானால் பீச்சு பத்மநாப சுவாமி கோயில் என்று போய்விட்டுப் பங்களாவிற்கு வந்தால் சொஸ்தம்! எல்லாவற்றையும் மையிட்டு நடத்த பிள்ளைகள் – பிறகென்ன கவலை!

வேலப்பன், முதல் மாசத்து சம்பளம் ரூபாய் முப்பதை அப்படியே வாங்கி, குருஸ்வாமியின் காலடியில் கொண்டு வந்து வைத்துவிட்டுத் திடுதிப்பென்று அவர் முன்னால் – சாஷ்டாங்கமாக விழுந்து கும்பிட்டான்.

"என்ன டேய் இது, வேலப்பா – மடத்தனம்! எந்திரி. எந்திரி . . . யாரடா இவன் ஒருத்தன்? முற்றத்திலே நம்ம தேவி கோயிலிலே விழுந்து கும்பிட்டாலாவது புண்யம் கிடைக்கும். ஆமா, என்ன விஷயம் இப்போ . . ?"

எழுந்து நின்றவன், பணத்தை எடுத்துக் கையில் கொடுத்தான். "நீங்க வித்தைப் படிக்க வழி காட்டினியெ. அந்த வழியிலெ நிரந்தரமா ஓரெடத்திலேர்ந்து கிடைச்ச பெரிய தொகை முதல் சம்பளம் . . ."

"ஆமா. பெரிய வித்தைக்கு வழி காட்டிட்டேன் . . . சரி. பணத்தை உங்க அப்பா கையிலே கொண்டு போய்க் கொடு. பாவம். நல்ல மனுஷன். ரொம்ப நாளா கஷ்டப்படுதாரு. இதைக் கண்டா ரொம்ப சந்தோஷப்படுவாரு. வயசுமாச்சு. இன்னும் அவரெ வீட்டிலேயே இருக்கச் சொல்லு. பஸாருக்கு அலைய விடாதே. உங்க ரெண்டு பேருக்குள்ள பாட்டுக்கு இனி இது போதும் . . ."

"ஸாமியப்போ. உங்ககிட்டே சொல்ல மறந்தே போச்சு. அப்பா வீட்டிலேருந்து போய் இன்னைக்கு மூணு நாளு ஆவுது. எங்கெ போனா எதுக்குப் போனான்னே தெரியலெ. விடியக் காலம் மூணரை நாலு மணிக்கெல்லாம் நான் எந்திரிச்சுப் போயிருவேன். கறவை எல்லாம் முடிஞ்சு மாடுகளைக் கிள்ளி ஆற்றிலே குளிப்பிக்கக் கொண்டு போறவன் கூடவே போயி அதுகளெ குளிப்பாட்டிக் கெட்டியிட்டு இங்கே வீட்டுக்கு வரும்போ அப்பா போயிருப்பா. பின்னெ நான் சாயங்காலத்தெ ஜோலியும் முடிஞ்சு ஒரு சினிமாவோ ஏதாவது பாத்திட்டுத் திண்ணையிலெதானே வந்து படுப்பேன் . . . ஆத்தியம் ஒண்ணும் கவனிக்கல்லே. ரெண்டாமெத்தே நாளு உள்ளே இருந்து ஒரு அனக்கவுமில்லே. உறக்கத்திலெ கூடக் கூடெ இருமுவா. அந்தச் சத்தமுமில்லே. மனசிலெ திக்குன்னு இருந்துது. சாடிக்கேறிக் கதவைத் தள்ளித் திறந்து பார்த்தா ஆளில்லை. நேத்து மத்தியானம், பஸாரிலே போய் எல்லாக் கடைகளிலேயும் கேட்டேன். அவங்க

ஒரோருத்தரும் திரும்பி எங்கிட்டே கேக்கா. என்ன டேய் மைனரே எங்கே உங்க அப்பான்னு? நான் என்ன சொல்ல? எங்கே போயிரப் போறா? வருவான்னு நெனைச்சேன். ஒரு துப்புமில்லெ. இன்னைக்கு மூணாச்சு ...”

“அட அண்ணேய். இவ்வளவெல்லாம் நடந்திருக்கு. ரெண்டு மூணு நாளாயிருக்கு. இங்ஙனெ இருக்கக் கூடிய எங்கிட்டெ ஒரு வாக்கு சொல்ல ஒனக்கு நேரங் கெடைக்கல்லே . . . உத்தியோகஸ்தனாயிட்டெ. போட்டும். அந்தப் பார்வதி கிட்டயோ, பப்பன், வெங்கு யாரிட்டயாவது கேட்டியா? அவங்களுக்காவது சங்கதி தெரியுமா?”

“ஆருக்கும் தெரியாது போலுக்கு. பப்ப அண்ணன் கூட எங்கெ உங்க அப்பா ஊருக்குக் கண்டா போயிருக்கான்னு கேட்டான். இல்லைன்னு மட்டும் சொன்னேன். சங்கதியையே இப்ப உங்ககிட்டதான் சொல்லுதேன் ...”

“எங்கெ போயிருப்பா? சொந்தக்காரங்க யாரு வீட்டுக்காவது போயிருப்பாளோ?”

“அப்பிடி சொந்தக்காரங்க ஆருரிக்கா? மாவேலிக்கரையிலெ ஒரு அக்கா–பெரியம்மை மக உண்டும். அவ போன வருஷமே செத்துப்போயிட்டா. இல்லாட்டாலும் இங்கியே, மணக் காட்டிலே, குரியாத்தியிலெ ஆரெல்லாமோ சொந்தப் பட்டவங்க உண்டும். ஓரெடத்துக்கும் போவ மாட்டாளே. அந்த மொரண்டு கொணந்தான் ஒங்களுக்கும் தெரியுமே ஸாமியப்பா. ஒங்க கூட நான் வந்து நிக்கேன்னுட்டு எத்தரை காலமா எங்கிட்டெ பிணங்கி நடந்தாரு . . . இப்ப இப்பொத்தானே என்ன ஏதுன்னாவது கேக்கத் தொடங்கினா?”

“ஆமா, ஏதாவது சண்டை கிண்டை போட்டாரா? இப்ப இல்லாவிட்டாலும், சமீபத்திலெ எப்பவாவது?”

“என்ன ஸாமியப்போ நீங்க... நம்ம தேவி ஸத்தியமா ஒரு வழக்கும் இல்லே ...”

“இதுக்கெல்லா ஆணை போடணுமா? சரி. விடு, நான் பஸாரிலெ ஒண்ணு கேக்கட்டும். ஏதாவது வெளியூர் பார்ட்டிகூட கொல்லமோ, கோட்டயமோ ஏதாவது போயிருப்பாளோ?”

“சேய்! அப்படி ஆளுமில்லையே, சாலைக் கம்போளம் விட்டு ஒரு பொழைப்பு, என்ன நாறப் பொழைப்புன்னு சொல்லக்கூடியவரல்லவா? உம் . . . எங்கெ போவா, வருவா நல்லப்போ சம்பளம் வாங்கின நாளு... சாயங்காலக் கறவைக்குப் போயிட்டு வாறேன். ஸாமியப்போ, நீங்க சாயங்காலம்

கோயிலுக்குப் போவும்போ ஒண்ணு பஸாரிலையும் கேட்டுப் பாத்திட்டா கொள்ளாம்...”

“சரி. நீ போடேய். எனக்கென்ன ஜோலி? நீ சொன்னாப் போல இன்னைக்கு ஒரு நாளு ஸ்ரீ கண்டேஸ்வரம் கோயிலு வேண்டாம். அப்பிடியெ சபாபதி கோயிலுக்கும் போயிட்டுப் பஸாரிலேயும் விசாரிச்சுப் பாக்கேன். எங்கெயும் போகமாட்டாரு மனுஷன். அது ஒரு சைஸான சுபாவக்காரரல்லவா. ஆருட்டையும் போய்ப் பல்லைக் காட்டி இடுப்பிலெ கட்டீட்டு நிக்க பிடிக்காத ஆளு... சரி, மணி ரெண்டாவுது. நீ போ... நான் பாக்கட்டும்...” என்று வேலப்பனுக்குத் தைர்யம் சொன்னாலும் அன்று அடுத்த நாள், அடுத்த மாசம், அடுத்த வருஷம் கூட ஆகியும், கேசுநாயர் போனவர், போனவர்தான். ஒரு துப்பும் இல்லை. “நல்ல நாயர் எலையை வித்துத் தின்னாலும் சொரணையை வித்து திங்க மாட்டான்” என்று சுய ஜாதிக் கவுரவம் பேசிய அந்த வீம்பு மனிதன் எங்குப் போனார் என்று சுவடுகூடத் தெரியவே இல்லை. ஆரம்பத்தில் போலீஸில் எல்லாம்கூட எழுதிக் கொடுத்துப் பார்த்தார்கள். பயன் அவ்வளவுதான். நினைக்கும்போதெல்லாம் ஆச்சரியமாகத்தான் இருந்தது குருஸ்வாமிக்கு. மனித வீம்பின் ஆழம் யார் கண்டது? “இதே மாதிரிதான் எங்க இனத்திலெ ஒரு பெரியவரு. பெண்டாட்டிகூடச் சண்டை. வீட்டை விட்டுப் போனவரு, பதினாலு வருஷம் கழிச்சு ராமன் வனவாசம் போய்விட்டு வந்தது போல, தாடியும் ஜடையும் முடியுமாக மறுபடியும் வந்து நிக்கிறாரு. பிறகென்ன? அதுக்கப்புறமும் ஒண்ணோ ரெண்டோ பிள்ளைகூடப் பிறந்தது...” என்று கதை சொன்னான் பாகவதர் வெங்கு.

“நீ தேடலியா வேலப்பா?” என்று கேட்டால் “தேடியாச்சு, பாத்தாச்சு. வயசான காலத்திலெ பாவி மனுஷன், என்ன ஆனாரோன்னு எனக்கும் சங்கடம்தான். அதனாலெ நானும் சாடி செத்திர முடியுமா?” என்று விஷயத்திற்கு முற்றுப் புள்ளியாயிற்று!

12

"ஸாமியப்போ!"

"என்ன டேய், வேலப்பா. உம் பொடி மீசையும் கிராப்பும், நீயும் வளந்திட்டேதான் வாறே... ஆமா, என்ன கூப்பாடெல்லாம் பலமாயிருக்கு! என்ன விஷயம்?"

"ஒண்ணுமில்லெ. ஒரு காரியம் உங்க கிட்டெ சொல்லணும். கொஞ்ச நாளா நெனைக்கேன். வந்து நிப்பேன் உங்க முகத்தைப் பாக்கும்போ பயமாயிருக்கும். போயிருவேன். ஆனா—இன்னைக்கு எப்பிடியும் சொல்லித்தான் தீரணும்னா உறைச்சாச்சு... இல்லாட்டாலும் எனக்கு வேறெ ஆரு இருக்கா? உங்ககிட்டதான் சொல்லணும்...

"டேய் இப்போ உன்னெ பாக்கும்போ எப்பிடி இருக்கு தெரியுமா? அசல், சினிமாப் படத்திலெ நீ காணிக்கக்கூடிய சிவாஜிகணேசனைப் போல இருக்கே. மீசையும் கிராப்பும் பிடிபிடின்னு வலிய ஆளாயிட்டு வளந்திட்டே..."

"ஸாமியப்போ நீங்க எப்பிடி அறிஞ்சியோ?"

"என்னடேய்! கொஞ்ச நேரமாயிட்டு வாலும் தும்பும் இல்லாமெ என்னத்தையெல்லாமோ சொல்லீட்டு நிக்கே... எதை நான் அறிஞ்சதா கேக்கே..?"

"இல்லெ, பண்ணை வீட்டிலெ அந்த ராணியும் இப்பிடித்தான் சொல்லுதா..."

"என்னன்னு?"

"என்னையெப் பாத்தா சிவாஜியைப் போல இருக்குதுன்னு..."

"எப்பிடி எப்பிடி, உன்னையெப் பார்த்து, தாஸுக்குத் தங்கச்சி அந்த ராணிப் பிள்ளை.

கிருஷ்ணப் பருந்து

83

உங்களென்னு ரொம்ப மரியாதையான வார்த்தையெல்லாம் பேசுதாளா? டேய் வேலப்பன் நாயரே! சொல்லு சொல்லு கேக்கட்டும்...”

“அது ரொம்ப ஃப்ரீயாயிட்டு எல்லாம் வந்து பேசும். பரியாசம் அடிக்கும். அய்யோ! மஹா சுட்டித் தலையாக்கும். நம்மளெக் கண்டா போதும். எப்பப் பாத்தாலும் சினிமா காரியங்கள்தான். சித்ராவிலெ என்ன சினிமா, நியூவிலெ நடந்த அம்பிகாபதி படம் போயாச்சு. ஓனக்குப் பத்மினியெ பிடிக்குமா, சாவித்திரியெ பிடிக்குமா? மொதல்லே எல்லாம் எனக்கு, உங்களாணெ ஸாமியப்பா. இந்த வெறயலாக்கும் நாக்கு கொளறும். பலபலா வெடியக்காலம், தொழுத்துப் பக்கத்திலெ மாட்டுக்குக் கிட்டெ வந்து தொட்டும் தொடாம நிப்பா. வேலைக்காரிமாரு எல்லாம் கூட ஒரு மாதிரி பாப்பா... எனக்குத்தான் ஒரு மாதிரி இருக்கும். அதுக்கானா ஒண்ணுமில்லே. ஒரு நா காலம்பரே அது இப்பிடிப் பரியாசம் அடிச்சிட்டு நிக்கும்போ தாஸ் முதலாளி பல் தேய்ச்ச பிரஷூம் கையுமா வந்திட்டா. “என்ன ராணீன்னு கேக்கா” “பாத்தியாண்ணே இந்த வேலப்பனெ! எனக்குக் கறந்த பதையோட இந்த மொந்தை நெறச்சுப் பாலை ஊத்தச் சொல்லுதேன். ஊத்த மாட்டானாம். அளவு கொறஞ்சு போவுமாம் சொல்லுதான். “என்ன டேய் வேலப்பா. ஊத்திக் கொடு. இவ ஒரு கொதி பிடிச்ச பெண்ணாக்கும். இப்பிடித்தான் நிப்பா... கொடு கொடு” என்று சொல்லிவிட்டு அவரு போனதுதான் உண்டும். இவங்க கெடந்து சிரியோடு சிரி. இப்பிடித்தான் வலிய வால்தனம்”.

“டேய் படவா! தொலைச்சிட்டே போலுருக்கே. உம் சொல்லு, இனியும் என்னவெல்லாம் காரியங்கள் நடந்துது... சொல்லு, கேக்கட்டும்”.

“நல்லா தமாஷா பேசின கூட்டத்திலெ – வேலப்பன் நாயரே! உங்களுக்கு வயசெத்தனை ஆச்சுன்னு திடீருன்னு கேட்டா. வயசு இருவத்திரெண்டு ஆச்சுன்னு சொன்னேன். அப்பிடீன்னா ஒடனேயே பொண்ணு கேட்டீர வேண்டியதுதான்னா. அதுக்கு நான் சொல்லுவேன்: எனக்கிப்பம் என்ன அவசரம்? உங்களுக்குத்தான் வயது இருபதுக்கு மேல இருக்குமே... அய்யாட்டெ சொல்லணும். உடனேயே கல்யாணம் பாக்க. நான் வேணுமானா சின்ன முதலாளிகிட்டெ ஒண்ணு சொல்லட்டா என்று கேட்டதுக்குச் சொல்லு, ஆனா நம்ம ரெண்டு பேருக்கும் கல்யாணம் கழிச்சுத் தரணும்னு கேக்க தைர்யமிருந்தா சொல்லுன்னு ஒரு பெரிய பாறையைத் தூக்கிப் போட்டது மாதிரி போட்டாளே பாக்கணும். என் உயிரு ஒரு

க்ஷணத்துக்குப் போயிட்டுதான் வந்தது. என்ன மலச்சு போய் நிக்கே, நான் அப்பிடித்தான் கேக்கப் போறேன்னு சொல்லி – ஒரு ஒளிவு மறைவு இல்லாமெ, சிரியோ சிரியோன்னு சிரிக்கா. ரொம்ப சின்னக் கொழந்தை மாதிரி. என்ன சொல்லுதோம் ஏது சொல்லுதோம்னு ஒரு வீண்டு விசாரம் ஒண்ணும் இல்லெ . . . அன்னைக்கு ஒருக்கெ, தேவதாஸ் மூணுமத்தெ தடவெ புதிய காபி படம் வந்திருந்தப்போ நான் செகண்டு ஷோ பாக்கப் போயிருந்தேன். அன்னைக்குன்னு பாத்து, ராணி அவ்வொ அண்ணன்மாரு ரெண்டு பேரு பின்னெ, மேட்டூரிலெ கெட்டிக் கொடுத்திருக்கே அவங்க அக்கா மூத்த அக்கா சைரந்திரிதேவின்னு பேருள்ளவங்க. அவங்களும் அவங்களுக்கே ரெண்டு மூணு பிள்ளைகளும் எல்லாமாயிட்டு, பால்கனி டிக்கட் நிறையா வந்திருந்தா. இண்டிரீலுக்கு நான் வெளியே வந்தப்போ கான்டீனுக்குக் கிட்ட வச்சு இந்த ராணி என்னையே கண்டு கூப்பிட்டா. காபி குடியேன்னு வாங்கித் தந்துவிட்டு; அக்காகாரிக்கிட்டெ நம்ம பால்பண்ணை ஆளு. ரொம்ப நல்லவன் மாதிரி. சினிமா ஒண்ணு விடமாட்டான் போலிருக்கு என்று சொல்லிவிட்டு, பால்கனியிலே வந்து இருக்கக் கூப்பிட்டா. எனக்குன்னா மறுத்து ஒண்ணும் சொல்ல முடியல்லே. அவங்க அக்காகூட வித்தியாசமோ பவரோ ஒண்ணுமே இல்லாமெ "வாயேன் பால்கனியிலெ எங்ககூட இருந்தாலும் படம் தெரியும்"னு சொன்னப்போ கூடப் போனேன். இந்த ராணி பக்கத்திலெதான் எடமிருந்தது. அவங்களெல்லாம் படிச்சவங்க. ஒரு கூச்சம் குறச்சலு ஒண்ணுமே இல்லெ. நான் அறச்சு அறச்சுக் கிட்டத்திலெ இருந்தேன். அய்யோ ஸாமியப்பா, படம் தொடங்கினதிலிருந்து, இந்த ராணி கதை சொல்லுதா. அவங்க அக்கா கூடப் பேசுது மாதிரி எல்லாம் எங்கிட்டெ. ஒண்ணு ரெண்டு தடவெ கையைப் பிடிச்சுக் கிள்ளிவிட்டா. அய்யோ! இப்பிடி ஒரு குஸ்ருதி உண்டுமா? . . . அடுத்த நாள் காலத்தெ கறவைக்கு வந்தப்போ சொல்லுதா. "வேலு நாயர் சினிமா தியேட்டரிலே என்னெ இருக்க விடலியே . . ." அப்பிடீங்கா . . . சும்மா பரியாசமாயிருந்தாலும், இல்லாததைச் சொல்லும்போ, நமக்குத் திடீர்னு கோவம் வந்திரும். இனிமேக் கொண்டு இந்த மாதிரி வேண்டாதனமெல்லாம் நம்மகிட்டெ பேசக்கூடாதின்னு, கொஞ்சம் முறிச்சே பேசீட்டேன். ஆனா அதிலெ இருந்துதான் எப்பப் பார்த்தாலும் பரியாசம். எதுக்கெடுத்தாலும் சிரிப்பு . . . இப்பொ இப்பொ, அது ஏதாவதொண்ணு நோண்டி சொல்லாமெ இருந்தா நமக்கும் ஒரு மாதிரி ஆயிருது. ஒண்ணும் ஓடாது. ஒறக்கம்கூட வராது . . ."

"உம். ஓஹோ அவ்வளவு தூரம் ஆயாச்சா? டேய் வேலப்பா! எங்கிட்டேயே வந்து எவ்வளவு நிசாரம் போலச் சொல்லுதே.

அவ்வளவு தூரம் நிலெமறந்து போயாச்சுது. பத்து இருபத்திரண்டு வயசு கழுதைக்கு ஆனதுபோல ஆயாச்சுது. உம். ஆழம் அறியாமெ எடுத்துச் சாடீராதே. திங்கக் கூடியெ சோத்திலெ மண்ணெ அள்ளிப் போட்டுக்கிடாதெ. அதெல்லாம் போயிட்டு, நம்மபேரைக் கெடுத்திராதே. என்னதான் ஆயிருக்குதுன்னு அறியத்தான் தூண்டித் தூண்டிக் கேட்டேன்... டேய் ராஸ்கல்! என்கிட்டே சொன்னது போட்டும்... ஒன்னையெல்லாம் வைக்க வேண்டிய இடத்திலெ வச்சிருந்தா இவ்வளவு தூரம் ஆயிருக்காது..."

வேலப்பன் கொஞ்ச நேரம் தரையைப் பார்த்துக் கொண்டு பேசாமலிருந்தான். அழுகிறானா? பெரியவன் ஆகிவிட்டான். இருந்தாலும் பயமிருக்கிறது. பாவம் நல்லவன் என்று தோன்றியது குருஸ்வாமிக்கு.

"ஸாமியப்பா! நீங்களும் இப்பிடியா சொல்லுதியோ? எங்க சுப்பு அம்மையிருந்தா இப்போ இப்பிடிச் சொல்லியிருப்பாளோ? எனக்கிப்போ ஆருமில்லெ. பெற்ற தள்ளையெ ஓர்மகூட இல்லெ. வளத்த தாயி – தீயெ வாரி இட்டிட்டுப் போயிட்டா. அப்பன்காரன் இருந்தப்பவும் ஒரு போலதான் – இப்ப போன இடம் தெரியாத்தப்பவும் ஒரு போலதான். கடைசியிலெ, நீங்க ஓராளுதான் – என்ன இத்தரை உள்ளப்பமே கூடெக் கொண்டு நடந்து, வளத்தி ஆளாக்கி எல்லாம் விட்ட ஆளு. என் மனசு நல்ல போல அறிஞ்ச ஒரு தெய்வத்துக்கு ஒப்பமான ஆளாயிட்டு நெனைச்சிருந்தேன் ... போச்சு ..."

"டேய் டேய். நிறுத்து. ஒப்பாரி வைக்க வரட்டும். கண்ட கண்ட சினிமாயெல்லாம் பார்த்துப் பார்த்து நல்லா தமிழ் பேசவும் டயலாக்கடிக்கவும் படிச்சிட்டே. இருக்கட்டும். சொல்லு. சங்கதியே முழுக்கச் சொல்லு. அந்தப் பிள்ளெ ராணி இப்போ என்ன சொல்லுது... என்னடா இது? விளையாட்டுக் காரியமா? அது எப்பிடிப்பட்ட இடம்... விளையாடுதா அந்தப் பொண்ணு..?"

வேலப்பன் சட்டென்று வேஷ்டி மடியில் மறைத்து வைத்திருந்த சுருட்டிய காகித மடிப்பை எடுத்துக் குருஸ்வாமியிடம் கொடுத்துவிட்டு, சரேலென்று மொட்டை மாடிப் படியிறங்கிப் போய்விட்டான்.

அன்புள்ள வேலப்பனுக்கு,

> இனி என்னெக்கொண்டு முடியாது. நீ வெறும் பயந்த ஆளாயிருந்தால் எப்பிடி. அண்ணனும் அப்பாவும் செங்கோட்டையிலிருந்து ஒரு மாப்பிள்ளைத்தரம் வந்ததைப் பற்றிப் பேசித் தீருமானிச்சிருவாபோல இருக்கு. நீ இப்பிடி இருந்தா எப்பிடி? நீ மட்டும்

தைர்யம் சொன்னால்–உன் கூட எந்த நரகத்துக்கு வேணுமானாலும் எந்த பாதி ராத்திரியிலும் இறங்கி வரத் தயாராயிருக்கிறேன். எனக்குப் பணமும், அந்தஸ்தும் ஒண்ணும் வேண்டாம். நீ தான் வேண்டும். அதனாலே நாள் கடத்தாமல் நல்லதொரு தீர்மானத்துக்கு வா... எனக்கு ஒண்ணும் எழுதத்தோணலே. இதை எழுதும் போதும் நீதான் கண்ணும் மனசும் நெறைச்சு நிக்கே. சும்மா பரியாசம் சொல்லிச் சொல்லி இந்த மாதிரி காரியமான சங்கதியே நேரிலெ சொல்லக் கூச்சமாக இருந்தது. இனி என்னெக் கொண்டு முடியாது. உடனேயே மறுபடி சொல்லு...

உனதுபிரியமுள்ள
ராணி..."

படித்து முடித்தபோதுதான் காரியத்தின் கௌரவம் குருஸ்வாமியின் மனதைக் குத்தியது. "அடப் பாவி கெடுத்தே விட்டே போலிருக்கே..." என்று எண்ணி நிமிரஅந்தப் பாவி" நிற்கிறான்.

"படிச்சாச்சா ஸாமியப்போ?" மறுபடியும் படியேறி வந்து எதிரே நிற்கும் வேலப்பனை வைத்த கண் வாங்காமல் முறைத்துப் பார்த்தார் குருஸ்வாமி. அவனது கண்களில் கண்ணீர் நிறைந்து, முகமும் சிவந்து, உதடுகள் படபடத்தன. வாய்விட்டு, இதோ இப்பொழுது ஓவென்று அழுதுவிடுவான் போலிருந்தது.

"இப்போ கண்ணு செவந்து என்ன புண்ணியம்? இவ்வளவு தூரம் ஆயிருக்குது. சொல்லு. நீதான் சொல்லு. நீட்டி வளைச்சுப் பெரிய ஆதர்ச பிரேமம்னு எழுதியிருக்காளே இப்போ என்ன சொல்லப் போறே?"

அழுதுவிட்டான் வேலப்பன்.

"ஸாமியப்போ. எனக்கு ஒண்ணுமே தோணலே..." மாலை மாலையாகக் கண்ணீர் பெருகியது.

"உம், நான் தாஸைப் பார்க்கட்டும். சீக்கிரமா நல்ல இடமாப் பாத்து உடனேயே கல்யாணம் செய்து வைக்கச் சொல்லுதேன். மடப்பயக்க, படிக்கக்கூடிய அந்தக் காலத்திலேயே இப்படித்தான். பணம் பணம்னு ஒற்ற விசாரந்தான் அவனுகளுக்கு. இதே மாதிரிதான்–மூத்த சைரந்திரிக்கு இருபத்தியெட்டோ முப்பதோ வயசிலெதான் அவங்க அந்தஸ்துக்குச் சரியான இடம் அமஞ்சுதுன்னு கல்யாணம் பண்ணினா. இப்பவும் அந்தஸ்தும்,

ஐவேசும் பாத்துக்கிட்டு இருக்கானுக போலுருக்கு... அதுக்குள்ளியும் இந்தப் பொண்ணு இப்பிடி நிக்கிது. இன்னைக்கு அந்த தாஸைக் கண்டு ரெண்டிலே ஒண்ணு தீருமானிச்சிருதேன் ..."

"ஸாமியப்போ .. ?"

"என்னா ?"

"ரெண்டிலெ ஒண்ணுன்னு நீங்க சொல்லக்கூடிய ரெண்டாமத்த காரியம் வேண்டாம். ஒண்ணுமத்ததே இருக்கட்டும்.

"டேய் வெவஸ்தை கெட்டப்பயலே. என்ன சொல்லுதே? ஒனக்கும் அந்தப் பொட்டைப் பெண்ணைப் போலப் புத்தி கலங்கிப் போச்சா .. ?"

"ஆமா !"

"என்னது ஓமா .. ?"

வேலு கண்களைத் துடைத்துக் கொண்டு திடமாக நின்றான்.

"எனக்கும் அந்தப் பொண்ணுக்க மனசு போலதான் ..."

சட்டென்று ஸ்தம்பித்துப் போய், கொஞ்ச நேரம் இருந்துவிட்டார் குருஸ்வாமி.

" ... பெரிய இடத்துப் பெண். செல்லமும் செழிப்புமாக வளரக்கூடியது. கஷ்ட நஷ்டம் பின் விளைவுகள் பற்றி என்ன தெரியும்? கண்ட கண்ட சினிமா, பத்திரிகைக் கதைகளைப் படிச்சிட்டு, காதல் பிரேமைன்னு கற்பனையில் மிதக்கிறது. பெரிய பண்ணை உலகம், பங்களா சுகபோகம், சுற்றத்தை விட்டால் வேறு உலகம் அறியாத அந்தப் பெண்ணிற்குத்தான் தெரியாது என்றால், இவன், தடிமாடன் புத்தி எங்கே போய்விட்டது? இதென்ன அம்பிகாபதி அமராவதி காலமா? தாஸ் குடும்பத்தைப் பற்றி இவனுக்கும் ஒன்றும் தெரியாது. என்ன தைர்யமிருந்தால் அந்தப் பெண் மனசுதான் எனக்கும்னு சொல்ல வரும். அவர்களது அப்பா மாதிரி இல்லாமல் தாஸும் சகோதரர்களும் வேலைக்காரர்களிடமெல்லாம் சுமுகமாகப் பழகுவார்கள். முதலாளி பாவம் கொஞ்சவுமில்லாமல் சர்வ சாதாரணமாக இருப்பார்கள். இதனாலெல்லாம் இவன் இளக்காரம் கண்டுவிட்டுப் பிரேம கீதம் படிக்கிறான் . . . வெட்டிப் புதைச்சிட்டு இப்பிடி ஒரு ஆளே இல்லைன்னு சொல்லிவிடும் குடும்ப சக்தியாயிற்றே அது. இந்தப் பையனுக்கு இடம் கொடுத்தது எவ்வளவு தப்பாகப் போய்விட்டது. உம் ... என்ன செய்யலாம் .. ?"

"வேலப்பா! நீ உன்னைப் பற்றிக் கொஞ்சமாவது நினைச்சுப் பாத்திட்டுதான் உன் மனசைப் பத்திச் சொல்லுதியா? நீ ஆரு அவங்க யாரு. எனமோ ஜனமோ கூட இல்லெ. மலையாளியும் தமிழச்சியும் சேரக்கூடியது இங்கெ புதிசு இல்லாட்டாலும், அவங்க எப்பேர்ப்பட்ட ஆட்கள்? குடும்பம் என்ன? ஏணி வச்சு ஏறீரக் கூடிய காரியமா? இதென்ன மாடு ஈனின மெக்கா நாள் பால் கறக்கப் போய் குத்த வைக்கிற மாதிரின்னு நெனைச்சுக்கிட்டியா? இது கோயில் மாடு. ஈனவும் செய்யாது. உன்னாலெ கறந்து ஊத்தவும் முடியாது. பேசாமெ அங்கெ உள்ள அந்த ஜோலியை விட்டிட்டு வா. பாவம், அது சின்னப் பொண்ணு. ஊர் உலகம் தெரியாமெ சொப்பனம் காணுது. அதை நான், தாஸிட்டெ சொல்லி வெளிக்கு வெளி தெரியாமெ வேறொரு கல்யாணத்தைச் செய்து வைக்கச் சொல்லுதேன். இப்போ நீ நம்ம மானத்தை வாங்கீருவே போலிருக்கே டேய்..."

"ஸாமியப்போ?"

"உம். இனியென்ன?"

"நாங்க தீருமானிச்சாச்சு. நீங்ககூடக் கை விட்டா நாளைக்கு நேரம் விடியும் போ எங்க ரெண்டு பேரு சவமும் கோயில் குளத்திலெ மிதக்கும்..."

"அப்போ எல்லாம், நீங்களாயிற்று தீர்மானிச்சு வச்சு பிற்பாடுதான் இந்த லட்டரைக் காட்டினதும் மற்றதெல்லாமா?"

"லெட்டரைக் காட்டினது, உங்ககிட்டெ காரியத்தைச் சொல்லத் தெரியாமெதான்..."

"உம். அவ்வளவு தூரம் ஆயாச்சுதுன்னா ரெண்டு பேரும் குளத்திலெ விழுந்து சாவதைத் தவிர வேறெ வழி இல்லெ..." சொல்லிவிட்டு, சட்டென்று பூஜை அறையுள் போய் கதவைச் சாத்திக் கொண்டார் குருஸ்வாமி.

வேலப்பன் வெகு நேரம் அங்கேயே அமர்ந்திருந்தான். பிறகு "எப்போ வேணும்னாலும் வெளியே வரட்டும்" என்ற மனச் சோர்வுடன் படியிறங்கிப் போனான்.

அவன் போன மறுகணமே கதவைத் திறந்து கொண்டு வெளியே வந்த குருஸ்வாமியின் முகத்தில் புன்னகை நிறைந்திருந்தது.

13

ஒருநாள் அதிகாலைப் பொழுதில் தேவி கோயில் திருசன்னதியில், வேலப்பன் ராணியின் கழுத்தில் மஞ்சள் சரடைக் கட்டினான். பொல பொலவென்ற வைகறை இருட்டும், இளம் காற்றும் சிமிண்டு திண்ணை ஓரத்தில் அம்போவென்று ஒன்றும் தெரியாமல் பரக்கப் பரக்க விழித்துக் கொண்டு நின்ற பார்வதியும், தேவி சன்னதியின் ஒற்றை விளக்கும்தான் சாட்சி. "வேலப்பா! நின்று நேரம் கடத்த வேண்டாம். தம்பானூர் பஸ் நிலையம் போனதும் முதல் பஸ், காலை அஞ்சு மணிக்குள்ள நாகர்கோவில் பஸ்தான் முன்னாலெ நிக்கும். புக் செய்த டிக்கட்டை எடுத்துப் பத்திரமா வச்சிருக்கேல்லா... நாகர்கோவில் போய் அங்கிருந்து நேரா மதுரைக்குப் பஸ் இருக்கு... நான் சொன்னதெல்லாம் ஞாபகம் வச்சுக்கோ... என்னம்மா, ராணியம்மா! நீ படிச்சவ. சும்மா புதுப் பெண் கிறக்கத்திலெ கண்ணை மூடிக்கிட்டு இருந்திராதே. சமயோசிதமா புத்திசாலித்தனமா நடந்துக்கிடணும். இங்கெ இனி உன் அண்ணனும் அப்பாவும் படை திரட்டிட்டுதான் வருவா. என்ன வந்தாலும் எனக்கினி என்ன தலையா போயிரப் போவுது..? பார்த்துக்கிடுவேன். தேவி இந்த முற்றத்திலெ உள்ள காலம் எனக்கென்ன பயம்? உம்... கும்பிட்டிட்டுப் புறப்படுங்க... பப்பன் வெளிலெ நிக்கான். பஸ் ஸ்டாண்டு வரை வருவான்... உம். சீக்கிரம் அங்கே இவளெக் காணாமெ ஆராவது தேடிட்டு வாறதானா நேரா இங்கெதான் வருவா... அவங்களுக்கும் ஏதோ கொஞ்சம் சந்தேகம் வந்திருக்குன்னு இவன்தானே சொன்னான்..."

ராணியும் வேலப்பனும் பேசிக் கொண்டே நின்றிருந்த குருஸ்வாமியின் காலில் விழுந்து கும்பிட்டார்கள். "டேய்! இந்தச் சம்பிரதாயங்களுக் கெல்லாம் இப்ப நேரமில்லெ. தேவியைக்

கும்பிடச் சொன்னா இதென்ன வேண்டாத்த வேலை... புறப்படு ராணியம்மா. நீதான் இவனுக்குள்ள இந்தச் சாவேரி மட்டையெல்லாம் மாற்றணும். என்ன இது கண்ணைத் துடைச்சுக்கோ. ஒரு குறைவும் வராது. எல்லாம் தேவி அம்மை துணை இருப்பா... அய்யய்யோ கோழி கூவுது. நேரம் ஆயிட்டிருக்கு. புறப்படுங்க..."

வேலப்பனும் ராணியும் புது மணத் தம்பதிகளாகக் கோயில் நடை இறங்கித் தெருவில் வந்தபோது, பப்பனும், வெங்குவும் தயாராக நின்றிருந்தனர். "சீக்கிரம் மணி நாலரை ஆயாச்சு..." என்று மெதுவாக முணுமுணுத்தான் வெங்கு. அவர்கள் கமுகு விளாகம் தெருவைத் தாண்டிப் போய்விட்டதாகப் பார்வதி வந்து சொல்லும் போதும் திக்பிரமை பிடித்தவராகத் தேவி சன்னிதியிலேயே நின்றிருந்தார் குரு. "என்ன தைர்யத்தில் நாம் இப்படி நடந்து கொண்டோம்? அவ்வளவு பெரிய குடும்பத்திற்குத் தான் காரணமாக, இட்டு நிரப்ப முடியாத ஒரு களங்கம் ஏற்பட்டிருக்கிறது. நாளை தாஸ் தன் முன்னால் வந்து நிற்கும்போது அவன் முகத்தை எந்தத் தைர்யத்தில் நிமிர்ந்து பார்த்திட முடியும்? காதல் என்ற புனித வேகத்திற்கு மதிப்பளித்தா தான் இந்தச் செயலில் ஈடுபட்டது? என்ன புனிதம்? தாஸிடம் கொஞ்சம் கலந்து பேசியிருக்கலாம். செய்யவில்லை. அந்த மாதிரி எதுவுமே செய்யாமல் திடுதிப்பென்று திட்டங்களை உருவாக்கி உலகம் தெரியாத அந்தப் பெண்ணையும் அப்பாவியான அவனையும் தன் உதவியால் வெளியே அனுப்பிவிட்டுச் சாதனை புரிந்தவன் போல நிமிர்ந்து கொண்டு, தேவி சன்னதியில் தன் மனதிலும் ஏதோ ஒரு வக்ரம் வளைய வருகிறது. அந்த வக்ரத்தின் தினவைப் போக்கிக் கொள்ள இந்தச் செயல் பயன்பட்டிருக்கிறது... இல்லை. அப்படியே இல்லை... ஆமாம் அப்படியேதான்... எங்கேயோ நாய்கள் நாலைந்தாகச் சேர்ந்து கொண்டு சண்டைபோடும் களேபரம் காலையின் அமைதியைக் கீறிக் கொண்டு கேட்கிறது. ஆரியசாலை கோயிலின் ஒலி பெருக்கியிலிருந்து சுப்ரபாதம் பொழியத் தொடங்கிற்று... "ஸாமியே! விளக்கிலெ எண்ணெயில்லாமெ அணையப் போவுது. தானா அணையுதுக்கு மிந்தி அணைச்சிரட்டா..." என்ற பார்வதியின் குரல் மறுபடியும் குருஸ்வாமியை உணர்த்தியது. "ஆமா, விளக்கை அணைச்சிட்டுப் போ. எண்ணெயில்லாமெ தன்னாலெ அணையண்டாம்" என்று சொல்லிவிட்டுக் குருஸ்வாமி தனது மொட்டை மாடிப் படிகள் ஏறினார். உதயம் ஆகிக் கொண்டிருந்தது.

வேலப்பனும் ராணியும் ஒரு மாசம் வரையில் வெளியூரில் தலைமறைவாக இருந்தார்கள். ராணி குடும்பம், ராஜரீக பலம் கொண்டதாயிற்றே. மதுரையில் ஒரு விடுதியிலிருந்து இரண்டு

பேரையும் கண்டுபிடித்தது. தங்கள் வீட்டுப் பெண்ணை ஏராளமான நகைகளுடன் வேலைக்காரன் ஒருவன் கடத்திக் கொண்டு போய்விட்டான் என்று போலீஸ், கோர்ட்டு என வன்மம் பெருக்கெடுத்தபோது, மேஜரான பெண்ணின் விருப்பம் செல்லுபடியாகும் என்று தீர்ப்பளித்துவிட்டார்கள். "எங்கேயோ தொலைஞ்சு போ. இப்பிடி ஒண்ணு எங்களுக்கு இல்லவே இல்லையென்று இந்த வழியாகத் திருச்செந்தூர் போய் மொட்டையிட்டுக் குளித்து முழுகிவிட்டுப் போகிறோம்" என்று தாஸும் சொந்தக்காரர்களும் அவமானத்தையும், வீறாப்பையும், கர்வத்தையும், பண மமதையையும் சுமந்துகொண்டு திரும்பிவந்தார்கள். "இவன் – இந்தக் கள்ளத் தாடிக்காரன் குருஸ்வாமிதான் இவ்வளவுக்கும் காரணக்காரன். சாலையிலே அல்லவா குடியிருக்கான். கொஞ்சம் கூலிக்காரப் பயக்களெ படை சேத்து வச்சிருக்கிறான். அந்த தைர்யம். அவன் அறியாமல் இதொண்ணுகூட நடந்திருக்காது. ஒரு மாசமெல்லாம் அந்தப் பெண்ணையும் கொண்டு வெளியூரிலே ஹனிமூன் கொண்டாடணும்னா அந்தப் பக்கப் பலம்தான். தடிமாடன் இன்னும் சாலையிலேதானே இருக்கான். நானும் தமிழனா இருந்தாலும் மலையாளத்து மண்ணிலெதானே ஜனிச்சேன். அந்த வெள்ளாம் பயலை ஒரு கை பாத்திருதேன்" என்றெல்லாம் கோபதாபங்கள் கொஞ்ச நாள் கொடி கட்டியது. ஒருநாள் தோப்புவிளை வட்டத்தில் "எங்கே அந்தக் கபட சன்னியாசி?" என்றவாறு வள்ளியூரிலிருந்தும், ஆரல்வாய்மொழியிலிருந்தும் கூலிக்கு அமர்த்திய பத்து முப்பது மறவர்கள், வேல் கம்பு கப்படாக்கள் சகிதமாக வந்து கூப்பாடு போட்டனர்.

சாலை வட்டமல்லவா? பப்பன் தோப்புவிளை தெற்குப் புறத்துச் சேட்டின் முருக்க முள்வேலிப் படப்பைப் பிரித்துத் தாண்டி பஸாருக்கு ஓடினான். யூனியன் ஆபீஸிலும் பார்ட்டி ஆபீசிலும் போய்ச் சொன்னான். "நம்ம ஸாமியை வெட்ட பாண்டியிலிருந்து மறவப்படை வந்து பகளம் கூட்டுது. ஓடி வாங்கோ ஓடி வாங்கோ . . ." மணிக்கூறுக்குள் முடுக்குத் தெருவில் ஆள் கூடிவிட்டது. கொடிக் கம்புகள், கத்தி, அரிவாள், இன்குலாப் கோஷத்துடன் நிறைந்துவிட்டார்கள். நல்லவேளை, ரணகளமாவதற்குள் யாரோ போன் செய்து போலீஸ் படை வந்ததினால் மிகப்பெரிய ஒரு கோஷ்டிக் கலவரம் நடைபெறாமல் சாந்தமாயிற்று.

"அவ்வளவு தூரம் ஆகிவிட்டதா அந்தப் புளிச்ச வெண்ணெய்க் கடைக்காரனுக்கு? அப்படியானால் அந்த நாயர் பையனும், அந்தப் பெண்ணும் இனிமேற்கொண்டு, இந்தத் தோப்புவிளையில் பழைய அவன் வீட்டிலேயே குடியிருக்கப்

போகிறா. எவன் தலை போவுதுன்னு பார்ப்போம்" என்ற குருஸ்வாமி வீறாப்புடன் மதுரையிலிருந்த வேலப்பன் ஜோடிக்கு ஆள் போய் கூட்டிக் கொண்டு வந்தார்கள்.

தோப்புவிளையில் அவர்கள் புதுக்குடித்தனம் திருவிழா போல ஆரம்பமாகியது. எல்லாவற்றிற்கும் சூத்திரதாரியாகக் குருஸ்வாமிதான் விளங்கினார் என்றாலும், எப்படி ஏது என்று உள்ளோட்டம் யாருக்குமே தெரியாது. குரு எங்கேனும் போவது போலவோ, யாரையேனும் ஏற்பாடு செய்வது போலவோ ஒன்றுமே தெரியாது.

"ஸ்வாமி உங்க வேலப்பன் பயல் அந்தப் பண்ணை வீட்டுப் பெண்ணையும் கூட்டிக்கிட்டு எங்கேயோ ஓடிப் போயிற்றானாமே? இருந்து இருந்து உங்க பெயரல்லவா நாறுது. நன்னியில்லாத பய..." என்று யாராவது மூன்றாவது நபர்கள் அனுதாபச் சாட்டுதல் நடத்துவார்கள்.

அவனைத் திரும்பிப் பார்த்து, ஒரு புன்னகை செய்துவிட்டு நேராகப் போய் மொட்டை மாடியிலேயே நிற்பார். தூரத்தில் அந்த மரத்தில் வந்தமரும் வெள்ளைப் பருந்து வருவது வரையில் அங்கேயே நிற்பார். நெடு நேரத்திற்குப் பின்பு அந்தக் குருட்டாம் பருந்து கிளையில் வந்து அமர்ந்ததும் ஆர்வமுடன் கண்கள் விரிய பார்ப்பார்... பார்வை மட்டும். அவ்வளவுதான். உள்ளே போய்விடுவார். பிறகு – மறுநாள் காலையில் பார்வதி முற்றம் கூட்ட, பாத்திர பண்டம் எடுத்துச் சுத்தம் செய்யப் போகும்போது, குருஸ்வாமி எழுந்து சூரிய தியானத்தில் நிற்பார். அல்லது தேவி கோயிலின் சுவரோவியங்களில் லயித்திருப்பார்.

"காலம் எப்படியெல்லாம் நிழல் விளையாட்டு விளையாடி முடிக்கிறது... இன்று ராணிக்கு ஆண் குழந்தை பிறந்து இந்தத் தேவி சன்னிதியில் பாண்டசுத்தியும் நடந்து முடிந்துவிட்டது. வேலப்பன் யாரோ கரிக்கடைத் தெரு பெண்ணைப் பார்த்துச் சிரிப்பதை ரவி கேலி செய்கிறான். குளத்து நீர்மேல் கல்லை இட்டால் பாசி விலகி, கல் நீருக்குள்ளே போனதும் பாசி மறுபடியும் குளத்து நீரை மூடிக்கொள்வதற்குப் பெண் சம்பந்தமான உதாரணம் சொல்வார்கள். அதுபோல்தான் ஆயிற்று வேலப்பனின் காரியம். ராணி ஒரு குழந்தைக்குத் தாயாகிய உடன் அவன் நாட்டம் தடுமாறுகிறதோ? ஏன் அப்படி நினைக்க வேண்டும்? பூஜை அறையில் வெகு நேரம் கண் மூடிய நிலையில் அமர்ந்து பழசையெல்லாம் உருவேற்றித் தரிசித்துவிட்டு வெளியே வந்து பார்த்த போது, ரவி–ஓவியக்காரன் அமர்ந்திருக்கிறான். சுவரிலுள்ள ஒவ்வொரு படத்தையும் அன்று புதிதாகப் பார்ப்பது போலப் பார்த்துக் கொண்டிருக்கிறான்!

14

மழைக்காலம் வந்துவிட்டாலே, இயற்கை நாணம் குலுங்கிக் கொண்டு; தென்னை ஓலைகளால், பசுமர இலைகளால் பசேலென்று தலைகுனிந்து, எவ்வளவு நளினமாகப் பருவக் கிளுகிளுப்பைக் காட்டுகிறது. மலையாள நாட்டின் பருவகாலங்கள் ஒவ்வொன்றும் நளினப் புன்னகைதானே? அதனால்தானே மலையாளக் கவிஞன் பாடினான்.

மஞ்ஞுகாலம் வரும் நேரம்
மாவு தோறும் பூவுகாணாம்
மஞ்ஞு நீங்ஙி வேனலாயால்
மாம்பழத்தின் காலமாயி
வேனல் போயி – மழ வன்நால்
பின்னெ வள்ளம் களிதன்னெ.

மஞ்ஞுகாலம் என்ற பனிக்காலம் மாமரங்கள் எங்கணும் பூங்கொத்துக்களாம். பனி நாள் போய் வெயில் காலம் வந்தால் கொழிக்கும் மாம்பழக் காலம். வேனில் போய் கொட்டோவென்று மாமழை தோன்றிடில், உற்சாகத் திமிர்ப்பின் ஓட விளையாட்டு. அப்பா! அனுபவித்துப் பாடிய கவிஞனை என்ன சொல்லி வாழ்த்துவது? உண்மையில் மலையாளத்தின் ஒவ்வொரு காரியமும், ஒவ்வொரு மனிதர்களும், கவிதை நிரம்பியதுதான். மான் போல ஆண்கள் – அன்னப்பேடை போலப் பெண்கள், வெண் மேகம் போல எங்கும் மெழுகிய பரிசுத்தம்.

ஓஹோவென்ற கூக்குரல் இல்லாமல், கொஞ்சம் உரத்துப் பேசுவது போல, வீசும் காற்றுடன், ஊசித் தூறலாக மழை உதிர்ந்து கொண்டிருப்பதை வட்டமான ஸ்டூல் மேல் அமர்ந்து பார்த்துக் கொண்டே இருந்தார் குருஸ்வாமி. எதிரே நிறுத்தி வைத்திருந்த ஸ்டாண்டிலிருந்த வெள்ளைத் தட்டியில், தூரிகையால் கோடுகள் இடுவதும்

குருஸ்வாமியின் முக வட்டத்து வடிவங்களைக் கணிப்பதுமாக இருந்தான் ரவி.

தணிந்து உதிரும் மழையில் இலைகள் நிரம்பிய கிளைகளைக் குலுக்கிக் குலுக்கி ஏற்றுக் கொள்ளும் அந்த மாமரத்தின் உற்சாகத் திமிர்ப்பில், குருவின் உள்ளம் மகிழ்வு கொண்டது. இப்படியே எத்தனை நேரம் வேண்டுமானாலும் பார்த்துக் கொண்டே இருக்கலாம். இந்த இருப்பில் இருந்து கொண்டு பார்த்தால் ஓஹோ ஹோவென்ற அந்த மாமரம், அதற்குப் பின்னால் தென்னைகள். எங்கோ தொலைதூரத்தில் நெட்டுக்கு உயர்ந்த ஒரு காற்றாடி மரம். ஒற்றை யானை போலத் தனித்து நின்று மூட்டமான மழையில் சிலிர்த்து ஆடுகிறது. அந்தக் காற்றாடி மரத்தில் வாடிக்கையாக வந்து அமரும் கிருஷ்ணப் பருந்து இந்த மழைக்காலத்தில் எங்கே போய்விடுகிறது? அதுவும் மழையில் குளிரக் கனவு கண்டு கொண்டு, ஏதேனும் ஒரு பாறை இடுக்கின் பத்திரமான கூட்டில் இப்படிக் கொட்டெனா அமர்ந்திருக்குமோ?

இமைத்துத் திறப்பதற்கு முன்பு, ஊசித் தூறல் மாறி, பெருமழையாகப் பிடித்துக்கொண்டது. இப்பொழுது அந்த மாமரத்தின் இலைகள் எல்லாம் கூட மழையாக மாறிவிட்டன.

அந்த மாமரம் முன்பு குருஸ்வாமியின் அப்பா காலத்தில் தோப்புவிளையைச் சேர்ந்ததாக இருந்தது. இப்பொழுது அது கருங்கல் சுவருக்கப்பால் சேட்டின் மாடி வீட்டு மொட்டை மாடியைத் தொட்டுக் கொண்டு உயர்ந்து நிற்கிறது. அன்று தோப்புவிளை நிறைய பலன்தரும் மரங்கள், மரங்கள், மரங்கள். தென்னை, மா, பலா, புளி, அயணி உயரமோ உயரமாக இரண்டு காஞ்சிர மரங்கள்கூட இருந்தன. வயலுக்கு வெறும் தழைகளாகக் கிளைத்து மறியும் பெருமரங்கள், சீலாந்தி, முள்ளு முருக்கு, மஞ்சணத்தி, கிளியமரம். விளை கிழக்கு மூலையில் குட்டையாக ஒரு சந்தன மரங்கூட இருந்தது. வெயில் மாறி ஒரு தூறல் மழை இறங்க வேண்டிய தாமதந்தான். பச்சைப் பசேல் என்று, பசலைக் குழந்தைகள் போலச் செடி கொடிகள், மூங்கில் புல், தொட்டால் வாடி என்று விளை நிறைய பச்சை மணக்கும். முழங்காலுக்குக் கீழ் செடிகளை விலக்கிக் கொண்டு ஒன்றுக்கு அமரப் போனால், சின்னப் பொந்திலிருந்து வழிய வழிய ஊர்ந்திறங்கும் சாரைப் பாம்பு ஓடி மறையும். இது சர்வ சாதாரணம். ஒரு தொந்திரவுமில்லை. சுப்புலக்ஷ்மி திருமணமாகி வந்த புதிதில் ஒரு நாள் பின்வாசலில் குளியலறையைத் திறந்துகொண்டு உள்ளே போனபோது, இரண்டு பாம்புகள் ஒன்றையொன்று பின்னி முறுக்கிக் கொண்டு புரண்டு கொண்டிருந்தன. “அம்மோவ்” என்று குலை பறக்க பயந்து கத்தியவாறு, உள்ளே ஓடி வந்த

அவளை அணைத்துக் கொண்டு, தலை நிறைய எண்ணெய்த் தேய்த்துக் கொண்டிருந்த அந்த நேரத்திலும், கட்டிலில் களி நடம் புரிந்த புதுமணக் கிறுக்கு... இன்னொரு சமயம், முற்றத்துத் தேவி கோயிலின் நடை திறந்தபோது, பிரதிஷ்டையின் முன் தொங்கு சர விளக்குச் சங்கிலியில் ஒரு சாரைப் பாம்பு சுற்றிக்கொண்டு கிடக்கிறது. அன்று ஒரு வயசாளி ஆச்சாரியார்தான் பூசாரி. அவர் "அம்மா மஹமாயே..." என்று பயந்து கத்தியவாறு கை மணியை எடுத்துக் கணகணவென்று நடுங்கியிருக்கிறார். பாம்பு மெதுவாகச் சரக்கென்று ஊர்ந்து, வழிந்து, இறங்கி தேவி பிரதிமையின் பீடத்தின் இடையிலூடே வெளியே போயிற்று.

அந்தப் பாம்புகள், பச்சைப் பசேல் என்ற தருப்பசுமைகள், நினைக்க நினைக்க மறந்தேறாத அந்த எண்ணத் தழும்புகளை இன்று கபோதி போலத் தடவி அறியத்தான் முடிகிறது. ஆமாம் இன்று மரங்களில்லை. அங்கிங்காக ஒன்றிரண்டு தென்னை மரங்கள். ஒரு கிளிய மரம், ஒரு இலவ மரம்... எல்லாம் ஒன்று வீதம்! சாலையின் கடைத்தெரு ஆரவாரம், மழைக்காலத்து கடல் அலைகள் போலக் கரை நுழைந்து எல்லாவற்றையும் மாற்றி மறித்துவிட்டன. மரக்கடை தெரு சந்தடி களேபரம், இரும்புக்கடை தட்டு முட்டுகளின் கழிசல்கள், காயலாங் கடைகளின் பாட்டில்கள், பெயிண்டு டின்கள், ஓட்டை உடைசல்கள் எல்லாம் கமுகு விளாகம் தெரு சந்து, பாட்டு விளாகம் தெரு நடைபாதை, தோப்புவிளை வாசல்களில் எல்லாம் விலாசமிடுகின்றன. இதில் பழைய பசுமையை மையிட்டுத் தான் தேட வேண்டும்!

இருந்த இருப்பில் எவ்வளவு தெளிவாகச் சிந்திக்க முடிகிறது. கனவுச் சித்திரங்களை நினைவில் அணியிட முடிகிறது. நல்ல தெளிந்த மனம் தனக்கு என்று எண்ணியபோது ஒரு ஏளன நகைப்பு குருஸ்வாமியின் மனவெளி வானத்தில் உயரப் பறக்கும் பருந்து போல வட்டமிட்டு வட்டமிட்டு வெட்ட வெளியில் கோலமிடுகிறது.

அப்பா ஆனந்தரங்கம் பணம், பவிஷு, ஆள், அம்பு என்று ஏகபோகமாக வாழ்ந்தவர். சாலை வட்டத்தில் ஏக்கர் கணக்கில் தோட்டமும் வீடுமென்றாலே கொடிகட்டிய மகிமை என்று அர்த்தம். குருஸ்வாமிக்கு ஆரம்பப் பள்ளியிலேயே இங்கிலீஷ் படிப்புடன்தான் ஆரம்பமாயிற்று. தடபுடலாக ஆரம்பித்த படிப்பு விஷயம் மந்த கதியாக நடந்தது. ஏழாவது படிக்கும் போது "லவ்" ஆரம்பமாயிற்று. வட்ட முகமும் சுருள் முடியும் பால் மணமுமாக ஒரு சகபாடினி. பெயர் இவளுக்குச் சுகந்தா. அம்மு அம்மையின் சாயல். படிப்பிற்காக இல்லாவிட்டாலும்

அந்தச் சுகந்தாவைக் காண்பதெற்கென்றே தவறாது பள்ளிக்கூடம் போகத் தோன்றியது. வகுப்பில் எல்லாம் அவள் குருஸ்வாமியிடம் பேசியதில்லை. சிரிக்கக்கூட இல்லை. ஒரு சமயம் மன்னர்பிரானின் ஆறாட்டுத் திருவிழா ஊர்வலம் காண கடற்கரைக்குப் போனபோது, சுகந்தா தகப்பனாருடன் வந்திருந்தாள். அவள் தகப்பனார்கூட, அந்தக் காலத்து திவான் தொப்பி போல ஜரிகை குல்லாயும் ஃபுல்கோட்டும் வெளேரென்று மல்வேஷ்டியுமாக வேலுத்தம்பி தளவாய் மாதிரி மீசையும் அதுவுமாகக் கம்பீரமாக இருந்தார். “அச்சா ஈ குட்டி, என்றே கூடயா படிக்குன்னது ...” அப்பாவிடம் இந்தப் பையன் என்னோடு படிக்கிறான் என்று அறிமுகப்படுத்திவிட்டு இவன் அருகில் நின்று சிரித்தாள். “எங்கே வீடு? அப்பா பெயரென்ன?” நறுக்கியெறிந்தாற் போல் இரண்டு கேள்விகளுடன் முடித்துக்கொண்ட அவள் அப்பாவின் கர்வத்தில் கொஞ்சம் பயம்கூடத் தோன்றியது. மறுநாள் வகுப்பிற்கு வந்தபோது பழைய மௌன நாடகம்தான். நேற்றே நேற்று, பார்த்துச் சிரித்த சுவடுகூட இல்லை. என்ன, மர்க்கட பெண் சுபாவமோ என்று நினைத்தாலும், கற்பனையில் பல வெண்மேகக் கோபுரங்கள் கட்ட முடிந்தது. “ஆம் யாடி தன்னிலோர் உண்ணி யுண்டங்ஙனே. உண்ணிக்குப் பெருண்ணி கிருஷ்ணனென்னங்கனே ...” என்று அம்மு அம்மையின் இனிய சரீரம் அந்த வெண்மேகச் செதிள்களிடையே மின்னலிடுகிற கிளுகிளுப்பு. அந்தரங்க நண்பர்களிடமெல்லாம் “சுகந்தாவும் நானும் காதலர்கள். நேற்று நான் அவள் வீட்டிற்குப் போயிருந்த போது, அவள் அம்மா சாயா தந்தாள். சக்கை வற்றல் தேங்காய் எண்ணெயில் வறுத்தது. எவ்வளவு ருசி தெரியுமா? ஏத்தங்கா உப்பேரி எனக்கு வேண்டாமென்று சொல்லிவிட்டேன். சுகந்தாவும் நானும் சேர்ந்துதான் வீட்டுக் கணக்குப் போட்டோம். அவள் என் கை விரலுக்கு மருதாணிகூடப் போட்டுத் தந்தாள். இதோ பாரு நன்றாக சிவப்பேறி இருப்பதை...” விதவிதமாகக் கற்பனை செய்யச் செய்ய நிறைய நுரை நுரையாக விஷயங்கள் அகப்பட்டன. “டேய் குரு, சுகந்தா உன் லவ்வரு எங்கிறே. ஒரு நாளாவது கிளாஸிலெ உன்னைப் பார்த்து ஒரு சிரிப்புகூட காட்டினதில்லையே?” என்று கேட்டால்; அதுதான் எங்கள் சூத்திரம். பரஸ்பரம் கொஞ்சங்கூட அறிந்ததாகக் காட்டிக் கொள்ளவே கூடாது என்று ஆணை போட்டுக் கொண்டிருக்கிறோம் நாங்கள் என்பான். காதல் என்ற பிள்ளை விளையாட்டு, கற்பனைப் படகில் கரை தட்டாது தவழ்ந்தது.

15

அந்தக் காலத்தில்தான் முதன் முறையாக வீட்டில் ஒரு "கிராமபோன் பெட்டி" வாங்கினார் அப்பா. அவ்வளவு பெரிய சாலை சுற்றுவட்டத்தில் "கிராமபோன்" உள்ள வீடு எங்குமே இருந்ததாக நினைவில்லை. தெரிந்தவர் வீடுகள் எதிலாவது கல்யாணம் போன்ற விசேஷ நிகழ்ச்சிக்குக் கிராமபோன் பெட்டி இங்கிருந்துதான் போகும். குரு கூடவே போவான். பெரிய சதஸ் மத்தியில் இசைத்தட்டுகளை எடுத்துப் பெயர் பார்த்து, வட்டத்தில் பொருத்திச் சாவி கொடுத்து, ஒலிக் கருவியை மெதுவாக இசைத்தட்டில் இணைத்துப் பாட்டு முழங்கச் செய்வது எவ்வளவு பெரிய சாதனை! வயசொத்த பெரிய இடத்துப் பெண்களும் பையன்களும் இவனையே ஆச்சரியத்தோடு பார்த்துக் கொண்டிருப்பார்கள். ரொம்பப் பொடியன்கள், குடை தூக்கிய பெட்டியிலிருந்து, பாட்டை யார் பாடுகிறார்கள் என்று வியப்போடு, சுற்றிலும் கும்பலாக நின்று பார்த்துக் கொண்டிருப்பார்கள். இந்த மாதிரி நேரங்களில் சுகந்தா நம்மைப் பார்க்க வேண்டும்! பார்ப்பதற்காக ஒரு கற்பனையில் மிதப்பான் ... "பிரேமையில் யாவும் மறந்தேனே! ஜீவனமுனதன்பே ... என் அன்பே" சுகந்தாதான் சகுந்தலை. துஷ்யந்தராஜன் தானேதான். ஜி.என்.பி.யும் எம்.எஸ்.சும் தங்களுக்காக எத்தனை அர்த்த லயத்துடன் டூயெட் பாடி வைத்துவிட்டார்கள் என்று கற்பனையில் மூழ்குவான். அந்த நாளின் பாடல்கள் பாடல்கள்... அழித்து அழித்துக் காலம் கடந்த பின்பும் மனமுகுளத்தில் பாடல்கள் ... "ஜனாத்தனா ஜகந்நாதா!" மழையும் காற்றும், அசைந்தாடும் சவுக்கந்தோப்புமாகப் பாட்டுச் சுகத்தில் குளிர்கிறது மனது. "... வண்டோடும் சோலைதனிலே கண்டெனதுள்ளம் கொண்டான் சகியே..." "பாதத் தாமரை நொந்திடப் பார்தனில்

எனைத் தேடி வந்தவன் மாதவன் மதுரை மைந்தன்..." "தூண்டிற் புழுவினைப் போல் வெளியே சுடர் விளக்கினைப் போல்" பாடல்கள்... பாடல்கள்...

சின்ன வயதின் காதலுக்குக் கவிதை வரிகள் இட்ட அந்தக் கானகந்தர்வர்கள் குரல் லயத்தால் மனமேறி நின்றார்கள். ஸ்ரீ வள்ளி திரைச் சித்திரத்தின் முழு இசைத் தட்டுகளும் அப்படியே இருந்தன. "வண்ணத் தாமரையைக் கண்டு வண்டு மதுர ராகம் பாடிக்கொண்டு..." ஆஹா, மஹாலிங்கம் குரல் – கிட்டப்பாவின் காயாத கானகத்தே நின்றுலாவும் – மனோலயம்.

சங்கீதம், பாடல், ராகம் என்று கவலை மறந்து பாடிக் கொண்டே இருந்துவிட முடியுமா? இசைத்தட்டுப் பாடல்களுடன் சேர்ந்து பாடி ஓரளவு சாரீர ஒழுங்கு படிந்திருந்தது. அதனால் முறைப்படி பாட்டு கற்றுக் கொள்ள ஆசை எழுந்தது. அப்பாவிடம் ரொம்பவும் சிபாரிசு செய்து வலியசாலை அக்ரகார கிராமத்தில் ஒரு நெட்டையான மூக்கில் டாலடிக்கும் பேசரியும், மஞ்சள் நிறமுமான பிராமண அம்மாளிடம் மாலை வேளைகளில் பாட்டு கற்றுக் கொள்ள ஏற்பாடாயிற்று. ச. ரி. க. ம. ப. த. நி. ஸ என்று திரும்பத் திரும்ப மாதக் கணக்கில் இதேதான்... நோட்டுப் புஸ்தகந்தான் நிறைந்தது. நினைத்தது போல எடுத்த எடுப்பில் "சங்கீத சௌபாக்கியமே" என்று உச்சஸ்தாயியில் போக முடியவில்லை. மூன்று மாசத்திற்கப்புறம், மெல்லமாக; "புன்னை மரத்தடியில் நாங்கள் பகடைகள் ஆடும்போது..." த என்று துவங்கி "தாயே யசோதா" வரையில் பதறிப் பதறி அடி சறுக்கிய போது சலித்துவிட்டது. அம்மாளின் வெற்றிலை வாயும் தத்தல் ராகமும், பாடலும் சரிப்பட்டு வரவில்லை. ராகம் குலைந்தபோது அம்மாள் தொடை மேல் தொலியை இழுத்து நெருட ஆரம்பித்தாள். ஒரு பொட்டச்சியிடம் பாட்டிற்காகத் தண்டனை பெறுவது அதுவும் விரும்பிய கலையைச் சரியாக சொல்லித்தர வக்கில்லாமல் சிட்சை வாங்க இஷ்டம் வரவில்லை. சங்கீதப் பயிற்சிக்கு மங்களம் பாட வேண்டியதாயிற்று. ஆனால் பாடும் ஆசை மட்டும் இன்றளவும் குறைந்ததேயில்லை.

சுப்புலக்ஷ்மியிடம், முதல் இரவின் போது முதலில் கேட்ட கேள்வி; "உனக்குப் பாடத் தெரியுமா?" அந்த வெளிச்செண்ணெய் நில விளக்கொளியில் பேந்தப் பேந்த அவள் விழித்த விழியை நினைத்தபோது முறுவல் எட்டியது.

"ஏய், உனக்குப் பாட்டுப் பாடத் தெரியுமான்னாக்கும் கேக்கேன்?"

"ஊ ஹூம்..." என்று குரல் கேட்கவில்லை. தலைதான் அசைந்தது.

கிருஷ்ணப் பருந்து

"பின்னெ என்ன தெரியும்? குண்டணி பேசத் தெரியுமாக்கும். உங்க ஊர் பார்வதிபுரம் பெண்டுகளுக்கெல்லாம் அதுதானே தெரியும்?"

சட்டென்று திரும்பிப் பார்த்து ஒரு முறை முறைத்தாள்.

"பார்வதிபுரத்திலே ஒரு பாடு பெண்டுகளைத் தெரியுமா உங்களுக்கு?"

எதிர்பார்க்கவில்லை. மெல்லத்தான் சொன்னான்.

"என்னத்துக்கு? ஒன்னெத் தெரிஞ்சா போறும்னில்லா தோணுது?"

சடக்கென்று புஜத்தைப் பிடித்துத் திருப்பி முகத்தை நிமிர்ந்து பார்த்த போது ஓவென்று அழுதுவிட்டாள். முதல் பாடம்!

பிறகு சரணாகதி.

"நான் ஒண்ணு கேக்க, நீ ஒண்ணு சொல்லிட்டே. கோபம் வந்தது போட்டும்...

"எங்க ஊரைச் சொல்லவும் சட்டுணு நாக்கிலெ வந்திட்டுது... மன்னிச்சிருங்க..." என்று காலைத் தொட்டுக் கண்ணில் வைத்தாள்.

"அட, இதுக்கெல்லாம் இவ்வளவு ஒண்ணும் வேண்டாம். இங்கே வா. இப்போ நான் ஒரு பாட்டுப் பாடுதேன்..."

சிரித்தாள். கிச்சுக்கிச்சு மூட்டினதும் ரொம்பச் சிரித்தாள். "போங்க" என்று படாத இடத்தில் கைப்பட்டதும் சிணுங்கி உதறி மாறினாள். "பொல்லாத ஆளு. எல்லாம் தெரியும் எனக்கு. வரட்டும்..."

"என்ன தெரியும்?"

"ஒண்ணும் தெரியாது".

"அப்பிடி வா. ஒண்ணும் தெரியாதுல்லா. ஒவ்வொண்ணா சொல்லித்தாரேன்..."

இரவு வெள்ளை வெளிச்செண்ணெய் விளக்காக எரிந்து கொண்டிருந்தது.

"நல்ல ஆளு! ராத்ரி முழுக்க விளக்கு எரிஞ்சிட்டே இருந்திருக்கு..."

"விளக்கு இல்லாமெ இருட்டிலேயா வித்தை படிக்க முடியும்?" விடிந்ததும் அவள் சிரித்துக்கொண்டே வாசலை சாத்திவிட்டுப் போனாள்.

அன்றிரவு பாட்டுப் பாடவில்லை. ஆனால் எல்லா ராக லயங்களையும் அழுத்திப் பார்த்த நிறைவிருந்தது. சுப்புலக்ஷ்மி நல்ல வீணை. நல்ல துல்யமான நரம்பின் ரீங்காரக்காரி. நல்ல சுவராக சிருங்காரவல்லி. நல்ல த்வனியின் கமகக்காரி. ஆனால் கீழ் ஸ்தாயி ஸ்வர இறக்கம் போல அமைதியானவள். இழைவானவள், குழைவானவள். அம்மு அம்மையும் சுகந்தாவும் ஊதுவத்தி மணமாகப் பின்னணியில் மணத்தனரோ? . . .

பாட்டு வாழ்க்கையின் எல்லாச் சந்திகளிலும் இழைந்து இழைந்து வந்து கொண்டேதான் இருந்தது. சுப்புலக்ஷ்மியுடன் வாழ்ந்த கொஞ்ச காலத்தில், அப்பாவின் மரணத்தில், பிரசவ அறையில் சுப்புலக்ஷ்மி படும் ஒவ்வொரு அவஸ்தையின் போதும் வெளியே காத்திருந்த ஊமை அவஸ்தைகளில், பெற்று பறிகொடுத்த – முகம் கூடப் பார்க்காத வாரிசுகளின் நினைவில், கடைசியில் சுப்புலக்ஷ்மியின் மரணத்தில் அரச மரங்களும் சவுக்க மரங்களுமான தோப்பில் – தோப்பின் தொலை வெளியின் அந்தத் தனி மரத்தில் அமர்ந்திருக்கும் பருந்தின் வெற்றுப் பார்வையில் எல்லாம் சங்கீத லயத்துடன் காற்று சுழன்று சுழன்று ஊ . . . ஊ . . . ஊ.

அப்பாவின் வாழ்வு காலகரணப்படுகிறது. பள்ளியும் கல்வியும் என்றோ தொலைத்து மூழ்கிவிட்ட வேண்டாத காரியங்கள் ஆகிவிட்டன. வயது இருபது ஆகியதும் கல்யாணம் செய்து வைப்பதில் அப்பா ஆனந்தரங்கம் முன் ஜாக்கிரதையாக இருந்தார். அப்படித்தான் சுப்புலக்ஷ்மி வாழ்க்கைத் துணைவியானாள். லக்ஷ்மி! இவன் நல்லவன்தான். ஆனால் தறுதலை. பாத்துக்கோ அம்மா என்று சொல்லிவிட்டுக் கண்மூடினார். அப்பா சொல்லுமளவிற்கு என்னிடம் என்ன தறுதலைத்தனம் இருந்தது? பெண் விஷயத்தில் அந்தத் தறுதலைத்தனம் இல்லவே இல்லை. அம்மு அம்மையும் அப்பாவுமான சங்கமக் காட்சி தந்த வெறுப்பு சுகந்தா சந்திப்பில் வந்த போதுகூடச் சும்மாவேனும், சுகமான கனவு காண அந்தக் காதல் கற்பனை தேவைப்பட்டதே தவிர உடல் சம்பந்தமான தினவு நினைவுகளின் வயதுகூட இல்லை அது... பள்ளி வாழ்க்கை கல்லூரி வாசலைத் தொட்டேன் என்று ஈரெட்டாக முடிந்தே போயிற்று. தோப்புவிளை சொத்தின் மேற்குப் பாதியைச் சேட்டு வாங்கிக் கொண்டார். அவர் மரங்களையெல்லாம் வெட்டி எறிந்துவிட்டுப் பங்களா கட்டினார். மிச்சமுள்ள பாதியும், குச்சு குடிசைகளும் அப்படியே இருக்கின்றன. கல்விக் காலம் முடிந்த போது ரத ஊர்வலமும், பத்மநாபர் சுவாமி கோயில் ஊட்டுப்புரை உற்சவமும், முறை ஜபமும், வேலைகளியும், ஓட்டன்துள்ளலுமாக, விலசிய மன்னராட்சிக்கு எதிராகப் பரவியிருந்த தேசிய எழுச்சி வேகந்தான் மனமேறி நின்றது.

அதனால் பூர்விகமான அச்சி, தாஸி, ஒன்றிற்கு மேல் தாரம் என்றெல்லாம் சுகலோலுபத்தில் மனம் கிறுங்கவேயில்லை. அந்த நாளின் "ஜேய்" கோஷமும், கதர் வேஷமும், உயர் மட்டத்தைவிட்டு, அடியாட்களுடனுள்ள சகவாசமும்தான் அப்பா கண்முன் குருவைத் தறுதலையாக்கி மாற்றியிருந்தது.

"உங்களைத் தறுதலை என்றார்களே அப்பா. தாஸிகள் வீடெல்லாம் ஏறி இறங்குவீங்களாக்கும்?" என்று கல்யாணப் புதுமை குலையுமுன்பே ஒரு இரவில் சுப்புலக்ஷ்மி கேட்டாள்.

வெகுநேரம் இருட்டோடு மௌனமாக உறங்காமல் படுத்திருந்துவிட்டு நடு ராத்திரியில் எழுந்திருந்து, பக்கத்தில் அயர்ந்து உறங்கிக் கொண்டிருந்த அவளை எழுப்பி, சிலுப்பி அமர வைத்துத் தன் மனக் கதையையெல்லாம் விரித்தான். அம்மு அம்மா என்ற தாலாட்டுக்காரி... அவளைப் பூனைக் கண்களுக்கும் அப்பால் அப்பாவின் படுக்கை அறையில் அவளது நிர்வாணச் சிலிர்ப்பைக் கண்ட திகில், உள் நாக்கில் வழிந்திறங்கிய அருவருப்பின் ஆனால் ஏதோ ஒருவித இறுக்கத்தின் பசலை நீர்... பின்பு அம்மு அம்மையின் இளஞ்சாயலில் வந்த சுகந்தா! அவளை வைத்துப் பின்னிய வெறும் வாய்க் கற்பனைகள்... "சுப்புலக்ஷ்மி! நான் அறிந்த தறுதலைத்தனம் பெண்கள் விஷயத்தில் கைம்மண்ணளவு இவ்வளவேதான்... ஆனால் சுப்பு! நான் காத தூரம் ஓடினாலும் களைத்துக் குழையாத காம வித்தைக்காரன். வா இப்படி..." என்றவாறு அந்த இரவில் பயிற்றுவித்த சரசக் கலைகள்... விடிய விடிய... சித்திர வித்தகன்தான். நம்புவேன் நம்புவேன்... இனி உறங்குங்கள் என்று அவனில் தோற்று அவனை இணக்கி ஆறுதல் செய்து, தன்னருகே அமைதியுறச் செய்தாள் சுப்புலக்ஷ்மி... அத்தனையும் எண்ணியபோதும், சுப்புலக்ஷ்மிக்கும் அப்பால் காலமெத்தனையோ கடந்துவிட்ட பின்பு இன்று மனத்திரையில் புதிய சூரியோதயம் போல ஒரு சாய ஒளி ஏறுகிறதோ?...

பகுதி இரண்டு

1

இன்று விடிந்தபோது வானம் நிர்மல நீலமாகத் தெளிந்து கிடக்கிறது. மழையெல்லாம் தெளிந்து, தேய்த்து மெருகிட்ட பளபளப்பில் பசுமை பிரதிபலிக்கும் மரக்கிளைகள், தென்னை ஓலைகள் எல்லாம் வாட்களாகக் காற்றில் வீசுகின்றன. ஏதோ ஒரு புதிய பறவை, பீ... பீ... பீ... என்று சீட்டிக் குரலில் விட்டுவிட்டு, குரலால் வாழ்ந்து கொண்டிருக்கிறது. வெயிலை வீசிக் கொண்டு காற்று படபடவென்று உதறி வருகிறது ... அந்த ஒற்றை மரத்தில் பருந்துகூட எதிர்நோக்கிக் காத்திருக்குமோ ..." முற்றத்தில் செந்தென்னை மரத்திலிருந்து குடிசை கூரையில் இழுத்துக் கட்டிய கயிற்றுக் கொடியில், கலராக ஒரு கண்டாங்கிச் சேலை காய்கிறது. ரோட்டுத் தொலைவிலிருந்து கோஷங்களுடன் ஒரு ஊர்வலம் போகும் அரவம் கேட்கிறது.

காலம் எவ்வளவு தொலைவெளி மாறிவிட்டிருக்கிறது. விடிந்தால் பொழுதானால் ஆங்காரக் கூச்சல்கள். உரிமை வேட்கையின் கோஷங்கள். "இங்குலாப் சிந்தாபாத்..." மனிதனும் அவன் மன நிலைகளும் மாற்றம். ஆயினும், தோப்புவிளையின் இந்த ரவி எனும் சாயக்காரன், தன்னை உட்காரவைத்து நாட்கணக்கில் தன் மனச் சோர்வையும் மறந்து, தன் உருவப் படத்தை வரைந்திருக்கிறான். ஒளிவிளக்கின் முன் உட்கார்ந்துவிட்டால் நிமிஷ நேரத்தில் புகைப்படமாக ஒற்றி எடுத்துவிடும் இந்தக் காலகட்டத்தில் விச்வாச மனத்தினனான இவனைப்போல ஆட்கள் வேலப்பன், வெங்கு, பப்பன், பார்வதி இல்லை. எல்லோரும் அப்படி விச்வாச மனத்துடன் இன்னும் இருக்கிறார்கள் என்று அழுத்தமுடன் எண்ண முடியவில்லை. ஏன் அப்படி? வேலப்பன் சிறு வயது முதலே தன்னை அண்டி வாழ்ந்து வளர்ந்து, இன்று கொம்பும் கிளைகளுமாகப் பூத்துக் குலுங்குவது

போலக் குடும்பஸ்தனாகி, குழந்தையும் பெற்றுவிட்ட பின்பு அவன் கொஞ்சம் திசை மாறிப் பறக்கத் துவங்கியிருக்கிறானோ? நினைவுகளை உதறிவிட்டு, எதிரே இருந்த ரவி பக்கம் திரும்பி "என்ன ரவி, வெளியே ஜாதா ஏதேனும் போகிறதா? சத்தம் கேட்கிறதா?" என்று கேட்டார்.

ரவி பதிலேதும் சொல்லாமல் அவரையே வியப்போடு பார்த்தான்.

"ஸாமி அஞ்சாறு நாளு உங்களை உட்காரவைச்சு மெனக்கெடுத்தினதுக்கு நல்ல பலன் கெடச்சிருக்கு. இனி ஒண்ணும் அதிக பாடு இல்லெ. பூர்த்தியாக்கீருவேன் உங்க படத்தை..." என்று கைகளைத் துடைத்துக் கொண்டு நின்றான் ரவி.

"எத்தனை நாளாச்சு ரவி நீ எழுதத் தொடங்கி?"

"இதென்ன ஸாமி, அது கூட ஞாபகமில்லாமெ... என்ன அப்பிடி? கவனிச்சிட்டுதான் இருந்தேன். ஒவ்வொரு சமயமும் தன்னாலெ சிரிக்கிறதும், முகம் மாறுவதும், மூளிப்பாட்டுகூட சிலப்போ பாடிட்டு இருந்தியோ? நல்ல ஆளு நீங்க... ஸாமி! போன வாரம் புதன்கிழமை தொடங்கினேன். இன்னைக்குச் செவ்வாய்க் கெழமை. அப்போ நாளை எட்டு நாளாகும். இனி நீங்க இருந்தது போதும். போர்டை இன்னைக்கு எடுத்திட்டுப் போறேன். இனி ரெண்டே ரெண்டு நாளிலெ கம்பிளீட்டு செய்து கொண்டு வந்திருவேன். அப்போ பாருங்கோ உங்கள் ஓர்ஜினல் ரூபத்தெ... உங்க படத்தை ஒரு நல்ல நாளு பார்த்து இந்த ஹால் ரூமிலே ஓபன் செய்து வைக்கணும்.

"ரவி! என்னத்துக்கு இதெல்லாம்? ஏதோ என் படத்தை வரையணும்னே. நானும் எல்லாம் துறந்த சன்னியாசி இல்லியே. என் ரூபத்தை நீ எப்பிடி வரஞ்சு காட்டுதேன்னு பார்க்க ஆசை இருந்தது. அதனாலெதான் உன் இஷ்டம் போல வந்து தந்தேன். அதிலையும் இப்பிடியே இருந்த நாளத்தனையும் என்னை மறந்து இருந்தேன். அதுதான் நீ சொன்னது போல நாள் கணக்குகூட மறந்து போச்சுது..."

கீழே இருந்து படியேறித் துடைப்பமும் கையுமாக வந்து நின்றாள் பார்வதி. கொஞ்ச நாட்கள் வெளியூர் போய்விட்டு வந்து வேண்டியவர்களை ஆவலாகக் காணுவது போலப் பார்வதியையே பார்த்தார் குரு.

"என்ன பார்வதி, உன் ஜோலியைத் தொடங்கு. நான் வேணும்னா கொஞ்சம் வெளியே இறங்கி நிக்கேன்..." என்று எழுந்தார் அவர்.

“பொன்னு தேவியேய்! இன்னுதான் எங்க அய்யா, அய்யாவாயிட்டு ஆயிருக்கா. அய்யோ! இத்தரை நாளும் நாங்களெல்லாம் இந்தப் பெயிண்டரைப் போட்டுப் பிராகிபொடிச்சிட்டிருந்தோம். நில்லுங்க. தாளெ தம்பி வேலுவும், பப்பனும், பாகவதும் எல்லாம் உண்டும். சொல்லீட்டு வாறேன்...” என்று துடைப்பத்தை வைத்துவிட்டுக் கீழே போகப் போனவளைக் குருஸ்வாமி தடுத்தார். “நில்லு நானே கீழே போறேன். கோயில் நடை திறந்திருந்தா ஒருக்கெ கும்பிட்டிட்டு வரணும். வா, ரவி...” ரவி பக்கம் திரும்பினார் குருஸ்வாமி.

“போவோம். நான் இந்தச் சாயவுமும் பிரஷுமெல்லாம் கொண்டு போய் வைக்கணும். மேலு முகமெல்லாம் கழுவவும் வேணும்” என்றவாறு படியிறங்கிக் கொண்டிருந்த குருஸ்வாமியைப் பின் தொடர்ந்து சாய டின்களும் கோலவுமாக கீழே இறங்கி வடக்குப் பக்கம் தன் புரை இருந்த பகுதிக்குப் போனான் ரவி.

ஸ்வாமி கீழே வந்து பார்த்தபோது, வேலப்பனும் வெங்குவும் பப்பனும் கோயில் திண்ணையில் கரிக்கோடிட்டு ஆடு புலி ஆடிக் கொண்டிருந்தவர்கள் குருஸ்வாமியைக் கண்டதும் பரபரவென்று எழுந்து நின்றனர்.

ராணி கைக்குழந்தையோடு வெளியே வந்து வீட்டு வாசற் படியில் நின்றவள் அவரைக் கண்டதும் சற்று உரிமையுடனேயே “ஸாமியப்போ! அஞ்சாறு நாளா இருந்த தபசு கலைஞ்சு போச்சா? இல்லெ, சொப்பனத்திலெ எறங்கி வந்திருக்கேளா?” என்று கேட்டாள் சிரித்தவாறு.

ராணி பிரசவத்திற்குப் பிறகு கொஞ்சம் புது மெருகு பெற்றது போல வசீகரமாகக் கொஞ்சம் உடல் பூரிப்புடன் அழகாக மலர்ந்திருக்கிறாள். குருஸ்வாமிக்கு எல்லாமே மலர்ந்த பூப் போலப் புதிதாகத் தெரிந்தன. அவர், ராணியின் கூற்றிற்கு ஒரு புன்சிரிப்பை மட்டும் காட்டிவிட்டுக் கோயில் திண்ணைப் பக்கம் சென்றார்.

“என்ன டேய், என்னைக் கண்டதும் எல்லோரும் எந்திச்சு நின்னு தாளம் சவுட்டுதியோ? நடக்கட்டும் நடக்கட்டும், விளையாட்டை முடக்கண்டாம்...”

“ஸாமியப்போவ், என்ன நீங்க? இப்பிடியும் உண்டுமா ஒரு இருப்பு. ராணி சொன்னது போலத் தபசு இருந்தது போல. இவன் இந்த ஆர்ட்டிஸ்டு இதுதான் தொக்குன்னு இருந்து வரஞ்சு தள்ளுதான். நீங்களான குளோரோபாம் மணப்பிச்சது போலக் கண்ணும் தலையும் கறங்கி இருக்குதியோ. நாலஞ்சு தவணை நான் வந்து கூப்பிட்டப்பக்கூட வீண்டு கேக்கணுமே...

பார்வதி ஸ்டவ்விலெ காய்ச்சி வைக்கக்கூடிய ரவையும் பாலும் எல்லாம் அப்பப்போ நீங்க சாப்பிடுவதுண்டும்னு அறிஞ்சப்போ பின்னெ ஒண்ணுமிருக்காதுன்னு ஒரு தைர்யம். ஒருக்கெ, ராணி பிள்ளையெக் கொண்டு வந்தப்பக்கூடெ நீங்க திரும்பிப் பார்க்கலைனு அவளுக்குப் பராதி... எங்க லக்ஷ்மி அம்மா இருக்கக்கூடிய காலத்திலேயே ஒங்களெ எனக்குத் தெரியுமே. ஆலோசனை புஸ்தகம் வாசிப்புனு இருந்தா பின்னெ, தண்ணிகூட வாண்டாமே..."

"வேலப்பா! நீ சொல்லிச் சொல்லி, நம் ஸாமியெக் கொஞ்சம் கடந்துகேறிச் சொல்லுதே. நிறுத்து. எறங்கி நில்லு, கோயில் நடையெ திறந்து கொடுப்போம். ஸாமி தேவியெ தொழட்டும்..."

வெங்கு அவரைப் பார்த்துக் கொஞ்சம் பணிவா சிரித்துவிட்டு, "இதெல்லாமெ எனக்குத் தெரியும்..." என்ற பாவனையில் ஒதுங்கி நின்றான்.

"ராணி! என்ன உன் வீட்டுக்காரன் வேலைக்கும் தொழிலுக்கும் ஒண்ணும் போகாமெ விளையாடிட்டுத் திரியான்... ஆம்பிளை பிள்ளைப் பெத்தாச்சுன்னு தைர்யமா, இல்லே, நீ ஒண்ணும் கேக்கிறது இல்லியா?" என்று ராணியிடம் திரும்பினார் குரு.

"ஸாமியப்போ! அது இப்போ பால் சொஸைட்டிக்கில்லா போறா... இன்னைக்குச் செவ்வாய்க் கிழமை. வார லீவு நாளு, அதுதான் எல்லாம் சேந்து கச்சேரி நடக்குது..."

"பால் சொஸைட்டியா, ஏது சொஸைட்டி? உங்க அண்ணன்கனெல்லாம் அதிலெ மெம்பராச்சுதே? அதிலெ எப்படி..?"

"அது வேறெ யூனியனைச் சேர்ந்தது. இது இவங்க தொழிலாளிக எல்லாம் சேர்ந்து ஷேர் போட்டு ஏற்படுத்தின சொஸைட்டி. இவ்வொளும், பத்து ரூபா ஷேர் அஞ்சாறெண்ணம் எடுத்திருக்கா. அதுதான் அன்னைக்கு உங்ககிட்டெ சொல்ல வந்தா. நீங்க ஒண்ணும் சொல்லலியாம். ஹோ... இவ்வுளுக்கு இப்ப எல்லாம் வலிய லீடர் மாதிரிதான் நடையும் பாவனையும் பேப்பர் படிப்பும்... சிலப்போ எங்கிட்டேயே பிரசங்கம் அடிக்கா... பின்னெ, ஒரு முக்கியமான காரியம் ஸாமியப்போ, உங்களிட்டெ சொல்லாண்டாம் சொல்லாண்டாண்ணாக்கும் இருந்தேன். பீடியெல்லாம் விட்டுச் சிகரெட்டு இப்போ ரொம்ப கூடிப்போச்சுது. பின்னெ கூடக்கூடெ..." என்று ராணி ஆரம்பிக்கவும் வேலப்பன் குறுக்கிட்டு, "ஏய், என்ன ரொம்ப கடந்துபோவுது. போறும். அதோட நிறுத்திக்கோ..." என்று அவளை

ஒரு முறை முறைத்துவிட்டு; "ஒண்ணுமில்லே ஸாமியப்போ... இதுக்கு வேறெ சோலியில்லெ... இப்பவும் பாத்துக்கிடுங்கோ, இவளுக்குத் தான் பண்ணைவீட்டிலெதான் இருக்கோம்னு நெனைப்பு... சொஸைட்டிலே ஷேர் எடுக்கணும்னு அவ கழுத்து மாலையைக் கொண்டு போய் பாங்கிலெ பணயம் வச்சேன். ஷேர் எடுத்தது போக நாலைஞ்சு ரூபாய்க்குக் கூட்டுச் சேர்ந்து காபி குடிச்சோம்... அதிலேர்ந்து தொடங்கினதாக்கும் இந்த பிறுபிறுப்பு..." என்றான்.

"இதா என் முகத்தைப் பார்த்துச் சொல்லுங்க. . . காபியா குடிச்சியோ..?"

"ராணி, சரி விட்டுத்தள்ளு... கொண்டா அந்தக் குட்டிப் பயலெ... எப்பிடி? பய்யன் முகம் பார்த்துச் சிரிக்கானா? அங்கேயிருந்து யாராவது வந்து பார்க்கவோ கண்டா செய்தாளா?"

"ஸாமியப்பா! அங்கெ இனி எனக்கு ஆருமில்லெ. இனி எல்லாம் நீங்களும், இவ்வுளும் இந்த எல்லாரும்தான்... மதுரையிலெ இருந்தோம்னு பேரு. அங்கெ கூலிக்கு ரவுடிகளெ பிடிச்சு கொஞ்சம் பாடாப் படுத்தினா?கூடப்பொறந்த பாசம் கொஞ்சமாவது இருந்திருந்தா அப்படியொண்ணும் செய்திருக்கத் தோணாது. நான் செய்தது தெற்றாயிருக்கட்டும். அதுக்கு இப்பிடியா..? நில்லுங்க. பிள்ளைக்கு வேறெ துணியெ மாத்தித் தாறேன்..."

"இந்தாம்மா ராணியம்மா, அந்தத் துணிக்கென்ன? நனைஞ்சிருந்தா ஒண்ணும் குற்றமில்லே. கொண்டா இப்பிடி... வாடேய்... வாடேய். வா... வா... அப்பிடித்தான் செல்லக்குட்டி! கன்னுக்குட்டி..."

குருஸ்வாமி குழந்தையைக் கொஞ்சுவதைப் பார்த்தபோது வேலப்பன் உட்பட எல்லோரும் வாய்விட்டுச் சிரித்தனர். ராணி ஒதுங்கி நின்றிருந்தவள், சந்தோஷ பெருமிதத்தில் மிதந்தாள்.

"என்ன எல்லாரும் அப்பிடிச் சிரிக்கியோ? எனக்கென்னா பிள்ளையெ கொஞ்ச தெரியாதுன்னா நினைச்சியோ? சுப்பு இருந்தா இப்பவும் ஒரு பிள்ளையெ பெற்றிருப்பா... நானும் இதைவிட அதிகமா கொஞ்சத்தான் செய்திருப்பேன்..." என்று பரிகாசமாகச் சொன்னாலும் கொஞ்சமாக அவர் முகத்தில் வாட்டம் கனிவதை ராணி கவனித்தாள்.

"முண்டு வேஷ்டியெல்லாம் விருத்திக் கேடு ஆக்கீரப்போறான். அவனெ நான் எடுக்கேன்..." என்று வந்து கையேந்திய ராணி குழந்தையை வாங்கும் முன்பே சோவென்று "பன்னீர்" அபிஷேகம்

நடத்தியது குழந்தை. குருஸ்வாமியின் வேஷ்டியும் மேல் துண்டும் எல்லாம் நனைந்தன.

இதுதான் உண்மையான அபிஷேகம். டேய் கள்ளப் பயலே! அஞ்சாறு நாளா எங்கே போய்க் கெடந்தே? இந்தா பிடிச்சிக்கோன்னு பழி வாங்கீட்டே... போ... உங்க அம்மா கிட்டெ போ... என்றவாறு குழந்தையை ராணியிடம் கொடுத்துவிட்டு, வெங்குவிடம் திரும்பி "என்ன பாகவதரே! என்ன விசேஷம்? சாலைக்கடையெல்லாம் எப்பிடி இருக்குது?" என்று விசாரித்தவாறு கோயில் திண்ணையிலேயே அமர்ந்தார்.

"மேலெ கொடியிலெ துவைச்ச வேஷ்டி கெடக்கும். எடுத்திட்டு வாறேன்..." என்று படபடவென்று படியேறிப் போனான் வேலப்பன்.

2

குருஸ்வாமியின் மொட்டைமாடி அறையைப் பார்வதி வந்து கூட்டி சுத்தம் செய்து ஒழுங்காக வைத்திருந்தாள். வேலு படியேறி உள்ளே வந்தபோது, அவள் அடுப்படியில் ஏதோ பாத்திரத்தைத் துலங்கத் தேய்த்துக் கொண்டிருந்தாள். எரிந்து கொண்டிருந்த ஸ்டவ்வில் ஏதோ கொதிக்கிறது. சட்டென்று கொடியில் மடித்து ஒழுங்காக இட்டிருந்த வேஷ்டியொன்றை இழுத்து எடுத்துக்கொண்ட வேலப்பனின் பார்வை, மூலைச் சுவரில் புகை மண்டி மங்கலாக இருந்த அந்த ஓவியத்தில் படிந்தது... கூர்ந்து பார்த்தான். முழு நிர்வாணத்தில் அழகிய ஒரு யுவதி. திரட்சியான அவயவங்கள். துவஜஸ்தம்பம் போன்ற துடைகள்... என்ன இது? எத்தனையோ தரம் ஒன்றா நூறா எத்தனை தரம் வந்திருந்தும் தான் இதைப் பார்த்ததில்லையே! விவேகானந்தர், புத்தர், யேசு ... இன்னும் என்னவெல்லாமோ படங்களிடையே இந்தப் புகை படிந்த ஓவியம் இதுவரை கண்ணில் படாதது இப்பொழுது ஏன் பட்டது..? உம்... திரும்பிய வேலப்பனின் நடை மெது நடையாகத்தான் இருந்தது. “டேய் வேலப்பா! நீ குடியிருக்கக்கூடிய இடத்திலெ இருக்காரே ஸாமியாரு... அவரும் ஒரு பூர்ஷ்வாதான் பாத்துக்க. இந்த பூர்ஷ்வா மனஸ்திதி பரம்பரையானது. ஏழைகளுக்கு உதவி செய்யிறேன். நான் பக்திமான். எனக்கு ஒண்ணுமே வேண்டாம் என்றெல்லாம் சொல்வது ஒருவிதப் பாசாங்கு. அவர்களுடைய அந்தரங்கம் ரொம்ப விஷமானது. நீ இவ்வளவு நாள் ஒரு சொப்ன லோகத்திலெ வாழ்ந்து அவரை ஸ்வாமி தெய்வமோன்னு கண்ணும் அடைச்சு நம்பீட்டு வந்திருக்கிறே. உண்மையான ஏழைப் பங்காளியானா, அந்த ஸாமி தோப்புவிளையை அங்கெ இருக்கிறவங்களுக்கே எழுதி வச்சிருவாரான்னு கேளு... இவர்களுக்கெல்லாம் பணம், பெண்ணு... இந்த மாதிரி காரியங்களிலெ துரூகமான வேறே விசாரங்கள் உண்டு. நாங்க சொல்றது பொய்யின்னா

போகப் போக நீ அறிவே . . . படிக்கணும். புரோகமான சிந்தையுள்ள நல்ல காரியங்களெ படிக்கணும். அப்பத்தான் நீ கறை தீர்ந்த ஒரு சொஸைட்டி வர்க்கர் ஆக முடியும். சும்மா, கொஞ்சம் ஷேர் எடுத்துக்கொண்டு நானும் தொழிலாளி நானும் பங்காளி என்று இருந்தால் புரோகமனம் பூஜ்யம் . . .” பால் சொஸைட்டியின் வாராந்திரக் கூட்டங்களில் பல்வேறு கருத்துக்கள் பரிமாறிக் கொள்வதுண்டு. அந்த மாதிரி ஒரு சமயம் சக தொழிலாளியொருவன் சாதாரணமாகச் சொன்ன இந்தக் கருத்துக்களில் வெளிச்சம் பரவுகிறதோ? வேலப்பன் குருஸ்வாமியைப் பற்றி ஆரம்பத்திலிருந்து புதிதாகக் கணக்கிட்டு எண்ண ஆரம்பித்தான் . . .

அவன் மொட்டை மாடியின் அந்தப் படிகளிலேயே நின்று இங்கே திண்ணையில் அமர்ந்திருக்கும் குருஸ்வாமியையே பார்த்துக் கொண்டிருந்தான். வெங்கு பாகவதர் வெகு ஆவேசம் வந்தவன் போலச் சாலைக் கடையைப் பற்றிப் பேசிக்கொண்டிருந்தான் . . .

“ஸ்வாமி! ஆறு நூறானாலும், வயலெல்லாம் வெள்ளமானாலும் சாலைக்கடைக்கு ஒரு மாற்றவுமில்லெ. நீங்கதானே சரித்திரம் சொல்லுவியோ, மார்த்தாண்டவர்ம மஹாராஜா காலத்திலெ திவான் கேசவதாஸன்தான் சாலைக் கம்போளத்தை உண்டாக்கினதாயிட்டு. சாலைக்கடை அப்போ உள்ளது மாதிரிதான் இப்பவும் இருக்கு. ஒரு மாற்றவுமில்லெ. ஆனா, ஆளுக மட்டும் அன்னைக்குள்ள ஆளுகள் இல்லெ. ரொம்ப ரொம்ப மாறியிருக்கு. இன்னைக்குள்ளவங்க நாளைக்கில்லெ. நாளைக்குள்ளவங்களெ ரெண்டு நாள் கழிச்சுப் போனால் காணவே காணாது. முன்னெல்லாம் நான் எங்க ஊரு ஓட்டன் குடியிலேர்ந்து இங்கே வந்த காலத்திலெ சாலைக் கடையிலெ இறங்கினா சன்னிதி முக்கிலேயோ சபாபதி தெருவிலேயோ நின்னு ஒரு பாட்டுப் பாடினா அரையே அரை மணிக் கூறிலெ பை நிறஞ்சிரும். ஆனா இப்போ அப்பிடி இல்லெ. ஆரியசாலை முக்கு தொட்டுக் கிழக்கே கோட்டை வரையிலும், பின்னெ, கரிக்கடை முடுக்கு கொத்துவால் தெரு, மரக்கறிக் கடை கருப்பட்டிக்கடை ரோடெல்லாம் சுற்றி அடிச்சாத்தான் ஒரு மாதிரி பைசா பாக்க முடியும் . . .”

“அப்போ பின்னெ ரொம்ப மாற்றம்னு சொல்லு . . .”

“ஆமா. அதுதானே சொல்லி வந்தேன். ஒரோ நாளும், போகும் தோறும் ஆளுக மாறீட்டிருக்கா. நடுரோட்டிலெ நின்னு இப்பெல்லாம் பட்டினத்தார் பாட்டுப் பாடினா பயக்க ஒன்னு ஊளை போடுதான். “வேய், சினிமாப் பாட்டு பாடும்” எங்கான். பின்னெ அங்கெ அங்கையா சில பழைய ஆளுக உண்டும்.

அவங்க இருக்கிறதினாலெ நம்ம பாடு கஷ்டமில்லெ. அங்கெ அந்தக் காசுக் கடை அய்யா ஒரு செட்டியாரு உண்டும். நான் வந்த காலம் முதல்...”

“வேய் வெங்கிடாசல பாகவதரே! நிறுத்தும். என்னான்னு கேட்டா போச்சே உம்மட்டே. பழைய புராணத்தையெல்லாம் அவுத்து விட்டிருவேரே? ஸாமி அஞ்சாறு நாளத்தைக்குப் பிறகு கீழே வந்திருக்கா. தேவியெ ஒண்ணு கும்பிட்டிட்டுப் போட்டும்” என்று இடை மறித்தான் பப்பன்.

“போகட்டும் பப்பா. உனக்கு வேலையெல்லாம் எப்பிடி இருக்கும் டேய்?”

“நடக்குது ஸாமி. இப்போ எல்லாம் ஸ்டீல் பாத்திரங்கள்தானே... பாகவதரு சொன்னது போலக் காலமெல்லாம் மாறிப் போச்சுதே. பித்தளை, செம்புப் பாத்திரங்க யாருட்டை இருக்கு? அது இருந்தாலல்லவா, ஈயம் பூசவோ ஓட்டை அடைக்கவோ ஒண்ணு தூரு வெட்டிப் போடவோ ஆளு வரும். என்ன இருந்தாலும் தேவி சன்னிதி. ஆராவது ஓராளு, நம்மளெ தேடி வந்திட்டுதான் இருக்கா. இப்போ ரெண்டு மூணு நாளா பவர் அவுஸ் ரோட்டிலெ ஒரு சாயாக் கடையிலெ, கொஞ்சம் பாத்திரங்க ஈயம் பூச்சு நடக்கிது...”

“நீ மட்டும் நம்மளையெ குற்றம் சொல்லீட்டு, கதை சொல்ல ஆரம்பிச்சாச்சு... அன்னா தம்பி வேலப்பன் ஸாமி அய்யாவுக்கு வேஷ்டி எடுத்துக் கொண்டு வந்தாச்சுது... இனி நம்ம சோலியெப் பாப்போம்...”

வேலப்பன் படியிறங்கி வரும்போதே, குருஸ்வாமியை உன்னிப்பா பார்த்தவாறே வந்தான். அந்தக் கருகருவென்ற குறுந்தாடி, வன்மமே இல்லாத சாந்தம் கொண்ட முகம், கல்மஷமற்ற திறந்த மனப் பேச்சு... “பூர்ஷ்வா!” என்ன வார்த்தையிது! சேய்... ஆனால் அந்தப் படம்! இத்தனை காலத்தில் எத்தனையோ தடவை போய் வந்திருந்தும் இதுவரை கவனிக்காத இதுவரை தென்படாத, அந்தப் படம் இப்பொழுதுதான் கண்ணில் பட்டிருக்கிறதா? இதற்கு முன்பும் கண்ணில் பட்டிருக்கலாம். ஆனால் அன்றெல்லாம் தன் மனம் நேராக இருந்தது. இன்று மனம் கோணங்கியானபோது அதற்குத் தகுந்தாற்போலக் காணவேண்டியது தென்படுகிறது. இதைத்தான் அவர்களே நிலையும் நினைப்பும் என்கிறார்களோ..? உம். இந்தக் காலத்தில் யாரையும் எப்படியென்று கண்டுகொள்ள முடிவதில்லை.

“என்ன வேலு பரபரவென்று ஓடிப் போனே... வேஷ்டியெ எடுத்துக் கொண்டு இந்த நடை நடந்துவாறே... கொண்டா...

நான் கொஞ்சம் ரோட்டு முக்கு வரைக்கும் போயிட்டு வாறேன். அப்போ நடை தெறக்கவும் நேரமாகும். தேவியெ தொழுதிட்டுதான் மேலெ போணும்...” என்றவாறு மாற்று உடையை அணிந்து கொண்டு, படியிறங்கிக் கோயிலின் இடதுபுறமாகச் சுற்றிப் பின்பகுதிக்கு வந்து சுவரின் அந்தப் பிரம்மாண்டமான தேவியின் விச்வரூப கோல ஓவியத்தை நின்று ஒருமுறை, தாகத்தோடு நீர் குடிப்பது போலப் பார்த்தார். ஒரு கணம்தான், நடந்துவிட்டார். சுற்றிலும் மூங்கிற் புற்களும் தொட்டால் சிணுங்கிச் செடிகளுமாகக் காடு மண்டிக்கிடந்தது. “எல்லாம் வெட்டி எறியணும். மனுஷன் நடந்து போக முடியல்லே...”

குருஸ்வாமி தெரு நடையில் இறங்கியபோது, எதிர்க்கடை லாண்டிரிக்காரன் மரியாதையாக எழுந்து நின்றான்.

“ஸாமி அய்யாவைக் கண்ணிலெ காணுவதே அபூர்வமாயிருக்கு!” என்றதற்கு ஒரு புன்னகை மட்டும் காட்டிவிட்டு நடந்தார்.

தெரு முக்கு தாண்டி, ரோட்டில் நடந்து போகும் அவரையே பார்த்துக் கொண்டிருந்தனர் எல்லோரும்...

“எவ்வளவு பெரிய மனிதர், என்ன பணிவான, சமாதானமான நடை. இந்தக் காலத்திலெ இப்பிடி ஒரு ஆளைக் காணக்கூடக் கிடைக்காதே...”

“ஆளுகளெ யாரை நம்புறது. யாரை நம்பக்கூடாது என்று ஒண்ணுமே தெரிய மாட்டேங்கிது...” புகைத்துக் கொண்டு வந்த சிகரெட்டைப் பாதியிலேயே வெளியே எறிந்துவிட்டு, புரை வீட்டினுள் வேலப்பன் நுழைந்தபோது ராணி குழந்தையைத் தொட்டிலிட்டு ஆட்டிக் கொண்டு, மெதுவாகத் தாலாட்டுப் பாடிக் கொண்டிருந்தவள் இவனைக் கண்டதும் புன்முறுவலுடன் எழுந்து வந்தாள். “கள்ளப்பய ஒரு மணிக்கூறா ஆட்டிக்கிட்டே இருக்கேன். ஒறங்கினாத்தானே... அம்பழங்கா மாதிரி கண்ணையும் முழிச்சிட்டுப் பேசாமெ படுத்திருக்கான்... அந்த அப்பாவுக்குள்ள ஜாலமெல்லாம் அப்பிடியே படிஞ்சிருக்கு... என்ன ஒண்ணும் பேசமாட்டேங்கியோ? ஓ... ஸாமியப்பாகிட்டெ சொல்லிக் கொடுத்தேன்னு அடம்போல இருக்கு...”

“இந்தா, சும்மா கெட சவமே... மனுஷன் மனசைத் தெரிஞ்சுக்கிடாமெ...”

“அவ்வளவு தூரம் ஆயாச்சா? இல்லாட்டாலும் இப்போ உங்களுக்கு என்னக் கண்டாலே பிடிக்கமாட்டேங்கிது. கல்யாணம் கழிஞ்சு இவ்வளவு நாளத்தைக்கப்பறம் பிள்ளையும் பெத்தாச்சு. இனி அவ்வளவுதானே... இப்போ சவமாப் போயிட்டேன். இப்ப இப்பத்தான் இப்பிடியெல்லாம் வாக்கு வாயிலெ வருது... இனிச் சவமேன்னோ பட்டீன்னோ என்ன கூப்பிட்டாலும்,

அடிச்சாலும், கொன்னாலும் எல்லாம் நீங்கதான் ... எனக்கினி ஆருமில்லே ...”

“ராணி! என்ன இது? ஒரு லீவு நாளு சமாதானமாயிட்டு வீட்டிலெ கொஞ்சம் இருந்தா ஒவ்வொண்ணா பாரவிலாயித்தனம்... எதுக்குடா அங்கெ தட்டுக்கு மேலே போய் ஸாமிக்கு வேஷ்டியை எடுக்கப் போனம்னு இருக்கு ... இங்கெ வந்தா நீ ஓரொன்னை நினைச்சிட்டு ஒப்பாரி வைக்கத் தொடங்கீருதே ...”

“இதப் பாருங்கோ! உங்களுக்கு இப்போ என்ன வந்திட்டுது... உம். சொல்லுங்க. வேஷ்டி எடுக்கப் போன எடத்திலெ என்னா..?” என்றவாறு ராணி அவன் அருகில் வந்து அவன் தாடையைத் தூக்கி மெல்லக் கன்னத்தைத் தடவி, மார்மேல் சாய்ந்தாள். “என்ன என்ன நடந்தது சொல்லுங்கோ ...” என்றவாறு அவன் உதடுகளில் லேசாக முத்தமிட்டாள். “தூ ... தூ ... ஒரே சிகரெட்டு நாற்றம்... இனிமெ சிகரெட்டு வேண்டாம்னா கேக்க மாட்டியோ ... நுள்ளணும் ...” என்றவாறு அவன் உதடுகளில் லேசாகக் கிள்ளினாள்.

“கிள்ளவா செய்யுதே... வா இப்பிடி...” என்று அவன் அவளை எட்டி இறுக அணைத்து, கிள்ளினேயல்லவா... இந்தா பிடிச்சுக்கோ... என்று அவள் உதடுகளைச் செல்லமாகக் கடித்தான்.

“ஆ ... வலிக்கிது. விடுங்கோ ... இதுதான். இருந்தா சாமியாராட்டம், ஆரம்பிச்சா அவுசாரிகெட்டா ... போறும். இப்பவே ஒண்ணும் ஆரம்பிச்சிர வேண்டாம். ராத்திரி நேரம் இருக்கு... உக்கும்... பிள்ளையும் உறங்காமலாக்கும் கெடக்கான்...”

“ராத்திரியும் ஒறங்காமதானே கெடக்கான்... வா இப்பிடி. வேறெ ஒண்ணுக்குமில்லே ...”

“ஆமா, கதவு தெறந்து கெடக்குது... எனக்கு அடுக்களையிலெ ஜோலி இருக்கு ...”

“வான்னா வந்திரணும் ...” என்று வேலப்பன் அவளை இழுத்துப் பலமாக அணைக்கவும் வெளியே இருந்து “வேலப்பா...” என்று குருஸ்வாமியின் குரல் கேட்டது.

“எங்கியோ போணும்னு புறப்பட்டாரு. அதுக்குள்ளே வந்து நிக்காரு உங்க கள்ள ஸாமி ...” என்று பாதிக் கோபமும் ஏமாற்றமுமாக எழுந்து நின்றான்.

“உங்க அவசரம் கெட்டுப் போச்சுன்னு வாயிலெ வந்ததெ பேசாதீங்க ஸாமியப்பாவை. அப்பிடி ஒண்ணும் சட்டுனு சவுட்டி தேச்சிரண்டாம் ...”

“ஆமாம் ஓமியப்பா ...” முனகியவாறு “இதோ வாறேன்” என்றவாறு வெளியே வந்தான் வேலப்பன்.

3

விடிந்து, உதய கிரணங்கள் புரமேறி வருகின்றன. குருஸ்வாமி மொட்டை மாடியில் வந்து நின்று கீழே பார்த்தவர் ராணியின் குழந்தை எழுந்து நின்று, தண்ணீர் நிறைந்த குடத்தினுள் கைவிட்டு அளைவதைக் காண்கிறார். அவரது தாடி நிறைந்த முகத்தினுள் புன்னகை ஒன்று நிறைவது கண்களில் தெரிந்தது. வளர்ந்துவிட்டான் குழந்தை. நேற்று போல் இருக்கிறது. வேலப்பன் மாடியேறி வந்து உற்சாகமுடன் சொல்கிறான். ஸ்வாமியப்பா ராணிக்கு ஆண்குழந்தை பிறந்திருக்கு... நினைவுகளை உதறிவிட்டு, உதித்தேறும் சூரிய கிரணங்களை நோக்கிக் கண்களை அகலத்திறந்து கொண்டு அந்த ஏகாக்கிர நிலைக்கு மனதை இழுக்க முயன்றார். கண்களினுள் சூரியஒளி கூசுகிறது... சமீப காலமாகத்தான் இந்தக் கூச்சம். எத்தனை உக்ரமான வெயிலையும் இமை பூட்டாது பார்த்து அகிலாண்டேஸ்வரியின் விச்வரூபத்தை நினைவில் அழுத்திக் கட்டிக் கொண்ட வைராக்யம் இப்பொழுதெல்லாம் பனித்துப் போய்விடுகிறதோ? சேய், நில் மனமே . . . நில்லு . . . கண்களினுள் நிறைந்த ஒளிப் பிரவாகத்தில் இன்னும் ராணியின் குழந்தையே குடத்தைப் பிடித்துக் கொண்டு நின்று சிரிக்கிறான் . . . வாயும், உடலும் எங்கும், திருடித் தின்ற வெண்ணையை வழித்துக் கொண்டு சிரிக்கும் குழந்தை போல . . . ராணி இறங்கி வருகிறாள் . . . முற்றத்தின் செம்பருத்திச் செடியில் மலர்ந்திருக்கும் பூக்களையெல்லாம் ஒவ்வொன்றாகக் கையிலுள்ள நார்ப் பெட்டியில் கிள்ளியிடுகிறாள். ராணி அழகாக இருக்கிறாள் . . . மென்மையான அடுக்குச் செம்பருத்திப் பூப் போல . . . பூ இதழ்களில் என்ன அழுத்தமான நெருக்கம் . . . "சங்கீத சௌபாக்யமே . . ." "புன்னை மரத்தடியில் நாங்கள் புன்னைப்பூ பொறுக்கும்போது . . ." "பிரேமையில் யாவும்

மறந்தேனே ...” கை டேப்பையும் தட்டிக் கொண்டு வெங்கு கணீரென்ற குரலில் பாடுகிறான் ... “வணங்கும் சிலை நுதலும் கழைத்தோளும் வனமுலை...” குருஸ்வாமியின் மனதின் ஒருமை, கையில் சிக்காத வழுக்கு மீன் போல நழுவ நழுவ சபலச் சிதறல்கள் நாலாப் பக்கமும் ஆர்ப்பரித்தன.

“ராணி! மேலெ பாத்தியா உங்க ஸாமியப்பாவெ ... இப்ப இப்ப நோட்டமெல்லாம் ஊளன் கோழிக்கூட்டைப் பாக்கிறது போலயாக்கும். நல்ல பிராயத்திலெ அந்த அம்மை போய்ச் சேர்ந்தா ... பின்னெ இப்பிடித் தனிச்சிருந்து, என்ன படிக்கிறான்னாக்கும் நீ நெனைக்கே ... ஹோ. அதெல்லாம் சொல்லக்கூடாது... நானும் நம்ம தகப்பனார் ஸ்தானத்திலெதான் வச்சிருந்தேன். இப்ப எல்லாம் அது மடத்தனம்னு ஆயிப் போச்சுது ...”

“கொஞ்சம் வாயெ வச்சிட்டு சும்மா கெடங்க... உங்களுக்கு வரவர சகாக்கள்கூடச் சேர்ந்து எல்லாத்திலையும் குற்றம் ... அது ஸாமியப்பா பேரிலையும் திரிஞ்சிருக்கு ... வலிய பாவம் வந்து பிடிக்கும். பார்த்துக்கிடுங்க ... இப்ப நல்ல வருமானம் வருதுன்னு தலை மறந்து எண்ணெய் தேய்ச்சிரக்கூடாது ... இருக்க எடம் கொடுத்திருக்கா. நம்ம கல்யாணத்தை நடத்தி வச்சா ... அன்னைக்கு கழுத்தை வெட்டீட்டுப் போக எங்க அண்ணன்மாரு ஆளு அனுப்பினப்போ ஸாமியப்பா மட்டும் இல்லைன்னா இப்பம் கண்டிருக்கலாம் ...”

“ஏய்... பொட்டை சவமே. படிச்சிருக்கே. லோகம் தெரியாத பொட்டைச்சி பொட்டைச்சிதான். இல்லாட்டாலும், எனம் எனத்திலேதானே சாயும். நான் மலையாளி... சகாவாயிட்டேன். அந்தக் கள்ளச் சாமி உன் இனம். பாத்துக்கோ, எங்க அசோஸியேஷன் குவார்டர்ஸ் கட்டுது ... வரட்டும். இந்தத் தாரித்திரியம் பிடிச்ச எடத்தைவிட்டு மாறித் தொலைச்சிரணும். அதுக்கெடையிலெ இந்தச் சாமியாரு உன்னைக் கேறிக் கையைப் பிடிக்காமெ இருந்தா கொள்ளாம் ...” வேலப்பன் உரக்கச் சிரித்தான் ...

“கெடந்து சிரிச்சுப் பெகளம் கூட்டாதிங்க. ஸாமியப்பா சூரிய நமஸ்காரமாக்கும் செய்திட்டிருக்கா ...”

வேலப்பன் ராணியைச் செல்லமாக நிமிண்டினான்.

“அய்யோ! நேரம் விடிஞ்சதுதான் உண்டும்...” என்றவாறு அவள், அவனது பேச்சு தந்த வெறுப்பை மறைப்பதற்காகவும் உள்ளே போனாள். வேலப்பன் ஒரு சிகரெட்டைப் பற்ற வைத்துப் புகைக்க ஆரம்பித்தான். இப்பொழுது வாய் நிறைந்த புகையை

மேலே, குருஸ்வாமி நிற்கும் திசை நோக்கியே உமிழ்ந்தான். குழந்தை தத்தித் தத்தி நடந்தவாறு அவன் அருகில் வந்தது. "போ சனியனே! உள்ளே உங்க அம்மா போயிருக்கா. நீயும் போ ..."

குருஸ்வாமி உள்ளே வந்த போது வெயில் உக்ரமாகியிருந்தது.

எல்லாம் அடியோடு மாறிவிட்டதோ? பக்தி, நம்பிக்கை, பயம், பணிவு, மரியாதை, வினயம் எல்லாம் இப்பொழுது வேறுவிதமாக ஆகிவிட்டிருக்கிறது! பருந்து போல உயர உயரப் பறந்ததெல்லாம் சின்னதாகி, பூச்சியாகிப் புழுவாகி மண்ணில், கண்ணிற்குத் தெரியாமல் ஊருகின்றனவோ? கண்ணிற்குத் தெரியாமல் கூட அல்ல. தெரிந்தே எதிர்த்துத் தாக்குகிறது. உண்மையில் இந்த எதிர் தாக்குதலுக்கு ஆட்பட வேண்டியவன்தான். வேணும். தாக்குதல் வேணும்! மாறுதல்!

ராணியின் குழந்தை ராஜாப் பையன் நடக்க ஆரம்பித்திருக்கிறான். வேலப்பன் பால் சொஸைட்டியின் தொழிற்சங்க லீடர் ஆகியிருக்கிறான். கொஞ்சம் குடியும் அதிகப் பிரசங்கித்தனமும் கை முதலாகியிருக்கிறது. குருஸ்வாமியை அலட்சியம் செய்வது, ராணியிடம், வீட்டிற்குள் மட்டுமாக இருந்த பழக்கம், கொஞ்சம் கொஞ்சம் வெளியேயும் காட்டலானான். குருஸ்வாமியை மதிக்காத அவனது போக்கு எல்லோருக்கும் வியப்பாக இருக்கிறது. எப்படி எதனால் அவன் அப்படி ஆனான்? "திமிரு டேய். பெரிய லீடர் ஆயிட்டான். பின்னெ சாலைக்கடை கண்டவன், அம்மையையும் அப்பனையும் கடைசியிலெ பப்பனா சாமியையும் சவிட்டி தேக்கக் கூடியது ஒரு சாபமாக்குமே ..." என்றனர் தோப்பு விளைக்காரர்கள்.

"என்ன டேய் வேலப்பா! நீ அந்தஸ்ஸிலே கொஞ்சம் உயர்ந்திட்டே. சங்கத்திலெ பதவியெல்லாம் வந்திருக்கு. வரட்டும். ஆனா நன்னி மறக்கக் கூடாது. ஸாமி இந்த இடத்திலையாக்கும் இருக்கான்னுள்ளதும், இது தேவி நடையாக்கும்னுள்ளதும் நல்லா ஓர்ம வேணும் ..."

"நிறுத்துங்கப்பா. எனக்கு எல்லாம் தெரியும். என்னை ஆரும் பால பாடம் படிப்பிக்கண்டாம் ..." என்று வெட்டியெறிந்தது போல் எழுந்து போவான் வேலப்பன்.

மாறுதல் தோப்புவிளையின் எல்லாப் பகுதியையும்தான் வளைத்திருந்தது. பப்பன் சாலையில் ஒரு பாத்திரக் கடையில் நிரந்தரமாக மாதச் சம்பள வேலைக்குப் போகிறான். அவன் மனைவி வலியசாலையில் பாங்கு ஆபீஸர் ஒரு சாமியின் வீட்டில் வேலை செய்கிறாள். அவனது மூத்த பையனை ஏழு வயதிற்கு மேலே தமிழ்ப் பள்ளிக்கூடத்தில் ஒன்றாவது வகுப்பில்

கொண்டுபோய் சேர்த்திருக்கிறான். இளைய பிள்ளைகள் இரண்டும் தோப்புவிளை ஓடைக்கரையில் மண் அளையத்தான் செய்கின்றன. வெங்கு தெருப் பாடலுடன் நிற்காமல் தமிழ்ச் சங்கத்துப் படிப்பகத்தில் போய் இப்பொழுதெல்லாம் நிறைய கதைப் புத்தகங்கள் எல்லாம் படிக்கிறான். "பழைய வருணகுலாதித்தன் மடல்" சங்கதிகளையெல்லாம் இப்ப உள்ள தமிழ் கதை எழுத்தாளங்க பச்சைப் பச்சையா கதையாயிட்டு எழுதுதா. உம். பரவாயில்லை. நேரமும் போகும். அரிப்பும் தீரும்..." என்று அபிப்பிராயமெல்லாம் சொல்லத் தொடங்கியிருக்கிறான். பெயிண்டர் ஓவியக்காரன் ரவி ஒழுங்காகப் போர்டு பானர்களை எழுதிக் கொடுக்காமல், என்னமோ ஆர்ட்டு, அது இதுவென்று கிறுக்கிக்கொண்டு திரிகிறான். வெறும் லுங்கி மட்டும் கட்டி ரவுக்கை போட்ட பெரிய ஸ்தனங்கள் உள்ள மலையாளப் பெண் ஒருத்தி, கள்ளுக்கடையில் வாடிக்கைக்காரர்களுக்குக் குப்பியிலிருந்து கள் ஊற்றிக் கொடுக்கும் ஓவியம் ஒன்றை அவன் வரைந்திருந்ததை, அரசு ஆர்ட் காலறியினர் ஐந்நூறு ரூபாய் கொடுத்து வாங்கிக் கொண்டதை அவன் வாழ்நாளின் பெரிய சாயூஜ்யம் என்று சொல்லிக் கொண்டிருக்கிறான். முன்பு குருஸ்வாமியின் உருவப் படத்தைத் தத்ரூபமாக எழுதியதுதான் வாழ்க்கையின் விமோசனம் என்று கொஞ்ச நாள் சொல்லித் திரிந்தான். அவரது உருவப்படத்தை மொட்டைமாடிச் சுவரில் ஏற்றித் திறந்து வைப்பதைப் பெரிய தடபுடலாகக் கோயில் முற்றத்தில் கொண்டாட வேண்டும் என்றதற்கு, குருஸ்வாமி கடைசி வரையில் இசையவே இல்லை. படத்தைப் பூர்த்தி செய்து கொண்டு வந்தபோது, அவருக்கே கண்ணாடியில் தன் உருவத்தை முழுசாகப் பார்ப்பதுபோல்தான் இருந்தது. கலைஞனின் கை நுணுக்கத்தைவிட, உள்ளத்தின் வெளிவுதான் முக்கியம் என்பது ரவி விஷயத்தில் குருஸ்வாமிக்குப் பரிபூரண உண்மையாகத் தோன்றியது. வெறும் வியாபார விளம்பரப் பலகைகளைக் கோணல் எழுத்துக்களில் சுணங்கிச் சுணங்கி எழுதும் இவன் எப்படித் தன் உருவத்தை வரைகிறான். பார்த்துவிடுவது என்றுதான் ஆரம்பத்தில் எண்ணினார். ஆனால் உண்மை கை விருது. ஆர்வத்தில் அடங்கியிருப்பதைத் தத்ரூபமாகக் கண்டபோது மகிழ்ச்சியாக இருந்தது. படம் வந்த அன்று, பூஜை அறை உள்ளே போய் திரும்பி வந்த குருஸ்வாமி கையில் ஐந்து நூறு ரூபாய் நோட்டுகள் இருந்தன. அது ரவியின் கைக்கு மாறியபோது, "ஸ்வாமீ . . ." என்று தடுமாறி, முகமெல்லாம் சிவந்து அழுதேவிட்டான். அவன் வாழ்நாளில் அவனுக்குத் தெரிந்த கலையை வைத்துக் கிடைத்த மிகப்பெரிய ஊதியம். அதனால்தான் கொஞ்ச காலம் அதையே சொல்லி, குருஸ்வாமியைப் புகழ்ந்து கொண்டிருந்தான். பிறகு,

சாலைக்கடையின் மிகப்பெரிய ஒரு முதலாளியின் படத்தை வரைகிறேன் என்று குருஸ்வாமியின் படத்தைக் காட்டி முன் பணமெல்லாம் வாங்கினான்... வருஷமாகியும் அந்தப் படத்தை இன்னும் வரைகிறான். முதலாளியின் ஏவலாள் அடிக்கடி வந்து கூச்சலிட்டுப் போவதுதான் மிச்சம். இதற்கிடையேதான் கள் விறகும் பெண் படமும், அதற்குப் பணமும் கிடைத்தது. இப்பொழுதெல்லாம் நிர்வாணப் பெண்களின் படங்களை, ஆங்கிலப் பத்திரிகைகளிலிருந்தெல்லாம் கிழித்துக்கொண்டு வந்து பார்த்து வரைவதும், அழிப்பதுமாக இருந்தான். புது மாதிரி பூப்போட்ட சட்டை அணிகிறான். முடி வெட்டிக் கொள்ளாமல் பிடரிவரை வளர்த்தியிருக்கிறான். பெரிய சிந்தனையாளன் போல வெற்றிலை மெல்லுவதும், ஆழ்ந்த பாவனை லயத்தில் உலாத்துவதும் இதற்கொன்றும் குறைச்சல் இல்லை.

இத்தனையெல்லாமான மாறுதல் கிழிபடும் தோப்புவிளையில் பார்வதி என்ற அந்த ஒரே ஒரு பிறவி மட்டும் அன்றும் இன்றும் எவ்வித மாறுதலும் இல்லாமல் பறபறவென்று எண்ணெய் காணாத தலையும் துவைத்துத் துவைத்துச் சாயம் போன சீலையும் மாறுப்பும் கட்டை துடைப்பத்தையும் ஏந்திக் கொண்டு தேவி முற்றத்து நாலு புறமும், குருஸ்வாமி வீட்டு மொட்டை மாடி உள்புறமெங்கும் கூட்டிப் பெருக்கிக் கொண்டு, ஒரு செம்பருத்திப் பூ விடாமல் பறித்து வந்து கோயில் நடைக்குச் சரமாலை கட்டிக்கொண்டு குருஸ்வாமிக்குப் பிரியமான கீரை பாத்திக்குத் தண்ணீர் இறைத்துக்கொண்டு அவர் வீட்டுப் பத்துப் பாத்திரங்கள் தேய்த்துக் கொண்டு அப்படியேதான் இருக்கிறாள். உருவ வயது தோற்றத்தில்கூட ஒரு சொட்டுச் சுளிவு இல்லாமல் இருக்கிறாள். "இப்பவெல்லாம் ஸாமிக்கு, ராணியம்மை கொஞ்சம் எரிப்பும் புளிப்புமுள்ள கூட்டுவானும் பண்டமெல்லாம் வச்சுக் கொடுக்குதினாலெ அய்யாவும் நாக்கு ருசியா ரெண்டு சோறு திங்கா..." இதுதான் அவள் ஜன்ம சாபல்யம் போல அடிக்கடிப் பேசுவாள். இதை எப்பொழுதாவது கேட்க நேரும் வேலப்பன் அவளிடம் எரிந்து விழுவான். உங்க ஸாமியெ ஒரு பெண்ணு கெட்டச் சொல்லு. நல்ல நாக்கு ருசியாயிட்டுத் திங்கவும் செய்யலாம். மற்ற காரியங்களும் நடக்கும்... என்பான்.

"இவனுக்கென்ன கிறுக்கா? வாயிலெ தோணினது பேசுதாம்..." என்று சொல்லும் அவளை, "ஏய் முழுக்கிறுக்கு! வாயெ வச்சிட்டுப் பேசாமெ கெட. ஒரு சவுட்டு சவுட்டினா ஆயுசு அறாமெ வாயைப் பிளந்திருவே..." என்று முறைத்துவிட்டுப் போவான்.

"தேவியே! ஆளுக மாறினா இப்பிடியா?" என்று கோயில் வாசலைப் பார்த்துக் கும்பிடுவாள் பார்வதி.

4

பையப் பைய, ஒவ்வொரு படியாக, உட்கார்ந்தவாக்கில் காலைத் தூக்கி வைத்துச் சின்னக் கைகளால் மேல் படியை எட்டிப் பிடித்து மேலே ஏறிக் கொண்டிருந்த குழந்தையைக் கீழேயிருந்து சத்தம் போட்டபடியே, தூக்க ஓடிவந்தாள் ராணி. "அய்யோ! ஸாமியப்பா அங்கே இல்லியா? கொஞ்சம் பிள்ளெயெ பிடிங்க…" என்ற குரல் உரக்கக் கேட்கவே, ஸ்டவ்வில் மத்தியானப் பாட்டிற்கு ஏதோ செய்து கொண்டிருந்த குருஸ்வாமி, சட்டென்று வெளியே வந்து பார்த்தார். அம்மாக்காரியின் பிடியில் அகப்படாமல் இருக்க, துருதுருவென்று வேகமாக ஏறி வரும் ராஜாப் பையனையும் பரபரப்போடு பின்னால் வரும் ராணியையும் கண்டபோது அவரே கீழே இறங்கி வந்து பையனைத் தூக்கிக் கொண்டார்.

"என்னடா இது? நீ உங்க அப்பாக்காரனைவிடப் பெரிய போக்கிரியா வருவே போலிருக்கே…" என்று குழந்தையிடம் செல்லம் கொஞ்சி அவர்; "வா ராணி, உள்ளே வா…" என்று அவளையும் அழைத்தார்.

"இல்லாட்டாலும் நானே வரணும் என்றுதான் இருந்தேன் ஸாமியப்பா…" என்று படியேறி வந்தவள் உள் நுழைந்ததும் பெரியதாக மாட்டியிருக்கும் அவர் உருவப் படத்தை அன்று, புதிதாகப் பார்ப்பது போலக் கூர்ந்து பார்த்துவிட்டு, புன்முறுவல் செய்தவாறு மேஜை மேல் கிடந்த தமிழ்ப் பத்திரிகை ஒன்றைக் கையிலெடுத்தாள்.

"ஸாமியப்போ! நீங்க இந்தப் பத்திரிகை யெல்லாம்கூடப் படிக்கிறதுண்டா…? அய்யோ! இப்ப தமிழ்ப் பத்திரிகை ஒண்ணுகூடத் திறந்து பார்க்கக் கொள்ளாது. ஒரோருத்தன் எழுதக்கூடிய

கிருஷ்ணப் பருந்து 121

கதைகளும் அதுக்குள்ள படமும் ... இதை ஏதாவது, நம்ம ராஜாவுக்கு அப்பா இங்கெ வந்தப்போ பாத்தாளோ என்னமோ... இப்ப இப்போதான் உங்களெப் பத்தி இன்னதுதான் பேசணும்னு கெடையாது ..."

"சரி விடு. அவன் என்னை என்ன வேணும்னாலும் பேசலாம். உரிமையுள்ளவங்களெத்தானே கண்ணை மூடிட்டுப் பேச முடியும். மற்றவங்கள்னா நிறுத்தி காரணம் கேப்பா ... சரி. அதோ ஸ்டவ் அடுப்பிலெ அரிசி வெந்திருக்கும். மெதுவா ஒண்ணு வடிச்சுத் தந்திட்டு போ ... ஆமா, ஏன் நீயே வரணும்னிட்டு இருந்ததா சொன்னே? என்ன காரியம்? பின்னையும் உனக்கும் அவனுக்கும் சண்டை வந்துதா? என்னடா ராஜாப் பயலே, நொம்மையும் அப்பாவும் சண்டை போட்டாளா?"

குழந்தை எதையோ தெரிந்து கொண்டது போலச் சிரித்துவிட்டு, குருஸ்வாமியின் கையிலிருந்து நழுவி அம்மா பக்கம் குடுகுடுவென்று போய், அவள் சேலையை இழுத்துத் தன்னை மூடிக்கொண்டது. ராணி அவனை எடுத்து, மறுபடியும் அவர் கையிலேயே கொடுத்துவிட்டு, ஸ்டவ் பக்கம் போனாள்.

"நேற்றைக்கு ராத்திரி அவ்வொ வரும்போது ரெண்டு மூணு மணி கழிஞ்சிருக்கும்... நல்ல, மூக்கு முட்டக் குடிச்சிருந்தா ... இப்போ இப்போ அது ரொம்பக் கூடிக்கிட்டாக்கும் இருக்கு. நான் எம் போக்கிலெ எந்திச்சு கதவைத் திறந்திட்டுப் போய் படுத்துக்கிட்டேன். நேரா வந்தவ்வோ காலை ஓங்கிச் சவிட்ட வந்தா ... சும்மா படுத்திருந்ததினாலெ சட்டுனு எந்திச்சு விலகிட்டேன். "ஒரே சவிட்டா சவிட்டிக் கொன்னு போட்டிருங்கோ ... ஆரு கேக்க இருக்கா ... உங்களுக்கும் சல்லியம் தீரும்னு சொன்னேன். படபடன்னு நாலைஞ்சு அடி. ஸாமியப்போ, இனி என்னைக் கொண்டு ஆகாது. ஒண்ணீ நீங்க சொல்லி வையிங்கோ ... இப்பிடி கூதரத்தனமா கெடந்து அடியும் இடியும் பட வேண்டிய ஆளா நான்? பெண் புத்தி, எடுத்துச் சாடீட்டேன்" ... ராணி கண்கள் பொங்க அழுதாள்.

"ராணியம்மா, என்ன இது ... நீ நீ கூட அந்தப் பார்வதியும், பப்பன் பெண்சாதியெல்லாம் போல ஒப்பாரி வைக்க ஆரம்பிச்சிட்டே. படிச்சவ நீ. அன்னைக்கு அவன்கூட அப்பிடி வந்த காலத்திலேயே இதையெல்லாம் யோசித்துதான் வந்தேன்னு சொன்னே. அவன் ஒன்னும் பெரிய ஸம்ஸ்காரமுள்ள தறவாட்டுக்காரன் இல்லியே ... நீதான் கொஞ்சம் கொஞ்சமாத் திருத்தணும். இப்போ, இப்போ நீயே சொன்னது போல என்னை வகையில்லைன்னு ஆயாச்சுது ..."

“நானும் கவனிச்சுக்கிட்டுதான் வாறேன் ஸாமியப்போ. என்ன செய்யிதுன்னே தெரியல்லே. அன்னைக்கு, இப்பிடியெல்லாம் ஆவும்னு சொப்பனம்கூடக் காணல்லே... பாக்கலியா அந்தப் பார்வதியெப் படுத்தின பாடு! பாத்துக்கிட்டுதானே நின்னுயோ? இப்போ, உங்களைக் கொஞ்சமும் வகையில்லே. நான் சொல்ல வேண்டான்னாக்கும் இருந்தேன். ஆனா எனக்குன்னு மதிப்பா உள்ள ஒராளு நீங்க. அன்னைக்கு ஏதோ சொன்னப்போ; ஸாமியப்பாகிட்டே சொல்லுவேன்னதுக்கு; “ஆமா, உங்க ஸாமி சாப்பிட்டா போகச் சொல்லு. அந்தக் கள்ளச் சாமியெ” என்னு இவங்க வாயாலேயே சொல்லுதா...”

“ராணி, அவன் அப்பிடிச் சொன்னான்னா அது என் குற்றம்தான். சின்ன பிராயத்திலேயே என்கிட்டெ வந்த அவனை அவன் போக்கிலெ விட்டது என் தப்பில்லையா பின்னெ? உன்னையும் கூட்டீட்டு, மதுரையோ ராமேஸ்வரம் என்றோ போனவனை, அப்பிடியே கை கழுவினது மாதிரி விட்டிருக்கணும்...”

“அப்பிடி விட்டிருந்தா இப்போ என்னை உயிரோடு பார்த்திருக்க முடியாது. தேவி புண்யத்தாலே இப்பிடி அடியும் இடியும் பட்டாவது வாழ முடியுது. ஆறுதலுக்கு ஒராளு நீங்க உண்டும்”.

“பார்த்து இறக்கி வை. பேச்சு வாக்கிலெ கொதிக்கிற கஞ்சியைக் கையிலே கொட்டிக்கிடாதெ...”

“ஆமா, வேறெ கறி, கூட்டுவான் ஒண்ணும் கிடையாதா?”

“அந்தப் பார்வதி கிடப்பலெ ஆன பிற்பாடு வெறும் தவணைப் புளியும் நார்த்தங்கா ஊறுகாயும் தயிரும்தான். நீயாவது முந்தியெல்லாம் ஏதாவது கறி கூட்டான் கொண்டு வந்திட்டிருந்தே... சுப்பு போனப்புறம் நாக்கைக் கொஞ்சம் பதம்படுத்தி வச்சிருந்தேன். அதை எடையிலெ நீ வந்து கெடுத்தே. இவன் குணம் திரிகுணம் ஆனப்புறம் நீ கூடப் படியேறி வருவது குறஞ்சுப் போச்சுது...”

“நீங்க ஒராளு. அவொ என்ன சொன்னாலும் நான் வாறது வரத்தான் செய்வேன். இந்தப் பய ஒரு வேலையைச் செய்யவிடமாட்டங்கான்... இப்போகூடத் தீயலுக்கு வறுத்து அரைக்க தேங்கா திருவ இருந்தவளாக்கும். இவன் புறக்காலெ ஓடி வந்திருக்கேன். தீயலு வச்சிருவேன். நீங்க சாப்பிட இருக்க முன்னாலெ கொண்டு வந்திருவேன்...”

“இந்தா பாரு ராணி, இந்த எரிப்பு புளிப்பு ஒன்னும் இன்னும் என் கண்ணிலெ காட்டாதே. நான் கொஞ்சம் சும்மா

இருந்துக்கிடட்டும். சும்மா இருந்தா, இந்த இவனுக சாமியாருங்கான்... நான் என்ன காவியும் கட்டீட்டா அலையிறேன். ஷேவிங் செய்யிறதில்லே. பாடேன்னு நடக்கேன். உம் வரட்டும். அவன் வேறு வந்தா, நான் தேடினேன்னு சொல்லு. சொல்லுவியா? தலை மறந்து எண்ணெய்த் தேய்க்க மாட்டான்னு நினைக்கேன். அந்தக் குடியும் புதிய கூட்டுக் கெட்டும்தான் அவனை, எல்லாம் பேசவும் சொல்லவும் செய்யிது. உம். ராஜா இங்கே இருக்கட்டும். நீ போய் உன் வேலையைப் பாரு. மத்தியானம் வந்திருவான்லா அவன்?"

பேசிக்கொண்டிருக்கும் போதே, கீழே இருந்து "ஏய் ராணி... மஹாராணி! எங்கே போய் தொலைஞ்சே?" என்று வேலப்பனின் குரல், உரத்து அட்டகாசமாகக் கேட்டது.

"அய்யோ! வந்தாச்சு. நான் வாறேன் ஸாமியப்போ".

"சரி, குடிக்காமெ கொள்ளாமெ வந்திருந்தா கையுடனேயே அவனை இங்கே வரச்சொல்லு ..."

படியிறங்கிக் கொண்டிருந்தவளைப் பார்த்துச் சொன்னார் குரு.

குழந்தை, தானும் அம்மா கூடவே போக வேண்டும் என்று அவர் கையிலிருந்து நழுவியவனை, வசமாக அணைத்து உள்ளே கொண்டு வந்தார்.

கொஞ்ச நேரத்திற்குள் கீழே இருந்து பலமாகச் சத்தம் கேட்டது. வேலப்பன் ராணியை அதட்டி மிரட்டும் ஆரவம். குருஸ்வாமி, இனியும் பேசாமல் இருப்பது சரியில்லையென்று எண்ணியவாறு, குழந்தையுடன் கீழே இறங்கி வந்தார்.

"பட்டப் பகலிலே ஏன் ஒளிஞ்சு மறஞ்சு அங்கே போணும்? ராத்திரியும் அந்த ஸாமியாருகூடப் போய் படுத்துக்கயேன். உனக்கு அந்தப் பெரிய இடத்து நாறப்புத்திதானே? அதுதான் மாடு கறக்க வந்த என்கூடெ எறங்கி ராய்க்கு ராமானம் எறங்கி ஓடி வந்தே. அதுக்கு முன்னாலெ, ஆரெல்லாம் கறவைக்காரன்கள் நாயன்மாரும் கோனார்மாரும் உண்டும் உனக்கு? நான் ஒன்னும் தெரியாத்த மடையன் இல்லே... இந்தச் சாலைக்கடையிலெ ஒவ்வொரு பெரியவன்மாரு சரித்திரமே எனக்குத் தெரியும்..."

"என்னை என்ன வேணுமானாலும் சொல்லுங்க... தெய்வம் போலத்த ஸ்வாமியப்பாவை மட்டும் நாக்கிலெ நரம்பில்லாமெ பேசக்கூடாது. தேவி சும்மா இருக்கமாட்டா ..."

"ஆமா, ஒரு தேவி. அந்தக் கிளவி பார்வதி. சூடு பாயசத்தைக் கையிலெ அள்ளினப்போ எங்கே போனா அந்தத் தேவி. இப்போ

அஞ்சாறு நாளா வச்சு அனத்திக்கிட்டுப் படுத்திருக்காளே ... தேவி வந்து வரம் கொடுக்கக்கூடாதா? எடீ ராணி அம்மெ, இனியும் இந்தத் தேவியையும், அந்தக் கள்ளச் சாமியையும் பற்றி ஏதாவது சொன்னா அப்போ சவுட்டி வெளிலே ஆக்கீருவேன்...”

ஆக்ரோஷமாகத் திரும்பிய வேலப்பன், குருஸ்வாமி முற்றத்துப் பூச்செடி மூட்டிலேயே நிற்பதைப் பார்த்தவன், ஒரு கணம் செயலற்று நின்றான்.

“என்ன எல்லாம் பேசி முடிச்சாச்சா? கேட்டுக்கிட்டு தான் வந்தேன். புறப்பட்டாச்சா? கொஞ்சம் தயவு செய்து, ஒண்ணு மேலே வந்தா கொள்ளாம்” என்றவாறு, குழந்தையை ராணியிடம் விட்டுவிட்டுத் திரும்பிக்கூடப் பாராமல், நேராகப் படியேறினார் குரு.

5

வேலப்பன் வருவான் என்று எதிர்பார்த்து, கொஞ்ச நேரம் காத்திருந்தார். வருபவனிடம் என்ன பேச வேண்டுமென்பதையும் சங்கல்பித்துக் கொண்டார். ஆனால் வெகு நேரமாகியும் அவன் படியேறி வரவே இல்லை. என்ன மாதிரி பேசுகிறான். பாவம், அந்தப் பெண் எதை அறிந்தது? தன்னையும் அவளையும் சேர்த்துப் பேசுமளவிற்கு இவன் எப்படித் தன் மனதில் புகுந்தான்? குருஸ்வாமி தனக்குள்ளாகவே சிரித்துக் கொண்டார். அமைதியேயான தன் வாழ்க்கை வட்டத்தில் சுழல் உருவாகிறதோ? வேணும். வாழ்க்கையில் அதுவும் வேணும். எத்தனை காலம், அமைதி அமைதி என்று வெறும் வாழ்க்கை வாழ்ந்தாயிற்று?

தன்னிடம் எதை உற்றறிந்து இவன் வார்த்தை வீசுகிறான்? தன்னோடு தன் வால் போல, கோயிலின் சிற்ப மண்டபங்களுக்கும், சுற்று வட்டங்களுக்கும் வந்தபோதெல்லாம் தனது மன ஆர்வத்தை அறியும் நுட்பம் இவன் பெற்றிருக்கவில்லையே. "ஸாமியப்பா, என்ன இது சும்மா பொம்பிளை சிலைகளையே பாத்துக்கிட்டு நின்னா . . . சுவாமி கும்பிட வேண்டாமா?" என்று கேட்கும் போதெல்லாம் தன் மனதை இவன் என்ன கண்டான்? இன்றும் இவன் சாதாரண மனிதன். எதிர்ப்புகளோ கஷ்டமோ இல்லாமல், வாழ்க்கையை இழுத்து வந்தவனுக்கு, எல்லா நாட்களிலும் தானே வழிகாட்டியாகவும் பின் துணையாகவும் இருந்திருப்பதை எண்ணியபோது அவனது புதிய மாற்றத்தின் கோணங்கித்தனம் பிடிபடவே இல்லை.

சாலைக்கடை உலகின், இலட்சியப் பிடிப்பு இல்லாத வெறும் சங்கங்களுடன் கூட்டுச் சேர்ந்தது, அநியாயமான காரியங்களுக்கும் கொடி, ஊர்வலம், கோஷமிடல், மறியல் என்றெல்லாம் இவனும் நடப்பதாக அறிய வந்தபோதும் இதெல்லாம்

காலத்தின் மாற்றங்கள்; முட்டும்போது தானாகக் குனிந்து கொள்வான் என்று தோன்றியது. பிறகு குடிக்கிறான், ராணியை இம்சிக்கிறான் என்று அறிந்தபோதும், கொஞ்சம் கொஞ்சமாக அதட்டிக் கண்டித்ததுண்டு. அதையெல்லாம் பெரிதாக எடுத்துக் கொள்ளாமல், லேசாக விட்டதினால் இன்று மரமாக வளர்ந்துவிட்டது. வளர்ந்த அந்த முள் மரத்தின் கிளைகளை முறித்துத் தன் மேலேயே ஓங்கி வீசுகிறான். அதன் விளைவு, இன்று கண்டது. அன்று பாவம் அந்தப் பார்வதியிடம் காட்டியது, அதுதான் பயங்கரம். அதையெல்லாம் அறிந்தும் இவனிடம் எதுவும் கண்டு கொள்ளாமல் இருக்கும் மனநிலை... பாவம் பார்வதி. அன்று நடந்த அந்த வக்ரம்...

வழக்கம் போல ஒரு வெள்ளிக்கிழமை. தேவி கோயிலில் வேலப்பனின் கணக்காக விசேஷ பூஜை என்று சொன்னபோது, குருஸ்வாமிக்குக் கொஞ்சம் மன ஆறுதலாக இருந்தது. என்னதான் இருந்தாலும் அவன் அடியோடு மாறிவிடவில்லை. இன்னும் அந்தப் பக்தியும் விச்வாசமும் இருக்கத்தான் செய்கிறது என்று எண்ணினார். சாயங்காலம் கடையிலிருந்து நேரத்தோடு வந்திருந்த பப்பனிடம் நிறைய அரிசி வெல்லப் பாயசம் தயார் செய்யச் சொன்னான் வேலப்பன்.

"பப்ப அண்ணே! இன்னைக்குச் சாமி கும்பிட, நம்ம யூனியனிலேயிருந்து அஞ்சாறு கூட்டாளிக வருவா. பாயசமெல்லாம் ரொம்ப ஜோராயிட்டு இருக்கணும்" என்றான்.

சாயங்காலம் ஆனதும், குருக்கள் வந்து விளக்குகளையெல்லாம் ஏற்றினார். பாட்டு விளாகம் தெருவிலுள்ள யாரோ இரண்டு பையன்கள் மணி நாக்கின் கயிற்றை இழுத்து இழுத்துப் பெரிதாக முழக்க ஆரம்பித்ததும், வேலப்பனும் கூட்டாளிகளும் வந்தனர். ரோட்டு நடை தாண்டி வரும்போதே "சாமியே சரணம் அய்யப்பா! தேவியே சரணமய்யப்பா... சாமியே இங்குலாப்... தேவியே சிந்தாபாத்" என்று எகத்தாளமாகத்தான் வந்து ஏறினார்கள். துளஸிப் பூமாலைப் போட்டுவிட்டு எழுந்து மேலே ஓடி வந்து, குருஸ்வாமியிடம் நின்றாள். ஸாமி, இவிடந்தான் உண்டுமா? இதெல்லாம் கேக்கலியா ஸாமி அய்யா... உங்க தோப்புவிளையாக்கும். நம்ம தேவி அம்மையாக்கும். அய்யோ, அவனுகளுக்கெ தலை தெறிச்சுப் போவாதா... இங்கேயுள்ள இவனல்லவா அவளவுக்கும் மூடு கூட அஞ்சாறெண்ணத்தையும் கூட்டீட்டு வந்து, இன்னைக்கு நெறஞ்ச வெள்ளிக்கெழமையும் அதுவுமாயிட்டு, காணிக்கக் கூடிய கன்னந்திருவை வந்து கேளுங்க ஸாமி அய்யா..." என்று உடம்பெல்லாம் படபடத்து நடுங்கி அழுதேவிட்டாள் பார்வதி.

குருஸ்வாமி வழக்கம் போலக் கொஞ்சம் சிரித்துவிட்டு, “நீ போ பார்வதி. ஒண்ணுமில்லெ. அவனுக ரெண்டு சத்தம் போட்டுட்டுப் போயிடுவான். சூரியனைப் பார்த்துக் கொலைச்சா, கொலைக்கக் கூடிய நாய்க்குத் தொண்டைதான் நோவும்... இல்லாட்டாலும், இப்ப நம்ம இவனெத்தானே கண்டிக்க முடியும். அது அவனுக்க சிநேகிதம்மாரு முன்னாலெ வேண்டாம். அவனுகளும் இனி என்னவெல்லாம் மிச்சம் வச்சிருக்கான்னு பார்ப்போம். போ. நீ போய் அந்தக் கெட்டின மாலையைக் குருக்களிட்டே எடுத்துக் கொடு... நான் வாறேன்!” என்றார்.

குருஸ்வாமி கீழே வந்த போது, எல்லாம் வழக்கம் போலதான் இருந்தது. வேலப்பன், இப்பொழுதெல்லாம் குருஸ்வாமி பக்கம் வருவதோ, ஆலோசனைகள் கேட்பதோ இல்லை. ஒன்றிரண்டு தரம் எதிர்பட்டபோதுகூட, நைஸாக நழுவிக் கொள்வது அல்லது மறைந்து கொள்வது இப்படியாகத்தான் இருந்தது. சில மாதங்களாக, வாடகை என்ற பெயரில் ஒரு தொகையை ராணியிடம் கொடுத்து அனுப்பிக் கொண்டிருக்கிறான். புதிய மாறுதலின் கனத்தை அளக்க வேண்டுமென்பதற்காகவே, தருவதை வாங்கி வைத்துக் கொள்வார். வழக்கம் போல, தேங்காய் வெட்டும்போது பார்வதி கொண்டு போய் கொடுத்த தேங்காய்கள், ஓலை மட்டைகளைக்கூட எடுத்துக் கொள்ளாமல், “வேண்டாம் பார்வதி. நம்ம பங்கையும் நீயே எடுத்துக்கோ. நான் நிறைய விறகு வாங்கி அடுக்கீருக்கேன்...” என்று சொல்லிவிட்டானாம். “அதையும் இதையும் தந்தும் கொடுத்தும் ஒரு அடிமை மனோபாவம் வளர்த்துவிட்டால் அது யஜமானர்களுக்குக் கொஞ்சம் வசதியான காரியம். அடியாட்கள் ஈஸியாகக் கிடைத்துவிடும். இவ்வளவு காலம் போனது போகட்டும். இனியந்த யாசக ஜீவிதம் வேண்டாம்” என்று ஒரு சமயம், பப்பனையும் வெங்குவையும் எல்லாம் சேர்த்து வைத்துக் கொண்டு ரவியிடம் பிரசங்கம் செய்திருக்கிறான். “சரி. அந்த மாதிரி ஒரு தன்மான அறிவு வந்து நல்லாயிட்டா அதில் எனக்கொன்னும் எதிர்ப்பில்லெ” என்று குருஸ்வாமியும் பேசாமலிருந்துவிட்டார். ராணிக்குப் புகலிடமாக இருந்ததும், குழந்தை ராஜா ஓடோடி வருவதும் குருஸ்வாமியிடம்தான். அதுதான் வேலுவைப் பின்னும் பின்னும் வீறு கொள்ளவும், குடிபோதையில் கற்பனைகள் செய்து பேசவும் வைத்தது.

எல்லா வெள்ளிக்கிழமையும் போலவே, குருஸ்வாமி தேவியைத் தொழுதுவிட்டு, குருக்கள் பெரிய தும்பு இலையில் கொடுத்த பிரசாதங்களை வாங்கிக் கொண்டு படியேறி மேலே போனார். “ஸாமியப்பாவுக்குப் பாயச பிரசாதம் கொடுக்கலியே?”

என்று கேட்ட ராணியை வேலப்பன் ஒரு முறை முறைத்து வெறித்தான்.

கொஞ்ச நேரத்தில், சன்னிதியில் பக்தி சிரத்தையுடன் கும்பிட்டு நின்ற பார்வதி மேல் வழக்கம் போல் சாமி ஆராசனை வந்தது. "ஹாய்... ஹூம்..." என்று உச்சியிலிருந்து உள்ளங்கால் வரையில் கிடுகிடுவென்று பதறினாள். நின்ற நிலையிலேயே நின்று ஆடினாள்... குருக்கள் வந்து அவள் மேல் குங்குமத்தை அள்ளி வீசினார். வேலப்பனும் கூட்டாளிகளும் முன்போல் இப்பொழுது வெகு உற்சாகமாகக் கூச்சல் போடத் துவங்கினர். "தேவியேய் சரணம் அய்யப்பா... ஸாமியேய் இங்குலாப்... தேவியேய் சிந்தாபாத்..."

"வேலப்பா, களிச்சு களிச்சு நீ தீயெ தொட்டுக் களிக்கே. இது நல்லதல்ல பாத்துக்கோ..." என்று மட்டும் சொல்லிவிட்டு ஒதுங்கிச் சென்றுவிட்டார் கோயில் குருக்கள். வெங்கு பாகவதரும் பப்பனும் கலவரத்துடன் ஒதுங்கி நின்றனர். பப்பன் உருளியில் நைவேத்ய பாயசத்தைக் கொதிக்கக் கொதிக்க எடுத்து வந்து வைத்த இடத்தில் பிள்ளைகளும் பெண்களும் கூடி நின்றனர். இதற்கிடையில் வேலப்பன் ஓடி வந்து, "பப்ப அண்ணே! அந்த வெங்கல அகப்பையை இங்கே தாங்கோ, பாயசத்தைத் தேவி கையிலேயே கோரிவச்சு நைவேத்யம் கழிப்போம்..." என்றவாறு கொதிக்கும் பாயச குழம்பை அகப்பையில் அள்ளி எடுத்து, அரைப் பிரக்ஞையில் இரங்கிக் கேட்பது மாதிரி கைகளை ஏந்தி நின்ற பார்வதியின் அந்தக் கைகளில் வைத்தான். மறுகணம் ஓவென்ற அலறலுடன் பார்வதி சூடு பொறுக்க முடியாமல், கைகளை உதறித் துடித்தவாறு கீழே சாய்ந்தாள். வேலப்பனும், சேக்காளிகளும், பின்னும், "தேவியே சரணம், சாமியே இங்குலாப்" கூச்சல் போட்டனர். இதையெல்லாம் காணப் பொறுக்காத வெங்கு, ஓடி வந்து பார்வதியைத் தூக்கினான். யாரோ இரண்டு பெண்களும் உதவிக்கு வந்தனர். "பாகவதரே! பார்வதிக்கு ஒண்ணும் செய்யாது. தேவி கையிலேயாக்கும் சூடு பாயசத்தை வச்சேன். பார்வதி மேலெ வரக்கூடியது நம்ம தேவியானா பார்த்துக்கிடும். கையிலெ ஒரு பாடுகூடக் காணாது. ஆமா. தேவி சக்தி உள்ளவளாக்கும்" என்ற வேலப்பனின் எகத்தாளத்திற்குச் சேக்காளிகளும் கோரஸ் பாடினர்.

ராணிக்கு மனதை என்னவோ செய்வது போலிருந்தது. அவள் தனது மடியில் தூங்கிவிட்ட குழந்தையைத் தோளில் சாத்திக்கொண்டு, சட்டென்று வீட்டிற்குள் போய்விட்டாள். பார்வதியை அவளது திண்ணை வீட்டில் கொண்டு வந்து பரிசரிப்பதில் பப்பனின் மனைவியும் பெண்களும் ஈடுபட்டனர்.

அன்றைய வெள்ளிக்கிழமை, கேலியும் களேபரமுமாக இருந்ததையும் பார்வதிக்கு ஏற்பட்ட பரிதாபத்தையும் அறிந்த குருஸ்வாமி தமது பூஜை அறையிலேயே அடைந்து கிடந்தார். மறுநாள் காலையில்தான் வினை தெளிவாகத் தெரிந்தது. பார்வதியின் இரண்டு உள்ளங்கைகளிலும், சூட்டினால் ஏற்பட்ட கொப்புளம் ஒரு பெரிய நீர்க் குமிழிபோலப் பெரிசாக வீங்கி இருந்தது. அவளை ஆஸ்பத்திரிக்கு அழைத்துப் போய் மருந்து போடுவதற்கு, பப்பனும் வெங்குவும் போனபோது குருஸ்வாமியும் கூடவே போனார். அதனாலேயே ஏதோ கொதி நீர் பட்டுவிட்டது என்று குருஸ்வாமி சொன்னதை எல்லோரும் ஏற்றுக் கொண்டார்கள்.

வினைகள் இந்த வேலப்பனின் செயல்களில் எத்தனை விபரீதங்களை உதிர்த்து விட்டதுடன் செயல்களில் எத்தனை இம்சிக்க, சுடு சொல் வீசி விரட்ட, தன் வளைவில் இருந்துகொண்டே வஞ்சினம் பாராட்ட எப்படி மாறினான்? நினைக்க நினைக்க வியப்பும் வேதனையுமாகவே இருந்தது குருஸ்வாமிக்கு.

6

பார்வதி வராததினால் அன்றாட வேலைகள் சிலவற்றிற்கு ராணி அடிக்கடி வந்து உதவி செய்ய நேர்ந்தது. இந்த உதவியும் ஒட்டுறவும் வேலப்பனை விபரீத கற்பனைக்கெல்லாம் இட்டு விரட்டியது. அதனாலேயே இப்பொழுதெல்லாம் குருஸ்வாமியையும் அவளையும் இணைத்து வம்பு பேசினான். அவன் அடிக்கடிப் பேசப் பேச ராணி வீம்பு கொண்டவளாக, குருவின் படியேறித் தினம் தினம் வந்தாள். இதற்கிடையில் பாவம் அந்தப் பார்வதிக்குக் கஞ்சி கொடுக்க, கூடமாட ஏதேனும் உதவி செய்ய ராணி போய் வந்தாள். கைகளில் காயத்துடன் பலகீனமாகப் படுத்த நிலையிலும், "அய்யோ அந்த ஸாமி அய்யாவுக்குக் குளிக்க தண்ணி ஆரு எடுத்து வச்சாளோ?..." "அய்யோ தேவியேய்! இன்னைக்கு செவ்வாக்கிழமை அல்லவா! முறியெல்லாம் கழுவி விட்டிரணுமே. கொஞ்சம் முருங்கைக் கீரை ஆஞ்சு கொடுத்தா ஸாமி அய்யா ரொம்பப் பிரியமாயிட்டு, கூட்டான் வச்சுக் கூட்டுவா. தேவி இப்பிடி ஆக்கீட்டாளே! நான் ஆரையும் குற்றம் சொல்லமாட்டேன். நான் அறிஞ்சோ அறியாமலோ தேவி அம்மைக்கு என்னவோ முறைகேடு வருத்தீருப்பேன்... அதுதான் அவனுக குண்டாமண்டித்தனம் காணிக்கவும் நம்ம கையி இப்பிடிப் புண்ணாகவும் லெவி வந்திருக்கு... தேவியம்மோ எங்கிட்டெ பொறுத்துக்கோ தம்புராட்டியே..." சதா இதுதான் அரற்றல்.

"கொஞ்சம் சும்மா இரு பார்வதி. நீ ஒரு பாவமும் செய்யல்லே. பாவம் செய்தவங்களெ தேவி கேக்கத்தான் செய்வா. உனக்கு இப்போ என்ன வந்து போச்சு. ஒண்ணுமில்லே. தட்டிலே ஸாமியப்பா காரியமெல்லாம் நான் இருக்கேன். பாத்துக் கிடத்தானே செய்யேன். உன்னைக்காட்டி எனக்கு அவரு மேலெ அக்கறை உண்டும்..." என்பாள் ராணி.

“அதுக்கும்கூட உன் வீட்டுக்காரன் உன்னைக் கண்ணில் சோரையில்லாமெ வாயிலெ வந்தது எல்லாம் சொல்லுதே கேட்டுக்கிட்டுதான் இருக்கேன் மக்கா. எல்லாம் களஞ்சிட்டு இவனே கதீன்னு வந்த மோளாக்கும் நீ. இப்பிடி ஓலைப் பெரையிலெ வந்து ஜீவிக்க வேண்டியவளாக்குமா நீ? ராணியம்மையல்லவா என் கண்ணு! கொட்டாரம் போலத்த பங்களா வீடும், ராஜாக்கள்மாரு போலத்த தகப்பனும் உடன் பிறப்புகளும்...” பார்வதி ஓவென்று அழுதாள்.

நிறைந்த தன் கண்களைத் துடைத்தவாறு, “சும்மா இரு பார்வதி” என்று வீட்டினுள் போய்விடுவாள் ராணி.

எல்லாவற்றையும் பார்த்து அறிந்து, கண்டு கேட்டு நான் ஏன் இப்பிடி பரப்பிரம்மம் போலச் சும்மா இருக்க வேண்டும்? அந்த வேலப்பனை இழுத்து வைத்து, தோப்புவிளை தேவி சன்னிதியில் நிறுத்தி, ஆதியோடந்தமாக ஒவ்வொன்றாகக் கேட்க வேண்டும். “டேய், உனக்கென்ன வந்தது? எதனால் நீ பழசையெல்லாம் மறக்க முடிந்தது? மாட்டுக் கறவைக்காரன் பின்னால் நடந்து கறவைக்காரன் ஆகி, பாவம் அந்தப் பெண்ணை மயக்கி அவளையும் இப்போ எளக்காரமா பேசி... அன்னைக்கு ஊரெல்லாம் சேர்ந்து உன்னைத் தீர்த்துக்கட்ட இங்கே வந்து கூடியபோது உன்னை அவிழ்த்து விட்டிருந்தால் இப்பொழுது இந்த வீறாப்பும் வம்புப் பேச்சும் கேட்க வேண்டி இருந்திருக்காது. என்னை ஆழம் காண உன்னால் முடியாதடா வேலப்பா... இப்பொழுது உன்கூட கூச்சல் போடும் “தன நாயகர்கள் எல்லாம் நான் சொன்னாலும் கேட்பவர்கள்தான். சாலைக் கடை சூத்திரம் எல்லாம் நீ எதுவும் காணவில்லை. ஆனால் எனக்கு எல்லாம் தெரியும். நான் காணாத காட்சி காரியமா நீ கண்டுவிடப் போகிறாய்? இன்னும், அந்தப் பெண்ணை வேறு என் காரியம் சொல்லித் திட்டி இம்சிக்கிறாய்... தூ... இறங்கி ஓடு நாயே! இனி நீ இந்தத் தோப்புவிளை வட்டத்தில் வந்தால் கால் கையை வாங்கிவிடுவேன்.

குருஸ்வாமி தனக்குள்ளாகவே பொங்கி வழிந்தார். அப்படி அவனைத் தோப்புவிளையை விட்டு விரட்டி விட்டால்... பாவம் இந்த ராணியின் கதி என்ன—? ராணி... ராணி... ராணிக்கென்ன இந்தத் தோப்புவிளை தேவி சன்னிதியில் குறை வைத்துவிடப் போகிறது? நான் இருக்கிறேனே மலைபோல..! “ஸ்வாமியப்பா. நீங்க ஒராள் இருக்கிறதினாலெதான் எந்த ஏச்சுப் பேச்சானாலும் பொறுத்துக் கொண்டு போகிறேன்...” ஆமாம். ராணியம்மா, நான் இருக்கிறேன். நான் இருக்கிறேன். நானே நான்..!”

வானவெளியின் பரந்த நீலத்தில் அந்த வெண்கழுத்துப் பருந்து வட்டமிட்டு வட்டமிட்டு, சுழன்று வருகிறது. வெயில் அதன் வெண்மையில் கோலமிட்டுக் காட்டுகிறது. குருஸ்வாமியின் உள்வெளியில் தேவியின் விச்வரூப திவ்யம் விரிந்து விரிந்து ... பத்மநாப சுவாமி கோயிலின் கல் தூண் சிலைகளில் சாயூஜ்யம் கொள்கிறது.

நினைவுகள் தணிந்து மனம் சகஜநிலை எய்தியபோது குருஸ்வாமியின் கண்கள் பனித்திருந்தன ...

“வரட்டும். எந்த நூல் கயிற்றின்மேல் வித்தை காட்டினாலும், கீழே வந்துதானே சன்மானம் வாங்க வேண்டும். ஆட்டமெல்லாம் எத்தனை நாளென்றுதான் பார்க்கலாமே!”

7

வெயில் உக்ரமாகக் கொளுத்துகிறது. அறையினுள் புத்தகம் படித்துக் கொண்டிருந்த குருஸ்வாமிக்கு உஷ்ணம் அதிகமாகத் தோன்றியது. படிக்கும் விஷயங்களினால் உஷ்ணமா? மன உஷ்ணமா? சும்மா இருக்கும்போதே உடம்பெங்கும் வேர்த்துக் கொட்டுகிறது. என்ன வேகமாகச் சுழன்றாலும் மின்சார விசிறியிலிருந்து அனல் காற்றுதான் வருகிறது.

“மாம்பழேம்... மாம்பழேம்...” என்று யாரோ ஒரு கிழவி கடைக்காரி லாண்டிரி திண்ணையில் ஒரு கூடையில் கொஞ்சம் மாம்பழங்களை வைத்துக்கொண்டு சத்தம் போடுகிறாள். பப்பனின் இரண்டு குழந்தைகளுக்கு மணல் அம்மன் கண்டிருப்பதாக ராணி சொன்னாள். இந்த வேனல் வந்தாலே இப்படித்தான். வைசூரியை அடியோடு ஒழித்துவிட்டோம் என்று மார்த்தட்டும் கார்ப்பரேஷன்காரர்கள். இந்த மணல் அம்மைக்கு நிவாரணம் காணவே இல்லை. ராணியின் குழந்தை ராஜாப் பையனுக்குக் கார்ப்பரேஷன் ஆட்கள் வீட்டிற்கு வந்து வாக்ஸினேஷன் செய்துவிட்டுப் போனார்கள். குருஸ்வாமிக்கு, ராணிக்கு எல்லாம்கூட ஊசி போட்டிருக்கிறது. இப்பொழுதெல்லாம் செவ்வாய், வெள்ளிக் கிழமைகளில் தோப்புவிளை தேவி கோயிலுக்கு விளக்கேற்றிப் புட்டமிர்து படைத்து வேண்டுதல் நிறைவேற்ற வரும் தெருக்காரர்கள் அதிகம். பாட்டு விளாகம் தெருவிலும், கமுகு விளாகத்திலும் மணல்வாரி அம்மன் விளையாட்டு அதிகம் என்றான் வெங்கு. சாலையிலும் அப்படித்தானாம்.

குருஸ்வாமிக்கு உள்ளே அமர்ந்திருக்கவே கஷ்டமாக இருந்தது. மெல்ல வெளியே வந்து நின்றார். காற்றே இல்லை. ஒரு தென்னைத் தலைகூட

அசையக் காணோம். தூரத்தில் ஆரியசாலை கோயிலின் தாமிரத் தகட்டுக் கூரை வெயிலில் கானல் நீராக ஜ்வலிக்கிறது. காக்கைகள்கூடக் கோயில் அரசமர நிழலடியில் அமர்ந்திருந்து, ஒன்றையொன்று சிறகைக் கோதிக் கொள்வதும், கொஞ்சுவதும், எழுந்து பறந்துவிட்டு வந்தமருவதுமாக ஓய்வு கொள்கின்றன.

இந்த வெயிலிலும் அந்தக் கிருஷ்ணப் பருந்து அந்த ஒற்றை மரக்கிளையில் வந்து இன்னும் அமர்ந்திருக்கிறது. அதற்கும் உஷ்ணமோ? விசிறிக்குக் காற்று வேண்டாம் என்றான் மலையாளக் கவிஞன். கோயில் குளக்கரை சிமிண்டு சுவர்மேல் நாலைந்து ஏரோபிளேன் தும்பிகள் பறக்கின்றன. தும்பிகளுக்கு வெயில்தான் தேனிலவு! அந்தக் கிருஷ்ணப் பருந்துக்குக்கூட வெயிலுமில்லை, உஷ்ணப் பெருக்குமில்லை. மணல்வாரி அம்மனுமில்லை. அவை இயற்கையின் குழந்தைகள். அப்படியென்றால் மனிதப் பிறவி, யாரது சந்ததிகள்? நோய். பிணி. பட்டினி. பஞ்சம், வெயில், மழை, யுத்தம், வஞ்சம், ஆசை, பேராசை எல்லாம் இந்த மனிதப் பிறவிக்குத்தான்.

ரோட்டிலிருந்து பெருங்குரலாகச் சத்தம் கேட்டது. படபடவென்று பெரிய பெரிய கற்களால் எறியும் ஓசையும்; “அடி, பிடி, வெட்டு” போன்ற குரல்களும் கரிக்கடை ரோட்டைத் தாண்டி இங்கேதான் நெருங்கிக் கொண்டிருந்தன.

லாண்டரிக் கடையும், வெற்றிலைப் பாக்குக் கடையும் படபடவென்று நிறைப் பலகைகளை எடுத்து வந்து அவசர அவசரமாக மூடுகின்றனர். பாட்டில்களை வீசுகிறார்களோ? குப்பிகள் சரமாரியாக வந்து விழுகின்றன. தோப்புவிளை கோயில் வாசலிலும், உடைந்த கண்ணாடிச் சில்லுகள் சிதறிவிடுகின்றன. கட்சி சட்டைகள் அணிந்தவர்கள், பரஸ்பரம் மோதுகின்றனர். ஆக்கர் கடை வாசலில் மூடைகளில் தைத்து அடுக்கியிருந்த பாட்டில்களை, நடு பாதையில் இழுத்துக் கொட்டி ஒவ்வொரு பாட்டில்களாக எடுத்து வீசுகின்றனர். தெற்குப் பகுதியிலுள்ள தெரு வாசிகள் எல்லாம் வாசலை அடைத்துவிட்டு வீட்டிற்குள் போய் மறைந்து கொண்டார்கள். நெரிசலில் அகப்பட்டுக் கொண்ட ஒரு நாய், பிராண அபயச் சத்தமாகக் கத்திக் கொண்டு, குப்பித் துண்டால் பட்ட காயத்திலிருந்து ரத்தம் வழிய விட்டபடியே ஓடிப் போகிறது. கெட்ட வார்த்தைகளின் கர்ஜனைச் சத்தம்... கட்சிப் பெயர்களைச் சொல்லிக் கூட்டீட்டு வா உங்க தலைவனை, இப்பவே கண்டம் துண்டமாக்கி, நாய்க்கு வீசுகிறோம்... என்பன போன்ற வீராவேச அறைகூவல்கள்.

குருஸ்வாமி கீழே இறங்கி வந்தபோது, ராணி வீடும், பப்பன் வீடும் எல்லாம் அடைத்திருந்தன. “ராணி! குழந்தை

உள்ளேதானே இருக்கான். வெளியே விடாதே. கதவை நல்லா மூடிக்கொள்" என்று உரக்கச் சொன்னார்.

"ஸாமியப்போ! நீங்க ரோட்டுக்குப் போகாதீங்க... மேலே போங்கோ ... அய்யோ! எதுக்குக் கீழே இறங்கி வந்தியோ?" உள்ளே இருந்தவாறே பயந்த குரலில் உரக்கச் சொன்னாள் ராணி.

"ஸாமீ! மேலே போங்க. ரோட்டிலே கொலை பாதகமாக்கும் நடக்கு ... தேவியே! இந்த ஸாமி அய்யா சொன்னா கேக்கமாட்டாளே..." என்று புரை உள்ளே படுத்திருந்த பார்வதி அழுது அரற்றினாள்.

பப்பனின் இரண்டு பையன்களும், கோழிக்கூடு மாதிரி இருந்த ஜன்னலைத் திறந்து கொண்டு வெளியே எட்டிப் பார்த்துக் கொண்டிருந்தனர்.

"ஜன்னலை மூடீட்டு உள்ளே போங்கடா. உங்க அப்பன்காரன் இருக்கானா?" என்று கேட்டார் குருஸ்வாமி.

"இல்லெ. அப்பன் வேலைக்குப் போயிருக்கு..." என்று இரட்டைக் குரலாகச் சொன்ன பையன்கள் ஜன்னலை மூடிக் கொண்டனர்.

எங்கிருந்தோ திடீரென்று, அரை வட்ட செங்கல் கட்டியொன்று பறந்து வந்து, குருஸ்வாமியின் தோள்பட்டையில் வந்து விழுந்தது.

"உள்ளே ஏறிப்போடா நாயுடெ மோனே..." என்ற அலறல். எப்படி, எங்கிருந்து என்று நிதானிப்பதற்கு முன்பே, கண்கள் இரண்டு வர குருஸ்வாமி, தேவி கோயில் படிப்புரையிலேயே இருந்துவிட்டார்.

ரோட்டு நடையிலிருந்து, லாண்டரிக்காரனும், யாரோ இரண்டு ஆக்கர் கடை பையன்களும் உள்ளே ஓடி வந்தனர்.

"என்ன ஸ்வாமி நீங்க. இவ்வளவு விவரம் தெரிஞ்சவங்க. இங்கேயுள்ள காட்டாளங்களுக்கு அம்மையும் அப்பனும் யாரும் வகையில்லேன்னு தெரியாதா ... நீங்க ஏன் கீழ்ழே இறங்கி வந்தியோ? நாங்க கூட ஒளிச்சல்லவா நின்னோம். அய்யோ, கல்லெறி நல்லா பட்டிருக்கே... எங்கெ எங்கெ, முறிவு நல்லா பட்டிருக்கே. கொண்டாடா அந்தத் துவர்த்து முண்டை, போடு, ஜோரா ஒரு கட்டுப் போடு. ஆஸ்பத்திரிக்குத் தான் போணும். இப்பிடியே கமுகு விளாகம் தெரு வழியா போயிரலாம். எப்பிடியாவது ஒரு டாக்ஸி கொண்டு வந்திட்டா போதும்..."

“நான் டாக்ஸி பிடிச்சிட்டு வாறேன். தள்ளையெத்தின்னவனுக என்ன வேணமெங்கிக் கொல்லட்டும்...” என்று ஆக்கர் கடை சாயிபு பையன், தெற்குப் புறமாக ஓடினான்.

இதற்கிடையில் போலீஸ் வாகன சைரன் ஒலி கேட்கவும் சட்டுபுட்டென்று, சுவிட்சைப் போட்டு நிறுத்தினது போல, எல்லாம் ஸ்தம்பித்தன. யாராரோ ஓடுகிறார்கள். போகும் வழியில் உள்ள தகர டின், பாட்டில், சாக்குகளை இழுத்துத் தள்ளிப் பாதையை மறித்துவிட்டு ஓடுகிறார்கள். ஓட்டம், படபடப்பு, கற்கள், கண்ணாடி குப்பிச் சில்லுகள் எல்லாமாக, உழுது புரட்டிய வயல் போல ரோடு குண்டுமுண்டாகிவிட்டிருந்தது.

போலீஸ் படை வந்து, படபடவென்று இறங்கவும், எல்லாம் சாந்தம். யாரையெல்லாமோ துரத்திக்கொண்டு போய் பிடித்து வந்து வேனில் தள்ளுகிறார்கள். அக்கம் பக்கத்தில் எல்லாம் விசாரிக்கிறார்கள். நடந்து போக முடியாத வண்ணம் ரோடெல்லாம் பாட்டில் உடைசல்கள். போலீசைத் தவிர, யாருமற்ற தெரு, கொளுத்தும் வெயிலில் வெறிச்சிட்டுக் கிடந்தது. வீடுகளின் கொல்லைப்புறத்திலிருந்து நாலைந்து நாய்கள், ஏதோ நடந்துவிட்டிருக்கிறதென்ற ஆக்ரோஷத்துடன், குரைத்துக் கொண்டிருக்கின்றன.

டாக்ஸி வந்தபோது, குருஸ்வாமியை ஆஸ்பத்திரிக்கு அனுப்பி வைச்சு, போலீசும் உதவியாக இருக்கிறது. அவருக்குக் காயம் ஒன்றும் அதிகமில்லாவிட்டாலும், தாக்குப்பட்ட இடத்தில் எலும்பு பிசகி கொஞ்சம் வீக்கம் கண்டிருந்ததற்கு அழுத்தமாக ஒரு ரப்பர் பாண்டேஜ் கட்டி வீட்டிற்கே அனுப்பி வைத்தார்கள்.

ராணியும், ரவியும், பப்பனும், வெங்குவும் வந்து கைத்தாங்கலாக, அவரைப் படியேற்றி அழைத்து வந்து படுக்கையில் விட்டனர்.

“நீங்கயேன் ஸாமியப்போ கீழே இறங்கி வந்தியோ? நான் வீட்டுக்குள்ளே இருந்தே சத்தம் போடுதேன். கேக்காம இறங்கி ரோட்டு நடைக்குப் போறா...”

“வேலப்பன் வந்தானா ராணியம்மோவ்?” குருஸ்வாமியின் இந்தக் கேள்விக்கு யாருமே ஒன்றும் பேசாமலிருந்தனர்.

“வந்தானா அவன்? என்ன பேந்தப் பேந்த முழிச்சிட்டு நிக்கியோ எல்லோரும்?”

“வேலப்பன் போலீசைப் பயந்து எங்கேயோ ஒளிஞ்சுக்கிட்டானாம்...” வெங்குதான் சொன்னான்.

“அவங்க பார்ட்டி ஆளகதானே இது அவ்வளவுக்கும் காரணம். இவன் வேறெ சேந்திருக்கிற பால் விவசாய சங்கமும், இங்கே சாலையிலேயுள்ள கூலித் தொழிலாளி சங்கமும் சேர்ந்து லாரி தொழிலாளி சங்கத்துக்காரங்ககிட்டெ போட்டி. அன்னைக்கு வள்ளக்கடவிலே, ஒரு லாரி டிரைவரை இவங்க ஆள் ஒருத்தன் குத்தி ரோட்டிலே போட்டுட்டு வந்திட்டானாம். அதுக்கு இப்போ பட்டப் பகலிலே பகரம் தீர்க்க வந்த வரத்தாக்கும் இது. பாருங்களேன் அரை மணிக்கூர் ஒரு மணிக்கூருக்கும் மேலெ அங்கேயும் இங்கேயுமாயிட்டு எறியும், பாட்டில் வீச்சும், இந்தப் பப்ளிக் ரோட்டிலேதானே நடந்திருக்கு ... எல்லாம் தீர்ந்தப்போ, பிடிச்சுக்கோ, கட்டிக்கோன்னு போலீசு வந்திருக்கு. நான் அங்காளம்மன் தெருவிலே நாயிடு சைக்கிள் கடை உள்ளே போய் நின்னதினாலே தப்பிச்சேன். இவன், வேலப்பன் பாட்டிலோட சாக்கை இழுத்து, நடு ரோட்டிலெ கொட்டி, எடுத்தெடுத்து வீசிக் கொடுக்கான் ... ஸாமி, ராணியம்மா, நீங்க ரெண்டு பேரும் என்ன நினைச்சாலும் சரி. எப்பிடி இருந்தவன், அவன் இந்தக் காவாலிக கூடெச் சேர்ந்து பலவட்டறையாய்ப் போயிட்டானே. எடுத்தெடுத்து வீசும்போ அவன் முகமும் வீறும் ... நம்ம வட்டத்திலெ நான் இப்பிடிக் கண்டதேயில்லை ஸாமி ... இதுக்கெல்லாம், போலீஸ் கையிலெ கெடைச்சா சரியா இருக்கும் ...”

ராணி ஓவென்று வாய்விட்டு அழ ஆரம்பித்தாள். குருஸ்வாமியின் கட்டிலருகில் அமர்ந்திருந்த அவளிடமிருந்து குழந்தையைப் பார்வதி வாங்கிக்கொள்ள வந்தபோது அதுவும் சேர்ந்து ஓவென்று கத்த ஆரம்பித்தது.

படுத்திருந்த குருஸ்வாமியின் கண்களில் நீர் நிறைந்தது.

“என்ன ஸாமி அய்யா நீங்க. சும்மா இருங்க. ராணியம்மா! இப்ப என்ன நடந்திட்டிது? எல்லாம் அவங்க கட்சி அரசாங்கம்தானே நடக்குது. அதனாலெ போலீசு பிடிச்சிட்டுப் போனாலும் வேலுவை ஒண்ணும் செய்யமாட்டா. போராத்ததுக்கு அவங்க யூனியன் பிரசிடெண்டு ஒரு எம்.பி. அவரு உடனேயே போலீஸ் ஸ்டேஷனுக்குப் போயிருக்காராம். கட்சி, யூனியன், சொஸைட்டி அதிலெ செக்ரட்டரி என்றெல்லாம் வந்தா இப்பிடித்தான். அடின்னா அடி, கொலைன்னா கொலை. அதுக்கெல்லாம் துணிஞ்சாத்தான் எல்லாம் ... இருந்தாலும், இந்தத் தோப்புவிளை தண்ணி குடிச்சவனுக்கு இதெல்லாம் வேண்டுன்னுதான் நான் சொல்லுவேன் ...”

“வேய் பாகவதரே! கொஞ்சம் நிறுத்தும். ஸாமி, கை வலி பொறுக்க முடியாமெ படுத்திருக்கா. அந்தச் சமயத்திலெ நீரு

உம்முடைய பொது அறிவையெல்லாம் விளம்பிட்டு இருக்கேரு. அவுங்களெக் கொஞ்சம் ரெஸ்டு எடுக்கவிடும். ராணியம்மா, நீயும் ஒண்ணுக்கும் பயப்படாதம்மா. அவன், வேலப்பன் என்ன இருந்தாலும் ஆளு சாமர்த்தியக்காரனாக்கும். இல்லாட்டா இந்த அஞ்சாங்கிளாஸ் படிப்புக்காரன் அவ்வளவு பெரிய பால் சொஸைட்டி செக்ரட்டரி ஆயிர முடியுமா? பெரிய மாளிகை மேலே போயிருக்கணுமா, இப்பிடிச் சில தட்டும் முட்டும் எல்லாம் வரத்தான் செய்யும். அவன் இப்ப வந்து நிப்பான் பாரு... நீ போய் ஸாமிக்கு, கொஞ்சம் காபியோ கஞ்சியோ வச்சுக் கொடுக்கப்பாரு. வாருங்கோ, நம்மள் எல்லாம் கீழே போகலாம்... வாடா பிள்ளெ. மாமன் முட்டாயி வாங்கித் தாறேன்!" என்று குழந்தையையும் எடுத்துக்கொண்டு கீழே இறங்கிய பப்பனுடன் பார்வதியும் வெங்குவும் இறங்கி வந்தனர். ரவிக்குதான் எல்லாம் இழந்துவிட்டது போல ஒரு மௌனம். அக்கம் பக்கத்து ஒன்றிரண்டு கடைக்காரர்களும், சில வீட்டுப் பெண்களும், கீழே கோயில் முற்றத்தில் வந்து காத்து நின்றிருந்தனர்.

"ஸ்வாமிக்கு ஒண்ணுமில்லெ. எல்லோரும் போங்க... அட, போக அல்லவா சொல்லுதேன்..." பப்பன், பெரிய கார்வார்க்காரன் போலச் சத்தம் போட்டான்.

"அவங்கபாட்டுக்கு நின்னு ஸாமியைப் பார்க்கறதானா பாத்துட்டுப் போட்டுமே. நீயேன் கெடந்து சத்தம் போடுதே?" என்றான் ரவி மெதுவாக. என்னவோ ரவி சோகம் பூண்டவனாகத் தன் தொழில் திண்ணைப் பக்கம் போனான்.

8

குருஸ்வாமியின் படுக்கையருகில் அமர்ந்திருந்த ராணி வெகுநேரம் மௌனமாகக் கண்ணீர் வடித்துக்கொண்டிருந்தாள். எல்லோரும் போய்விட்ட பின்பு, சும்மாவேணும் கண்களை மூடியவாறு படுத்திருந்த குருஸ்வாமிக்கு, வலி இப்பொழுது குறைந்த மாதிரி இருந்தாலும், மனதினுள் ஒரு பெரிய, ஆற்ற முடியாத ரணம் பரவி இருந்ததை உணர்ந்தார்.

வெளியே கலவரம் நடந்து கொண்டிருந்தபோது குருஸ்வாமி கோயில் முற்றத்தில் இறங்கி வரவும் வீட்டினுள் இருந்தவாறு ராணி, உள்ளே போய் விடுங்கள் ஸாமியப்பா என்று எச்சரித்ததும், மாடி ஏறத் திரும்பியபோது ரோட்டு நடையில் பரபர வென்று ஓடி வந்த வேலப்பனை ஒருதரம் நிமிர்ந்து பார்க்கும் முன், அவனைக் காணவில்லை... வந்தவன் தெருவில் இந்தக் கலவரத்திடையே மறுபடியும் எங்கே போனான் என்று பார்க்க ரோட்டு நடையைப் பார்த்துத் திரும்பியபோதுதான் எதிர்பாராத விதமாகச் செங்கட்டியால் தோள்பட்டையில் அந்தத் தாக்குதல் நடந்தது. நிச்சயமாக வேலப்பன் அப்படி மறைந்திருந்து தாக்கமாட்டான். மேலும் அவன் தன்னைத் தாக்குமளவிற்குத் தான் துரோகம் எதுவும் செய்யவுமில்லை. அவன் அப்படிக் கொடூர மனம் கொண்டவனுமில்லை. ஏதோ அவன் வந்து போகவும் கல் வரவும் சரியாக இருந்தது. "கல்லை உங்கள் மேல் யார் எறிந்தார்கள் என்று சொல்ல முடியுமா" என்று போலீசுக்காரர்கள் ஏன் அப்படித் திரும்பத் திரும்பக் கேட்க வேண்டும்? நான் யாரையும் பார்க்கவில்லை. கலவரத்தில் யாரென்று எப்படிச் சொல்லமுடியும் என்றுதான் திருப்பிக் கேட்கத் தோன்றியது... குழம்பிய மனநிலையில் மனசு ஊசலாட்ட நினைவுகளால் தடுமாறிக் கொண்டிருந்தது. வெகு நேரத்திற்குப்

பின்பு கண்களைத் திறந்து பார்த்தபோது, ராணி இன்னும் அழுது கொண்டுதான் இருக்கிறாள்.

"ராணி..."

அவள் அதைக் கேட்டதாகவே இல்லை. அழுகிறாளோ?

"ராணி! தூங்குறீயா நீ?" என்று கேட்டவாறு, சட்டென்று எழ முயன்ற குருஸ்வாமி, கை வலியால், "ஆம்மோவ்" என்று அரற்றிய போதுதான் ராணி தன் உணர்வு பெற்றாள்.

"என்ன ஸ்வாமியப்போ, ஏன் எந்திச்சியோ? படுங்கோ கொஞ்சம்..." என்றவாறு சட்டென்று அருகில் வந்து, அவர் தோள்களை இதமாகப் பிடித்து மெல்ல, படுக்கையில் படுக்கவிட்டாள்.

அந்த வேதனை நிலையிலும் ராணியின் இதமான கை ஸ்பரிசம் குருஸ்வாமியை என்னவோ செய்தது. எத்தனையோ கால இடைவெளிக்குப் பின்பு, அன்பாக, இதமாக, தன் உடல்மேல் ஒரு பெண்ணின் தொடுதல்...

"எந்திரிக்காமெ என்ன செய்ய? நீயும் துக்கப்பட்டுக்கிட்டு எல்லாம் மறந்து இருக்கே. நான் கூப்பிட்டதுகூடக் காதுலே கேக்கலே..."

"அய்யோ! கூப்பிட்டேளா..? என்னவெல்லாமோ நினைச்சிட்டு அப்பிடியெ இருந்திட்டேன். என்ன வேணும் ஸாமியப்போ..?"

"குடிக்க ஏதாவது தாயேன். அந்தப் பார்வதி சாயங்காலத்துப் பாலை வாங்கி வச்சிருக்காளோ என்னமோ..?"

"பால் இருக்கு. இப்போ காய்ச்சி தந்திருதேன்..." ராணி எழுந்து போய் ஸ்டவ்வைப் பற்றவைத்துப் பாலை ஏற்றி வைத்தாள். அவள் திரும்பி குருஸ்வாமியைப் பார்த்தபோது அவர் படுத்திருந்தவாறு தன்னையே பார்த்துக்கொண்டிருக்கிறார்.

"என்ன பார்க்கிறியோ ஸாமியப்போவ்?"

"ராணி! நீ ரொம்ப பாவம்..."

"ஸ்வாமியப்போ! உங்களுக்காவது அந்த நினைப்பிருக்கே... எனக்கினி ஆரு இருக்கா? நம்பி இறங்கி வந்த ஆளு இப்பிடி ஆயிப் போவான்னு சொப்பனத்திலேகூட நினைக்கலியே... எனக்கு ஒரு பிள்ளையுங்கூட ஆயிப்போச்சு... இல்லாட்டா என் காரியம் பார்க்க எனக்குத் தெரியும். என்னைக்காவது ஒருநாளு சாக உள்ளதுதானே. நேரத்தோட செத்துப் போயிரலாம். நானும்

கூடப் போயிட்டா அந்தப் பச்சைப் பிள்ளைக்கு ஆருமில்லாமெ ஆயிருமேன்னுதான் ...”

“ராணி!” என்று சற்று உரக்கவே அதிர்ந்தது குருஸ்வாமியின் குரல், “ராணி, இங்கே நான் ஓராள் இருக்கேன்னுள்ளதை மற்றுள்ளவங்க மறந்தது போகட்டும் . . . உனக்கும் மறந்து போச்சேன்னுதான் எனக்கு வேதனையா இருக்கு ...”

“இல்லெ ஸாமியப்போ. தெய்வத்தை மறந்தாலும் உங்களை எப்பிடி மறக்க முடியும்? இப்பவும் நான் கொஞ்சம் சமாதானமாயிட்டு இருக்கேன்னா அதுக்கு முதக் காரணம் நீங்கதான். பின்னெத்தான் நான் பெற்ற அந்தப் பிள்ளை ...”

“பின்னெ கொஞ்ச முன்னாலெ என்னவோ சொன்னே? அந்தப் பிள்ளைக்கு வேண்டி மட்டுந்தான் உயிரெ வச்சிருக்கேன்னு ...”

“வாயிலெ வந்திடுது ஸாமியப்பா ...”

“இனி அப்பிடியொன்னும் பேசாதே ராணியம்மோ . . . எங்கே உன் முகத்தை இப்பிடி திருப்பு, பாக்கட்டும்.

ராணி குருஸ்வாமியைப் பார்த்தபோது, இன்னும் அவள் கண்களில் நீர் நிறைந்துதான் இருந்தது.

“இங்கே வா. பால் அது பாட்டுக்குக் கொதிக்கட்டும். வா இப்பிடி ...”

ராணி அவர் படுக்கை அருகில் வந்தாள்.

“இரு இப்படி . . .” என்று தன் அருகில் காட்டினார். ராணி அவர் படுக்கையோரத்தில் அமர்ந்தவள், ஓவென்று, அடக்கமாட்டாதவளாகப் பொங்கி அழுதுவிட்டாள். படுத்திருந்தவாக்கில் அவளை மெல்லக் கோதிவிட்டு... கைகளை எடுத்துத் தன் நெஞ்சின் மீது வைத்துக்கொண்டவர்: “அழாதே ராணி” என்று மெல்ல முணுமுணுத்தவாறு கண்களை மூடி, அப்படியே படுத்திருந்தார்.

வேதனையே இல்லை. காயமெல்லாம் ஆறிப் போய்விட்டது. மனசுகூட மேகமற்ற நிர்மல வானம் போலத் துல்யமாகிவிட்டது... பூக்கள் மணத்து மலர்ந்திருக்கின்றன... தேவி கோயிலின் எல்லா விளக்குகளும் தெளிந்த வெளிச்செண்ணையில் ஜோதி மயமாகச் சுடர்விடுகின்றன . . . தொங்கு விளக்கின் சங்கிலியில் பவழ நிறச் சாரைப் பாம்புகள் இறங்கி வருகின்றன . . . கோயிலின் சுவரோவியங்களில் அகண்டாகாரமாக விச்வரூபச் செழிப்பில் முலைகளும், பூதகணங்களை உள்ளடக்கிய ஜனனேந்திரியமும் திரிசூலக் கிளைகளாகப் படர்ந்த எண்ணற்ற திருக்கரங்களும்,

கோரப் பற்களும் நீட்டிய நீள நாக்கும்... பிழம்பாகக் கண்களும்... கொண்ட தேவி பூக்காடு போலச் சிரிக்கிறாள். முத்தேந்திய கைக்கிண்ணத்திலிருந்து அமுத தாரை நிகழ்கிறது... பூனைக் கண்களும் சொல் இனிமையும் கொண்ட அம்மு அம்மை, அப்பாவின் அரவணைப்பிலிருந்து நிர்வாணமாக ஓடிவரும்போதும் பாடுகிறாள்... "ஆம்பாடி தன்னில் ஓர் உண்ணியிண்டங்கனே"... "அம்மு அம்மேய்! ஓடாதே..." என்று தடுத்தாட் கொண்டபோது "உங்களுக்கு எல்லாவித்தையும் தெரியுமா?" என்று கேட்டுக் கொண்டு குத்துவிளக்கடியில், சுப்புலக்ஷ்மி, பெற்றுப் பறி கொடுத்த துரந்தத்திலும் மோகக் கிறுக்கில் நின்று சிரிக்கிறாள். "பிரேமையில் யாவும் மறந்தேனே!" கந்தர்வக் கின்னரர்கள் மேகச் சிறகுகளால் பறந்தவாறு புறமெங்கும் பாடித் திரிகிறார்கள்... எல்லாத் தொங்கல்களையும் ஆட்டிக் கொண்டு ஒரே ஒரு கிருஷ்ணப் பருந்து பறந்து பறந்து வருகிறது. அது தொலைதூரத்து ஒற்றை மரச் சங்கேதத்திலிருந்து உயர்ந்து பொங்கி... தோப்புவிளையின் செந்தென்னை மரத்தில் வந்து அமருகிறது... தேவியின் விச்வரூப ஆக்ரோஷம் அந்தப் பருந்தின் பிரம்மாண்ட நிழலில் மறைந்தே போகிறது.

சட்டென்று மூச்சுத் திணறுகிறது. விழிப்பு வந்தபோது ராணி சூடான பால் டம்ளரைக் கையில் வைத்துக் கொண்டு நிற்கிறாள்.

"அப்பிடியே இருந்தேனே, பால் பொங்கி வழியும் போல இருந்தது ஸாமியப்போ. அதுதான் மெல்ல நீங்க உணந்திராமெ எந்திச்சு வந்தேன். நல்ல வேளை, பால் பொங்கிச் சிந்தல்லே; இந்தாருங்கோ, சூடா இருக்கு..."

பால் டம்ளரை வாங்கிக் கொண்ட குருஸ்வாமி ராணியின் கைகளைப் பிடித்துக்கொண்டார்.

"என்ன ஸ்வாமியப்போ..?"

"ஒண்ணுமில்லே ராணி. நான் பாலைக் குடிக்கிறேன். நீ கீழே போ... ரொம்ப நேரமாச்சு. அவன் வந்தானோ என்னமோ? ராஜாப் பயலும் தூங்கீரப் போறான்..." குருஸ்வாமி, அவள் கைகளைத் தழுவியவாறு, மெல்லத்தான் பிடியை விட்டார்.

9

தலை நாள் இரவு, திடீரென்று இருந்து திரண்டு வந்து படபடவென்று மின்னலும் இடியுமாக, பெரிய மழை கொட்டியது. கோடை மழை. வறண்டு கிடந்த பூமியில், புதுமழை சிலிர்ப்பைக் கிளறிவிட்டிருந்தது.

குருஸ்வாமிக்குக் கையின் உபாதை மாறி இப்பொழுது அனேகமாகச் சொஸ்தமாகியிருந்தது. வெயில் காலம் ஆரம்பித்ததிலிருந்தே தினமும் அதிகாலையில் எழுந்து, தினமும் ஒரு மணி நேரம் நெடுக நடந்துவிட்டு வரும் வழக்கம் இருந்தது. இப்பொழுதெல்லாம் முன்போல, கோயில் பிரகாரங்களுக்குப் போவதும் சிற்பங்களில் எதையெல்லாமோ தேடுவதுமான பாழ் வேலைகள் குறைந்திருந்தது. மிஞ்சி மிஞ்சி வந்தால், முற்றத்து தேவி கோயிலும் சுற்றுச் சுவர் சாய ஓவியங்கள் ரசிப்பதுடன் சரி.

அன்று, அந்தக் கலவரம் நிகழ்ந்து கல்லடிபட்டுத் தோள் எலும்பு பிசகியதினால், இரண்டு வார காலமாக எங்கும் வெளியே போவதில்லை. நாளை காலையில் எழுந்து மறுபடியும் முன்போல் நடந்துவிட்டு வரவேண்டுமென எண்ணியிருந்த குருஸ்வாமியின் திட்டத்திற்குத் தடைவிதிப்பது போலிருந்தது இரவு கொட்டிய மழை. காலை எழுந்த போதே ஆறு மணி தாண்டிவிட்டிருந்தது. மட்டுப்பாவில் வந்து நின்று பார்த்தபோது, கீழே எங்கும் அந்தத் திடீர் மழை வருத்தியிருந்த அவலக் கோலம் தெரிந்தது. ரவி திண்ணையில் அரை குறையாக எழுதி, இழுத்துக் கட்டியிருந்த துணி பானரின் எழுத்துக்கள், மழையில் நனைந்து வழிந்திருந்தன. அவன் இன்னும் உறக்கம் எழுந்து வரவில்லையென்று தோன்றியது. தேவி கோயில் நடையில் நிற்கும் செம்பருத்திச் செடிகளில் இலைகளே இல்லை என்றாலும், நாலைந்து

பூக்கள், கசக்கி எறிந்த சிவப்புத் துணித் துண்டுகள் போலப் பூத்திருக்கின்றன. செந்தென்னையில்கூடக் காய்களே இல்லை. உறையில் உள்ள குத்துவாள் போல ஒன்றிரண்டு இளம் பூக்கள் மஞ்சள் நிற மட்டைகளிடையே எட்டிப் பார்க்கின்றன. கோயிலின் சிமிண்டு திண்ணையெல்லாம்கூட நனைந்திருந்தாலும் அங்கிங்காக ஈரம் உலர்ந்து கிடக்கிறது. ஓரத்தில் யாரோ ஓராள் படுத்திருந்த பகுதி மட்டும், ஆறடி கம்பளம் போல நனையாமல் கிடக்கிறது. கீழ் வானத்தில் இன்னும் திட்டாகக் கரு மேகங்கள் குவிந்திருப்பதினால் காலை ஒளி தயங்கித் தயங்கி நிற்கிறது. தலை நாள் வரை இருந்த வெம்மையான இறுக்கம் கனிந்து, கொஞ்சம் இதமான காற்று வீசுகிறது.

அப்பொழுதுதான் மெல்லத் தள்ளாடியபடி, சேலையை இழுத்துப் போர்த்திக்கொண்டு, துடைப்பத்துடன் படியேறி வந்து கொண்டிருந்தாள் பார்வதி. கொஞ்சம் ஒதுங்கி, அவளுக்கு வழிவிட்டுவிட்டு, மறுபடியும் மொட்டைமாடியின் மேற்குப் பகுதியில் போய் நின்றார். கீழே ராணியின் வீட்டுப் பின் பகுதியில், வேலப்பன் அலுமினிய குண்டாவில் நிறையத் தண்ணீர் எடுத்து வைத்து உமிக்கரியால் பல் தேய்த்துக் கொண்டிருக்கிறான். கரு கருவென்று, மையாக வழியும் உமிக்கரி எச்சிலில், அவன் முகமும், காறிக் கனைத்து, எச்சில் உமிழும் அவன் முகக் கோணங்கித் தனங்களையும் எல்லாம் பார்த்தபோது எரிச்சலாக வந்தது. மெல்லத் தவழ்ந்து வந்து, குண்டாத் தண்ணீரில் கையை நனைத்து அளையும் ராஜாப் பையனை அவன் அதட்டுகிறான். “சும்மா இரு மக்கா கொஞ்சம். ஏய், அம்மா தாயே மகாராணி! இந்தப் பிள்ளையை எடு. பல்லு தேய்க்க விடமாட்டாங்கான். போ மக்கா. அப்பா கொஞ்சம் பல் தேச்சுக்கிடட்டும்” என்று அவன் குழந்தையிடம் நயந்தபோது, கரிக் கோலத்தில் அவன் முகறையும் சிரிப்பும்... சீ... இவனுக்கு இப்படி நயந்து போகவும் தெரியுமா? என்ன நாய்க்குணமோ? குடித்துவிட்டால் பேய்க் குணம். இந்த இவனிடம் என்ன கண்டு இறங்கி வந்தாள் அந்தப் பால் போன்ற பெண்..? இளமையும், பெரிய இடத்து அந்தப்புர வாழ்வின் சலிப்பும் அவளை இப்படி விட்டேற்றியாக்கி விட்டிருக்கலாம். இப்பொழுதெல்லாம் இவளை நினைக்கும் போது, எங்கோ அந்தர வெளியிலிருந்து ஒரு ராகம், நுரைத்து நுரைத்து, குமிழ்கள் மெல்லிய குமிழ்களாகத் திரைந்து வருகிறது. கால எல்லையில் விட்டுவிட்டு விரைந்து வந்துவிட்ட அந்தப் பழைய சங்கீத வாசனை, எந்த லயத்துடன் மறுபடியும் மனதில் கூடு கட்டப் பார்க்கிறது. பாவம், சின்னப் பெண்...” ஸாமியப்பா! தெய்வத்தை மறந்தாலும் உங்களை எப்பிடி மறக்க முடியும்? அவள் முகம் விழி நிறைந்த கண்ணீர்... “அழாதே ராணி...”

மெல்லிய அந்த முதுகை வருடும் தன் விரல்கள் ... மன அடி மண்டியிலிருந்து ஊறி வரும் அந்தத் தெளி ராகம் எது? "பிரேமையில் யாவும் மறந்தேனே ... ஜீவனமுனதன்பே ..."

சீ ... என்ன தகாத நினைவுகள்? எட்டி எறிய நினைத்துத் திரும்பியபோது, பால் பாட்டில்களுடன், ராணியே படியேறி வருகிறாள். "என்ன ராணி! நீயே பாலை எடுத்திட்டுவாறே, வேலப்பன் போயிட்டானா? அவனுக்குப் பிடிக்காதே நீ படியேறி வாறது .. ?

"என்னமோ இன்னைக்குக் கொஞ்சம் நல்ல குணமா இருக்கா. பிள்ளையிட்டெ கொஞ்சீட்டு இருக்கா ... பார்வதிதான் சொன்னா, பாலைக் கொஞ்சம் கொடுத்திரு மக்கான்னு. ஸ்டவ்வைப் பற்றவச்சிட்டுப் போட்டா ஸாமியப்போவ்?"

"வேண்டாம் ராணி. அவன் இருக்கான். எப்போ குணம் மாறுமோ தெரியாது. பார்வதிதான் இப்போ இப்போ வந்திருதாளே, காலத்தைகூட வந்து தூத்து சுத்தம் செய்திட்டுப் போனாளே ... முன்னத்தைப் போல நானே பாலையெல்லாம் காய்ச்சிக்கிடுவேன். இல்லாட்டாலும் எப்பவும் நடக்கக்கூடிய காரியத்தைதானே பார்க்கணும் ..."

"கொள்ளாம், நீங்க சொல்லுது. சுகமில்லாத ஆளு. சரீரசுகம் கொஞ்சம் தேறிக்கிடட்டும். அது வரைக்கும் ஆருதான் என்ன சொன்னாலும் எனக்கொன்னுமில்லே. இதோ, அவ்வொ இப்போ வெளியே போவா. போனதும் வந்து எல்லாம் செய்து தாரேன் ..." என்றவாறு ராணி உற்சாகமாகப் படியிறங்கிப் போனாள்.

சுப்புலஷ்மிக்கு இந்தத் துடிப்பும் வேகமும் படபடப்பும் ஒன்றுமிருந்ததில்லை. அதனாலேயே மெல்ல மெதுவாக நோகாமல் வாழ்ந்து நோகும் நினைவுகளைத் தந்து பாதி வழியில் போய்விட்டாள். "நம்மால் இட்டு நிரப்ப முடியாத சக்தியின் செயலுக்கு வருந்தி என்ன பயன்?" என்ற பக்குவத்தை மனதில் வளர்த்தி இத்தனை காலத் தொலை நிஜமாகக் கடத்தி வந்துவிடவில்லையா? நீறு பூத்த நெருப்பு போல எங்கோ தன் உள்வெளியில் ஒரு பொறி கிடந்து மினுக்கிக் கொண்டு அடிக்கடி கனலவும் செய்கிறது.

சமீபத்தில் ஒருநாள் அதிகாலையில் நடக்கப் போனபோது, கடைத்தெருவில் ஒரு காட்சி காண நேர்ந்தது. நன்றாக விடிய ஆரம்பிக்கவில்லை. இருட்டு இன்னும் மிச்சமிருக்கிறது. சாலைக்கடை வீதி ஆனதினால் தெரு விளக்குகள் எல்லாம் பிரகாசமாக எரிந்து கொண்டிருக்கின்றன. ஒவ்வொரு அடைத்த

கடைத் திண்ணைகளிலும் அலங்கோலமாகக் கால் முதல் தலை வரை போர்த்திக் கொண்டு, குறட்டை விட்டுத் தூங்கும் ஆத்மாக்கள், துணி விலகி, கால் சரியத் தூங்கும் கோணங்கிகள், தெருப்பிள்ளைகள், பிச்சைக்காரர்கள், நோயாளிகள், மூட்டைத் தூக்கிகள் ... வாழ்க்கை எங்கெல்லாம் சால் வடிந்து துர்நாற்றம் கொண்டிருக்கிறதென்றெல்லாம் நினைத்துக் கொண்டே நடந்தபோது, முக்கு திரும்பும் ஓரத்திலுள்ள நீண்ட கடைத்திண்ணையில், நாலைந்து பேர் வரிசையாக உட்கார்ந்து புகைபிடித்துக் கொண்டிருக்கிறார்கள். பக்கத்திலேயே தெருவிளக்கு பிரகாசமாக எரிந்து கொண்டிருப்பதினால், ஆட்களின் முகபாவங்களைப் பார்க்க நினைத்துத் திரும்பிய போது உட்கார்ந்திருப்பவர்களுக்குப் பின்னால், திண்ணையில் அம்மணமாக ஒரு பெண்ணும், அவளுடன் அதே நிலையில் ஒரு ஆணும். ஒரு கணம்தான் பார்க்க முடிந்தது. “ஸாரே! ஒண்ணுமில்லே. திரும்பிப் பார்க்கண்டாம். உங்க பாட்டுக்குப் போங்கோ” என்றான் திண்ணையில் அமர்ந்திருந்தவர்களில் ஒருவன். ஏதோ நாங்கள் எங்கள் காரியம் பார்க்கிறோம். நீங்கள் உங்கள் பாட்டிற்குப் போங்கள் என்ற தோரணை!

குருஸ்வாமிக்கு அன்று முழுவதும் குறுகுறுப்பான ஒரு அவசம். மனது பூராவும் விரவிக் கிடந்தது. யார் அந்தப் பெண் என்று நன்றாகப் பார்க்காமல் போனோமே. லைட்கூடப் பிரகாசமாகத்தானே இருந்தது. எவ்வளவு சர்வ சாதாரணமாக நட்ட நடுத்தெருவில், சிறிய ஆளோய்ந்த நேரத்தைப் பயன்படுத்திக்கொண்டு ... காலமும், கருத்துக்களும் ரொம்ப ரொம்ப முன்னேறி ஓடுகிறது. முன்பெல்லாம் என்றால், அசிங்கத்தை மிதித்துக் கழுவிக் கொள்ளத் தோன்றும் உணர்வாவது இருந்திருக்கும். இப்பொழுது, அந்த மங்கல் காட்சியை, திரும்பத் திரும்ப மனச்சீலையில் ஒளியேற்றிப் பார்க்கத் தினவாசை தோன்றுகிறதே.

கண்ணாடியில் தன்னைப் பார்த்துக் கொண்டபோது, இல்லை மாறுதலே இல்லை. கருகருவென்று ஐம்பது வயதிலும் ஒரு நரைகூடத் துளிர்க்காத தாடி. தெளிந்த கண்கள், கொஞ்சம் பருமனான உதடுகள், சட்டையணியாத ரோமம் நிறைய மார்பு. என்னதான் தோள் மேல் காயம் பட்டிருந்தாலும், கம்பீரம் இன்னும் சரிந்துவிடவில்லை.

“என்ன ஸாமியப்பா, ஒருநாளும் இல்லாத திருநாளா கண்ணாடி முன்னாலே போய் நிக்கியோ? அய்யோ, இதென்ன காலத்தெ கொண்டு வச்ச பாலு அப்பிடியே இருக்கே. நிங்க பின்னெ இதுவரையிலெ ஒண்ணுமே குடிக்கலியா? கொள்ளாமெ

இது கூத்து. நான் காச்சி வச்சிட்டுப் போலாம்னதுக்கு வேண்டாம்னு சொல்லீட்டியோ!"

"என்னமோ எனக்குப் பசிக்கல்லெ ராணி. அதுதான் அப்பிடியே ஒவ்வொன்னு ஆலோசிச்சிட்டு நின்னிட்டேன்".

"கண்ணாடியெப் பாத்து என்ன ஆலோசனை?"

"இப்பிடி தாடியும் மீசையுமாயிட்டு, என்னத்துக்குக் கரடி மாதிரி இருக்கணும்? எல்லாம் எடுத்துக் களஞ்சிட்டு, எல்லோரையும் போலச் சாதாரணமா இருந்தா என்னன்னு ஆலோசிச்சுப் பாத்தேன்..."

"வாஸ்தவம்தான் ஸாமியப்போ! நீங்க மட்டும் அப்பிடியெல்லாம் இருந்தா முப்பது வயசுதான் மதிக்கும். இன்னியொரு கல்யாணம்கூடக் கட்டிக்கிடலாம். இல்லாட்டாலும் எனக்குப் பிடிக்கலையப்போ... இந்தத் தாடியும் மீசையும்... செல்லம் போலத்த முகத்துக்கு அதென்னத்துக்கு..."

ஏதோ ஒரு பாட்டை முணுமுணுத்தவாறு, ஸ்டவ்வைப் பற்றவைத்துத் தடபுடலாக வேலைகளை ஆரம்பித்தாள். "ரவை டப்பா எங்கே? கொஞ்சம் ரவை கஞ்சி வச்சித் தாறேன்..." என்று சொன்ன அவளது உத்வேகத்தை ஸாமி கவனித்தார். "என்ன ராணியம்மா, இன்னைக்கு ஒரே உற்சாகம். வேலப்பன் ஏதாவது தங்க உருப்படி நல்லாக்கித் தாறேன்னு சொன்னானா?"

"உருப்படியும் பண்டமும் எல்லாம் இனி எதுக்கு? இன்னைக்குள்ளது மாதிரி ரெண்டு நல்ல வர்த்தமானம் சொல்லிச் சிரிச்சிப் பேசி இருந்தாலே போதும்..."

"அப்பிடியா சங்கதி! அப்போ அவன் இன்னைக்கு ரொம்ப ஜாலியா இருக்கான்னு சொல்லு... எங்கே கீழே இருக்கானா; வெளியே போயிட்டானா?"

"பிள்ளையும் எடுத்துக் கொண்டு வெளியோ போயிருக்கா. அதுக்கொரு சட்டையும் நிக்கரும் தைக்கணும்னிட்டு டெயிலர் கடைக்குப் போணும்னு போனா. பின்னெ ஒரு காரியங்கூடச் சொன்னா. அவங்க பால் விவசாய சங்கத்திலெ இவங்களெ வைஸ்பிரசிடெண்டா எடுத்திருக்காளாம். அதனாலெ சங்கக் கட்டிடத்திலேயே வீட்டு வசதியெல்லாம் இருக்காம். இந்த மாசமே அங்கே வீடு மாறிப் போணும்னெல்லாமாக்கும் பேச்சு..."

"அப்பிடியா? அட, நம்ம வேலப்பன் க்ஷீர விவசாய சங்க வைஸ் பிரசிடெண்டா? பரவாயில்லியே. சந்தோஷம். அந்த வகையிலெ கெட்டிக்காரன்தான். அதோட கொஞ்சம் இந்தக்

குடியையும், அவசர புத்தியையும் விட்டுத் தொலைச்சான்னா ரொம்பத் தங்கக் கம்பி ஆயிருவான்…"

"அதுதான் நானும் சொன்னேன். என்னைக் கொண்டு அந்தப் பச்சைப் பிள்யெக் கொண்டெல்லாம் ஆணைபோட்டா. நேற்று ராத்திரி மழை பெய்யும்போதெல்லாம் இதுதான் பேச்சு. எத்தரையோ காலமாச்சு. இப்பிடிக் கொஞ்சம் பேசிச் சிரிச்சு இருந்து…"

"ஓ… அந்த ராத்திரி ஞாபகமாக மூளிப்பாட்டெல்லாம் பொடி பொடிக்குது?" என்று குறும்பாக, கையிலிருந்த தினசரி பேப்பரிலேயே கவனமாகச் சிரித்தார் குரு.

"போங்க ஸாமியப்பா, நீங்க பொல்லாத ஆளாக்கும். அதான் இந்த மாதிரி தாடி வளத்தினவங்களையொன்னும் நம்பக் கொள்ளாது. ராத்திரி பேசீட்டு இருந்தோம்னு சொன்னப்போ உங்க ஒரு சிரிப்பு…"

"உன்னை மாதிரி ஒருத்தரும் நம்பாமல் இருந்திரக் கூடாதென்னுதான் தாடியையெல்லாம் எடுத்து வேஷம் மாறீட்டா என்னான்னு பிளான் போடுதேன்…"

"தேவி சத்தியமா ஸாமியப்பா… தாடியெல்லாம் வடிச்சு களஞ்சு நீங்க அப்பிடி வந்து நின்னா உங்க ஐஸ்வரியத்தைப் பாக்க ஆயிரம் கண்ணு வேணும். என் கண்ணே பட்டிடும். பின்னெ திருஷ்டி கழிக்கச் சுற்றிப் போட வேண்டியதுதான்."

"ராணியம்மோவ்! பதுக்கச் சொல்லு, வேலப்பன் வெளியே போனவன், ஏறி வந்திரப் போறான். பிறவு, நீ என்னைப் பற்றிச் சொன்னதைக் கேட்டிட்டுப் பழையபடியும் வேதாளம் ஆயிராமெ…"

கீழே இருந்து, ராணியென்று வேலுவின் குரல் கேட்டது. "அட! இவ்வளவு இதமாகக்கூடக் கூப்பிட இவனுக்குத் தெரியுதே…" என்ற குருஸ்வாமியின் குரலைக் கவனியாதவள் போல "இன்னா வந்திட்டேன்" என்றவாறு துள்ளல் நடையில் கீழே இறங்கிப் போனாள்.

ஆரம்பப் பாட மாணவனைப் போலக் கணக்கு நூறு தொண்ணூற்றி ஒன்பது என்று தலைகீழாகத் தொடங்குகிறதோ? கணக்குத் தலைகீழானால் என்ன நேராக இருந்தால் என்ன? ராணி போகப் போகிறாள். "உம்" என்று நீண்ட பெருமூச்சொன்று எழுந்தது குருவிடம்!

10

புதிய கோலத்தில் கண்ணாடியைப் பார்த்துவிட்டு, முன் அறைச் சுவரில், ரவி வரைந்து பெரிதாக மாட்டியிருக்கும் தன் உருவப்படத்தை நிமிர்ந்து பார்த்தார் குரு. மாறுதல் எவ்வளவு பூடகமாக வந்திருக்கிறது. உண்மையில் படத்தின் அந்த உருவமல்ல, இப்பொழுது கண்ணாடியில் தெரிவது. தாடியும் கண்களின் பார்வையும் மட்டுந்தான் அந்தப் படத்தின் முக்கியக் குறி. ஆனால் கண்ணாடியில் ரகசியங்களை இமைகளில் ஒதுக்கிய கண்கள். பரவசம் நிறைந்த பெரிய உதடுகள், நெடிதாக மூக்கு, பரந்த நெற்றி . . . கொஞ்சம் புன்சிரிப்பு சிரித்துக் கொண்டபோது "ஸாமியப்பா உண்மையில் தாடியெல்லாம் வடிச்சு களஞ்சு நீங்க வந்து நின்னா உங்க ஐஸ்வரியத்தைப் பாக்க ஆயிரம் கண்ணு வேணும்..!" மமதை தோன்றியது. ராணி! நீயேன் அதை இத்தனை நாள் சொல்லவில்லை? சின்னப் பெண்ணே! வாயேன். வந்து பாரேன்...

குருஸ்வாமி மொட்டைமாடியில் வந்து பார்த்தபோது எல்லாம் மாறியிருக்கிறது. செந்தென்னையில் புதிய பூக்குலைகள் சிலிர்த்துக் கொண்டு விரிந்திருக்கின்றன. தேவி கோயிலில் உதித்தேறும் சூரிய ஒளி பொன்முலாம் பூசியிருக்கிறது. பப்பனும், பார்வதியும், வெங்குவும், ரவியும் எல்லாம் புதிய ஆட்கள்... புதிய வானம் புதிய பூமிதான்... கோயில் முற்றத்தில் சீட்டாடும் அவர்கள் புதியவர்களாகத்தான் மாறியிருக்கிறார்கள்.

"இப்போ எல்லாம் மாறி மறிஞ்சாக்கும் கெடக்கு. நல்ல தந்திரம் தெரிஞ்சவன் காரியக்காரன். நான் நிக்கக்கூடிய பாத்திரக்கடையிலெ உள்ள எல்லா ஜோலிக்காரங்களும் இப்போ யூனியனிலெ சேர்ந்திருக்கா. பின்னெ நான் மாத்திரம் ஏன் மாறி

நிக்கணும்?" என்று கேட்கும் பப்பனின் குறி சீட்டைவிட்டுப் பெயரவில்லை.

"ஆமப்பா! காலத்துக்கு ஏத்த மாதிரி எல்லாம் மாற வேண்டியதுதானே? முன்னாலெ எல்லாம் எப்பிடீன்னு கேட்டா, காலெம்பற ஏழு மணிக்குக் கடைசியிலெ ஏறினா மூணு மணியும் ஆவும், நாலும் ஆகும் சாப்பிடப்போக. சாப்பிட்டு உடனே வரணும். வாறதுக்குக் கொஞ்சம் முன்னெப் பின்னெ ஆனா முதலாளி, சுண்டைக்கா மகனேன்னுதான் கேப்பாரு. ராத்ரி கடை பூட்டப் பன்னிரெண்டு மணி, ஒரு மணி… இதுக்கு இடையிலெ இவன் ஒன்னுக்குப் போகக்கூட நேரமிருக்காது. பலசரக்கு கடையானா இவன், தூசும் தும்பும் அழுக்கும், சப்பு சவறுக்கும் எடையிலெதான். கடைசியிலெ என்ன, ஆஸ்துமா, க்ஷயம்தான் மிச்சம். நீரொழுக்கும் பைல்ஸூம் இல்லாத சாலைக்கடை முதலாளி ஒருத்தனாவது இருப்பானாங்கிறது சந்தேகம்தான். இப்போ ஒவ்வொன்னா மாறி வருது. பய முதலாளிகளுடைய காலேஜ் படிப்புப் படிச்ச பிள்ளைக பட்டறைக்கு வந்தாச்சு. அப்போ அதுக்குத் தக்கபடி காரியங்கள் மாறுது. ஷாப்ஆக்டு, லேபர் சட்டம் எல்லாம் வந்தாச்சுது. வாரம் ஒருநாள் கட்டாய விடுமுறை…"

"ஆமாம், நாம இப்பிடி இருந்து சீட்டாடண்டாமா?" கேலியாகச் சிரித்தான் ரவி.

"வோய், ஒமக்கென்ன? சாயமும் பெயிண்டும் ஏமாந்தவங்களும் இருக்கிற காலம் வரையிலெ! என்னைக்கும் லீவுதான். ஏதாவது ஒரு இங்கிலீஷ்காரி சீலை துணியில்லாமெ நிக்கக்கூடியதெ வரச்சு கொடுத்தா பணம்! முன்னத்தை மாதிரி நீரு காளிதேவியையும் நாரதனையும் இப்போ வரையவா செய்யுதேரு? மிஞ்சிப்போனா, "விப்ளவம் ஜயிக்கட்டே"ன்னு பானர் எழுதுவேரு…"

"டேய், அதுக்கெல்லாம் தலையிலெ கொஞ்சம் வேணும். உன்னெப் போலப் பாத்திரம் ஈயம் பூசிக் காரியம் சாதிக்கிற வேலையில்லெ பெயின்டிங் ஜோலி… என்ன வெங்கிடாசல பாகவதரு பேசாமெ இருக்கியோ?"

"நான் என்ன பேச? நீங்க ஆடக் கூடியதெப் பார்த்துக் கொண்டிருக்க. பேசக்கூடியதெ கேக்க. அல்லாமெ எனக்கென்ன தெரியும்? ஒரு குணங்குடி மஸ்தான் பாட்டு வேணுமானா பாடுதேன்…"

"வேய், வேய் பாகவதரே, உம்முடைய புளிச்ச பாட்டைப் பாடீராதியும்! இப்ப எனக்கு வெளிக்குப் போகத்தோணும்…" எல்லோரும் உரத்த குரலில் கலந்து சிரித்தார்கள்.

சிரிப்பும் கும்மாளமுமாகக் கலகலத்த அந்த சதஸிடையே வேலப்பன் குழந்தையையும் ஏந்திக் கொண்டு வந்தபோது, மட்டுப்பாவிலிருந்து அதுவரை வேடிக்கைப் பார்த்துக் கொண்டிருந்த குருஸ்வாமி சட்டென்று உள்ளே திரும்பிவிட்டார். தனது புதிய கோலத்தை இவன் பார்க்க வேண்டாம் . . .

"என்ன சிரிப்பும் பரியாசமும் பலமாயிருக்கு..." வேலப்பனின் குரல் கேட்டபோது சட்டென்று எல்லோரும் கொஞ்சம் எழுந்து நிற்பதுபோலப் பாவனை காட்டினார்கள்.

"இரிங்க இரிங்க. நடக்கட்டும், உங்க கச்சேரி நடக்கட்டும். வீட்டிலெ கொஞ்ச நேரம் இருந்தா இந்தப் பயல் சும்மா இருக்கவிடமாட்டான். தூக்கி வச்சுக்கொண்டு சவாரி போணும். அதுதான் ரோட்டு கடை வரை போயிட்டு வாறேன் . . ." என்றவாறு வெளியே நடந்தான் வேலப்பன்.

"என்ன, பப்பனும் பாகவதரும் ஒண்ணும் பேசாமெ இருந்திட்டியோ? வேலப்பனைக் கண்டு பயந்திட்டேளா?" ரவி மெல்ல ஆரம்பித்தான்.

"எங்களுக்கென்ன பயம்? அவனும் இங்கே, எங்ககூடத் தோப்புவிளையிலெ தேங்கா பொறுக்கிப் போட்டவன்தான். அவன் இப்போ நம்ம ஸாமியக்கூடெ வகை வைக்கியது இல்லே. பின்னெ இவன் பால் சங்கத்திலெ வைஸ்பிரசிடெண்டானாலும், நம்ம ராஜ்ஜியத்துக்கே மந்திரியானாலும், எங்களுக்கு வேலப்பன் வேலப்பன்தான் . . ."

"ஆ! பாத்துக்கிட்டே இருங்க. இவன் என்னைக்கும் இங்கேயே கெடந்தாத்தானே, உங்களுக்கெல்லாம் வகையில்லெ? அவன் தோப்புவிளையெ விட்டே போவப்போறான் . . ."

"ஆமா, நல்லா போனான். இப்போ என்ன காரியம் தெரியுமா? நம்மளெல்லாம் இந்தத் தோப்புவிளையிலெ பண்டு பண்டே குடி கெடக்கோம். ஸாமிக்கும் வேறெ அவகாசிகளில்லே. அப்பிடி வரும்போ அவங்க அவங்க இருக்கக்கூடிய இடத்தை அப்பிடி அப்பிடியே பதிச்சு வாங்கணும்னாக்கும் வேலப்பனுக்கெ பிளான். அவனுக்கு இப்போ, நல்ல கட்சி பின் பலவுமிருக்கு . . . என்ன இருந்தாலும் அவன் மலையாளி. நல்ல சாமர்த்தியக்காரனாக்கும். அதைச் சம்மதிக்கத்தான் வேணும் . . ."

"சும்மா கெடந்து கீறாதியும். ஸாமி இவ்வளவு நேரம் மட்டுப்பாவிலெ வந்து நின்னிட்டாக்கும் போறா. ஸாமியெ பாத்தீரா? அவாளும் மாறித்தான் இருக்கா. தாடி மீசையெல்லாம் எடுத்து, இப்போ ஆளே ஒரு தினுசாயிட்டு மாறியாக்கும்

போயிருக்கு... அன்னைக்குத் தேங்கா வெட்டினப்பம் பார்த்தீரா ... பத்து அம்பது தேங்காயை ராணியெ எடுத்துக்கிடச் சொன்னா. பார்வதியெ இப்போ இப்போ கவனிக்கியது அப்பிடி இப்பிடித்தான். கிளவி இப்போ, முக்கா நாளும் கெடையிலெ. சீக்கிரமா நமக்கு ஒரு பாடைச்சிலவு வரும்...."

"வோய் ஈயம், நீரு கடை சம்பளக்காரன் ஆன பிறகு, தெளிஞ்சுதான் பேசுதேரு. எல்லாம் யூனியனும், சங்கமும் இப்பம் உள்ள டெய்லி பேப்பரும், அரசியலும் செய்யக்கூடிய விளையாட்டு..."

"பெயிண்டர் சாரே! இப்ப உள்ள ரூபத்திலே, நம்ம ஸாமியெ ஒரு படம் வரையும் பார்க்கலாம். அப்போ, உம்மளெ சம்மதிச்சு தரலாம்... வரைப்பீரா?"

"ஏன் வரைச்சா என்ன?"

"வேய், தாடி ஒரு கலை ஆக்கும். அதெ ஈஸியா ரெண்டு கோடு இழுத்து வரச்சிரலாம். இப்போ முகம்பூராப் பார்த்துப் பார்த்து வரைக்கணும். ஒரு கோடு தெற்றிப் போனா ஆள் ரூபமே மாறிப் போகும். வரைச்சிரும் பார்க்கலாம்..."

"எந்தியும் பாகவதரே. அன்னா ஸாமி இறங்கி வாறா. போவும். போய் நில்லும், ரெண்டு வேதாந்தப் பாட்டுப் பாடிக்காட்டும். செருப்பை எடுப்பா இப்போ..."

ஒருவருக்கொருவர் சிரித்தவாறு கோயில் திண்ணையிலிருந்து எழுந்தனர்.

11

வழக்கமாக ஒவ்வொரு ஓணம் சீஸனிலும் வரும் ஸ்டிரைக்தான். ஓணம் நாள் நெருங்க நெருங்க முதலாளிகளுக்கும், தொழிற்சங்கத்தினருக்கும் இடையிலான உறவு ஊசல் பாலம் போல ஆட ஆரம்பித்திருந்தது. சாலைக்கடைகளின் கூலித் தொழிலாளர் சங்கமும், வேலப்பனின் க்ஷீர விவசாய சங்கமும் ஒரே யூனியனின் அடிப்படையில் இருந்தமையால், பெரும் சக்தியாகத் திரண்டு, சாலையின் ஒவ்வொரு கடைவாசலிலும் கொடிகளை மாட்டிவைத்து, காலை, மதியம், மாலை வேளைகளில், அணி அணியாக வந்து கோஷங்கள் முழக்குவதும் ஆவேசமான வசை மொழிகளை உதிர்ப்பதுவுமாக இருந்தது. கடந்த வருஷத்தைக் காட்டிலும், ஐம்பது சதவிகித போனஸ் அதிகப்படியாகத் தந்தே ஆக வேண்டுமென்பது தொழிலாளர் சார்பில் உள்ள கோரிக்கை. அதில் ஒரு சதவிகிதம்கூடக் குறைப்பதென்ற பிரச்சினையே இல்லையென்று யூனியன்காரர் அழுத்தமாக நின்றபோது, வர்த்தகர் கூட்டமைப்பான சேம்பர் ஆஃப்காமர்ஸ்காரர்களும் முன் ஆண்டைவிட, இவ்வாண்டில் போனஸ் அதிகரிப்பதற்கான எந்தவித முகாந்திரமும் இல்லையென்று அடித்துச் சொன்னார்கள். தொழிலாளர் யூனியன் பிரதிநிதிகள் வர்த்தக அமைப்பினர் தொழிற்துறை அதிகாரிகள் அனைவரும், கலெக்டர் முன்னிலையில் கூடிப்பேசி, சமரசமாகப் போவதற்கான வழிவகைகளை ஆராய்ந்தனர். ஒவ்வொரு வருஷமும் பண்டிகை என்ற நெருக்கடியான சூழ்நிலையைப் பயன்படுத்தித் தொழிலாளர் சார்பில் நியாயமற்று நடந்து கொள்வதால் ஸ்தாபனங்களைக் காலவரையறையின்றி மூடிவிடுவதைத் தவிர வேறு வழியே இல்லை என்றனர் தொழிலதிபர்கள். அப்படிக் கடைகளையும் நிறுவனங்களையும்

மூடினால் போராட்டம், இந்த முதலாளி பூர்ஷ்வாக்களின் பங்களா வாசல்களிலும் வெடித்து மலரும் என்று ஆவேச முழக்கம் செய்தனர் தொழிலாளர்.

பிடிவாதமும் வைராக்ய புத்தியும், ஆவேசத் திளைப்பும், இரு சார்பிலும் சம நிலையில் அழுத்தியபோது, சாலைக்கடைத் தெருவின் அத்தனை கடைகளும் அடைத்துவிட்டு ஓணப் பண்டிகையின் பரபரப்பிடையே வெறுமை சூன்யம் உருவாக்கி எதிர்ப்பைத் தெரிவித்தனர் முதலாளிகள்.

இத்தனையுமானபோது போராட்டம் மிக வலுவாகத் தீவிரமடைந்தது. வேலப்பனைத் துணைத் தலைவராகக் கொண்ட பால் விவசாய சங்கத்தினர் சாலைக்கடை முதலாளிகளின் இந்த அநீதியை எதிர்த்து ஒருநாள் அடையாள வேலை நிறுத்தம் செய்தபோது, நகரில் பால் விநியோகம் அறவே பாதித்தது. டீ ஷாப்புகள், தனியார் வீடுகள் பாதிப்பைவிட, ஆஸ்பத்திரிகள், குழந்தைகள் காப்பகங்கள் பாதித்தபோது போராட்டத்தின் வலிமை மக்களிடையே பரபரப்பை ஏற்படுத்தியது. கொள்ளை லாபமடிக்கும் முதலாளி முதலைகளுக்கு வருடத்தில் ஒருமுறை வரும் பண்டிகைக்கு, பாவப்பட்ட தொழிலாளிக்குக் கொஞ்சம் போனஸ் அதிகமாகக் கொடுத்தால் அவர்கள் பங்களாத் திண்ணை இடிந்தா போய்விடும் என்று நியாயம் பேசினார்கள். மக்கள் சாய்வு தம் பக்கம் என்று அறிந்தபோது பங்களா வாசல்களில் மறியல் செய்யப்போன தொழிலாளர் செயல்களில் மாற்றம் வந்தது. தொழிலதிபர் வீட்டுப் பெண்களை வசைபாடுவதிலும், வாய்ப்புக் கிட்டியபோது சரீர மோதல் செய்வது வரையிலும் ஆகியபோது, "தொழில் வழக்குகளில் போலீஸ் இடையீடு கூடாது" என்ற பொது நியதியையும் மீறி, போலீஸ் வந்து குதிக்க நேர்ந்தது. இரு தரப்பிலும் சண்டை தெரு யுத்தம் போல மாறியது. ஆரம்பத்தில் ஒரு வேன் நிறைய வந்திறங்கிய போலீஸ் படையை, தொழிலாளர்கள் குடியிருப்புப் பகுதிகளின் சந்து பொந்துகளிலிருந்து முண்டு முண்டாகக் கற்களை வீசித் தாக்கினர். ஆயுத பலம் கொண்ட போலீஸ் சும்மாவா இருக்கும்? லத்திக் கழிகளை வீசிக் கண்களில் கண்டவர்களையும் கையில் அகப்பட்டவர்களையும் நொறுக்கி எறிந்தனர். அன்றைய ஒரு அணிக்குத் தலைமை வகித்து வந்த வேலப்பன், முக்கியமாக இந்த அமளிதுமளிகளில் அகப்பட்டுக் கொண்டான். அன்று நிலை தெரியாமல் நிறைய குடிக்கவும் செய்திருந்தான். போலீஸ் மேல் கல் வீசுவதில் இவன் தன் பதவித் தகுதியையும் மீறி முன்னால் நின்றான். கலவரத்திடையே ஒரு போலீஸ் நபரைத் தனியாக ஒரு சந்திற்கு இழுத்துப் போய் இரண்டொரு பேர் அழுத்தமாகப் பிடித்துக் கொள்ள வேலப்பன் பெரிய பாறாங்கல்லைத்

தலைமேல் போட்டான். நல்ல வேளையாகப் போலீஸ் ஆள் திமிறிக் கொண்டு புரண்டுவிட்டதினால் பெருங்காயத்துடன் உயிர் பிழைத்தது. போலீஸை, வன்முறையில் தாக்கினால் சும்மா இருப்பார்களா என்ன? வேலப்பனைக் குண்டுக்கட்டாகத் தூக்கி வேனினுள் எறிந்தனர். அங்கேயே சரியான மரியாதை கிடைத்தது. போலீஸ் லாக்கப்பிற்கு அவனைக் கொண்டு வந்தபோது மூர்ச்சையுற்ற நிலையில் தூக்கித்தான் போனார்கள்.

போராட்டம் வன்முறைக்குத் திரும்பியபோது, முன்பு ஒத்துப் பாடிய பொதுமக்கள், ஸ்வரம் மாற்றிப் பாடினர். போராட்டத்தின் கட்டுமானம் பிசுபிசுத்தது. அவ்வளவுதான். போனஸ் பேச்சு வார்த்தைக்கு, நிபந்தனையின்றித் தலைவர்கள் இணங்கி வந்த போது அப்பாவிகளான நிறைய தொழிலாளர்கள் போலீஸ் காவலில் இருந்தனர். இவர்களில் வேலப்பன்தான் மீள முடியாத வண்ணம் சிக்கிக் கொண்டான். அவனது யூனியனைச் சேர்ந்த பெருந்தலைகள் அமைச்சர்கள் வரை போயும் போலீஸ்காரனைக் கொலை செய்ய முயன்ற குற்றம் சாட்டப்பட்டவனை உடனடி விடுதலை செய்வது யோசிக்க வேண்டிய விஷயம் என்று கை விரித்துவிட்டனர். ஆக, இருள் இறங்கி வந்தது ராணியின் வாழ்க்கையில்!

சாலைக்கடைத் தெரு பழையபடியும், ஓணம் பண்டிகைக்கு முன்னருள்ள பரபரப்பில் மூழ்கினாலும் தோப்புவிளையில் இனம் தெரியாத சோக மூட்டம் கவிந்து இறங்கியிருந்தது.

"ஆனாலும் இந்த வேலப்பனுக்கு இவ்வளவு என்னத்துக்கு? அவனுக்கும் இந்தச் சாலைக்கடை கூலிக்கார யூனியனுக்கும் என்ன அப்பிடி பெரிய சங்காத்தம்? ஒரே கட்சியானா வர வேண்டியது. வந்து அனுதாபமாக ரெண்டு கோஷம் போட்டுட்டுப் போனாப் போராதா? இவனுக்கு எல்லாம், எடுத்துச் சாட்டம்தானே? அன்னைக்கு ஜோரா தண்ணிவேறே போட்டிருந்தானாமே... என்ன இருந்தாலும் போலீஸ்காரனைக் கை வைக்கப் பாத்தா சின்ன காரியமா? இப்போ தலைத்தட்டு மந்திரி வரைக்கும் போயும் கையை மலத்திட்டாராம்... அந்த மந்திரி நம்ம ஸாமிக்குக் கிளாஸ்மெட்டாம். முன்னாலெ ஸாமிகூட, விடுதலை கோஷம் எல்லாம் போட்டுட்டு ரொம்ப நெருங்கின பழக்கமாமே... இவரானா இந்த மாதிரி சிபாரிசு காரியங்களுக்கெல்லாம் போகவும் மாட்டாரு...இப்போ அந்த ராணிப் பிள்ளெ ஸாமி வீட்டிலேயே அழுது பிடிச்சுக்கிட்டுக் கெடக்கா..." தோப்புவிளையில் அனைவரும்கூட "ஸ்வாமி வேலப்பனை எப்பிடியும் கொண்டு வந்திருவாரு" என்றுதான் எண்ணி நின்றனர்!

12

“முடியாது ராணி. என்னைக் கொண்டு அது மட்டும் முடியாது. உப்புத் தின்னவன் வெள்ளம் குடிக்கத்தான் செய்வான். இதுநாள் வரையிலெ ஒருத்தன்கிட்டையும் எந்தச் சிபாரிசுக்கும் போகல்லே... பண்டு உன்னை, வேலப்பனைக் கொண்டு கடத்தீட்டுப் போக நான் காரணமாக இருந்ததாச் சொல்லி, பெரிய கோஷ்டிக் கலவரம் உண்டாக்கப் பார்த்தானுக உன் குடும்பக்காரங்க. அப்பக்கூட இங்கெ உள்ளவங்க போலீசைக் கூப்பிட்டுத்தான் சமாளிச்சா. அதுக்கெல்லாம்கூடப் பெரிய இடத்திலெ சொன்னா அவங்களுக்குச் சரியான பாடம் படிப்பிப்பாங்கன்னு சொன்னா. போகல்லே... அன்னைக்கு என் உயிருக்கு ஆபத்து உண்டாகக்கூடிய நேரம். செத்தா சாகட்டும்னு இருந்தேன் தவிர ஆருட்டையும் சிபாரிசுக்குப் போகல்லே...”

“ஸாமியப்பா! எனக்கினி ஆரு இருக்கா ஸாமியப்பா?” இருட்டிக் கொண்டே வருகிறது. மொட்டைமாடியிலிருந்து வெளியே பார்த்துக் கொண்டிருந்த குருஸ்வாமி, வேறு விதமான நினைவுகளில் மூழ்கியிருந்தார். அடிவானத்திலிருந்து இறங்கி வரும் இருட்டு, சுற்றத்தை இறுக்கியிருந்தது.

ராணி குருஸ்வாமியையே பார்த்துக் கொண்டிருந்தாள். இவர், இந்த நல்ல மனிதர், இப்பொழுது முற்றிலும் புதிய ஆளாக மாறியிருக் கிறாரோ? பேசும் குரலில் முன்பு இருந்தது போல, மென்மை, எளிமை, சாந்தம், “வா” என்று அரவணைத்துக்கொள்ளும் பரிவு, எதுவும் இல்லையோ?

இவர் முன் போல, கருகருவென்று தாடி வைத்துக்கொண்டு, மென் பார்வையாய், “ராணியம்மோவ்” என்று அழைக்கும் இதம், இனி

இல்லையா? “முடியாது ராணி, என்னைக் கொண்டு அது மட்டும் முடியாது . . .” வேலப்பன் போலீஸ் காவலில் ஆகி, இந்த நாலைந்து நாட்களிலும், குருஸ்வாமியிடமிருந்து இதுதான் திருப்பித் திருப்பி . . .

இந்த நாலைந்து நாட்களிலும் குருஸ்வாமியின், மொட்டை மாடியில் குழந்தையுடன் அடைக்கலம் போல வந்து புகுந்து ஒவ்வொரு நாளின் கெஞ்சலிலும் இப்பிடியே அறுத்தெறிந்த பதிலைச் சொல்லிக் கொண்டு . . .

“ஸாமியப்பா! அவ்வளவு கொடூர மனசு உள்ளவங்க இல்லே. அவ்வொ குடிச்சு கூத்தடிச்சிட்டு முற்றத்திலெ நம்ம தேவியெக்கூட வகை வைக்காமெ தாம்தீமுனு அலைஞ்சது. தெய்வம் போலத்த ஸாமியப்பாவெ கொஞ்சங்கூட வகையில்லமெ நடந்தது . . . என்ன இருந்தாலும் மனுஷன்தானே? கோபமிருக்கும் . . .” என்று முதலில் எண்ணினாள். ஆனால் இந்த நாலஞ்சு நாள் இரவுகளிலும் அவளையும் குழந்தையையும் உள் அறையில் விட்டுத் தனிமையில் மொட்டை மாடியில் தூக்கமின்றி உலாத்துவதும் “என்ன ஸாமியப்பா இன்னும் தூங்கலியா?” என்று கேட்டால் “உம்?” என்று ஒரு உம் மட்டும்தான் வரும். இந்த ஸாமியப்பா தாடியெல்லாம் எடுத்து அழகாக மாறுவதற்குப் பதில் உள்மனதால் வக்ரமாக உருமாறிவிட்டார்களோ? அய்யோ! இப்படி ஆகுமென்று தெரிந்திருந்தால் தான்கூட அதற்குச் சம்மதிக்காமல் இருந்திருக்கலாமே?

ராணிக்கு இப்பொழுதெல்லாம் பார்வதி மட்டுந்தான் கொஞ்சம் ஆறுதல். “எனக்கினி ஆருமில்லே பார்வதி. ஸாமியப்பாகூட அவுக பேரிலேயுள்ள கோபத்தை வச்சிட்டு என்னைக் கொண்டு முடியாதுன்னு ஒரே திரியா நிக்கா. நான் என்ன செய்ய பார்வதி? இந்தப் பிள்ளை இருக்கேன்னு பாக்கேன்...”

“சும்மா வாயெ வச்சிட்டு அதையும் இதையும் சொல்லாதெ ராணியம்மோ. கொஞ்சம் சமாதானமாயிட்டு இரி. உன் வீட்டுக்காரனும் ஆளு கேமன்தான். எப்பிடியும் வந்திருவான். நீ மனசப் போட்டுப் புண்ணாக்காதே . . .” என்பாள் பார்வதி அப்பாவித்தனமாக.

“எப்பிடி பார்வதி நீ சொல்லக்கூடியது? போலீசு கையிலே அகப்பட்டா என்ன சாமர்த்தியம் இருந்தாலும் அங்கே ஒண்ணும் செய்ய முடியாது. அதும் இவ்வோ ஒரு பஞ்ச பாவமாக்கும். எப்பிடியோ அந்தக் குடிப்பழக்கம் வந்து சேர்ந்திட்டுது. அதுதான் எல்லாத்துக்கும் காரணம்.

அங்கே ஒரு பாடு அடியும் இடியும் கொண்டு சுருண்டு படுத்திருக்கான்னாக்கும், சொஸைட்டிக்காரங்க வந்து சொன்னது. அது கேட்டப்பமே எனக்குப் பாதி உயிரும் போயாச்சு. அவங்க பார்ட்டி ஆளுக என்னவெல்லாமோ செய்து பாக்காளாம். ஜாமீன் இல்லேன்னுட்டாளாம் ... ஸாமியப்பா நெனைச்சா முடியும்னுதான் சொஸைட்டிக்காராளும் தீர்த்துச் சொல்லுதா. ஆனா ஸாமி இப்பிடி இருப்பான்னு சொப்பனத்திலெகூட நெனைக்கல்லே ...”

குருஸ்வாமி அந்த மொட்டை மாடித் தவமாகத் தன்னை மறந்து நின்று கொண்டே இருந்தார். மாலைப் பொழுது மேற்கே தென்னை மரக் குவியல்களிடையே இறங்கிப் போய் அந்தியின் இருள் பரவிக் கொண்டிருந்தது. கீழே முற்றத்தில் தேவி சன்னிதியில் அன்று ராணி தன் கணக்காக எல்லா விளக்குகளையும் ஏற்ற ஏற்பாடு செய்திருந்தாள்.

தீபாலங்கார ஒளியில் தோப்புவிளை முற்றம் பிரகாசமாக இருந்தது. யாரோ பிள்ளைகள் மணி நாக்குக் கயிற்றை இழுத்து இழுத்து முழக்குகிறார்கள். வெங்கு தேவி கீர்த்தனையை மனமுருகிப் பாடுகிறான். முற்றத்தில் யாராரோ தெருக்காரர்கள் பெண்களும் ஆண்களும் கூடியிருக்கிறார்கள். விளக்கொளியில் நிறைய நிழல்கள் அசைகின்றன. பேச்சரவம் மணியோசையின் முழக்கமாகக் கேட்கிறது. எல்லோரும் “இந்த ஸாமி நினைச்சா முடியும். குருஸ்வாமி நினைச்சா முடியும்” என்று சொல்லிக் கொள்கிறார்களோ?

“என்ன ஸாமியப்பா, விளக்குகூடப் போடாமே இருட்டிலே நின்னு என்ன செய்துகிட்டிருக்கியோ?” ராணி குழந்தையுடன் படியேறி வந்தவள் நேராக உள்ளே போய் லைட்டைப் போட்டாள்.

“இந்தா, தேவி பிரசாதம் எடுத்துக்கிடுங்கோ ஸாமியப்பா. மனசு கேக்க மாட்டேங்கு. அதான் விளக்கெல்லாம் கொளுத்தி ஒரு அர்ச்சனைகூடி கொடுத்தேன் ... நின்னு தொழ விடுதானா இந்தப் பய. ஒரே கரைச்சிலு”

“பிரசாதம் வேண்டாம் ராணி. நான் இன்னைக்குக் குளிக்ககூட இல்லே ...”

“ஓ ... அதுதான் தீவாரனை தொழக்கூடக் கீழே வரலியா? அந்தப் பப்பனும் ரவியும்கூடக் கேட்டா, ஸாமி எங்கேன்னு? குளிக்காட்டா என்ன? நம்ம தேவி பிரசாதம்தானே, எடுத்துக்கிடுங்கோ ...”

“எனக்குத் தேவி பிரசாதம் வேண்டாம்...”

“ஸாமியப்பா, என்ன இது?”

“எனக்கு நீ பிரசாதிக்கணும் ராணி...”

வெகு நேரம் இருவரிடையேயும் மௌனம் நிலவியது. குருஸ்வாமியின் தேவையின் அழுத்தம் என்னவென்று ராணிக்குப் புரிய ஆரம்பித்தபோது வெளிச்சம் சுற்றமெங்கும் நெருப்பாக எரிவதாகத் தோன்றியது அவளுக்கு... நெருப்பு... நெருப்பு... எத்தனையோ நாட்களின் அந்தப் புகையைப் பனி மூட்டமென்று எண்ணியிருந்ததை ஊதியெறிந்த எரியும் நெருப்பு...

அழுது சிணுங்கிக் கொண்டிருந்த குழந்தை ராஜாப் பையனின் அருகே போய் அவனை இதமாக அணைத்து, தட்டி அமைதிப்படுத்தித் தூங்கச் செய்து படுக்கையில் விட்டாள். சமையல் பகுதியில் வந்து மௌனமாக ஒவ்வொரு காரியமாகச் செய்து கொண்டிருந்தபோதும், குருஸ்வாமி அந்த மொட்டை மாடியில் வெளியேயுள்ள இருட்டை வெறித்து நின்று கொண்டிருந்தார்.

எத்தனை நேரமோ?

விளக்குகளை எல்லாம் அணைத்துவிட்டு, ராணி அவர் அருகில் வந்து நின்றபோதும் அந்த உறைந்துப் போன மௌன நிலைதான்...

“ஸாமியப்பா!”

“. . . . .”

“ஸ்வாமியப்பா...” என்று ராணி அவர் கைகளை எடுத்துத் தன் மார்மேல் வைக்கிறாள்.

சட்டென்று ஒரு மின்னல் பிரவாகம் போலக் குரு அவளிடம் திரும்புகிறார்.

“தேவி! இனி, உன் பிரசாதத்தை நான் எடுத்துக் கொள்வேன்...” குரு அவளிடம் திரும்பி மார்மேல் பதிந்த தன் கைகளை உயர்த்தி அவளது முகத்தை ஏந்தி இருளேயான அவள் விழிகளை... மெல்ல அந்த முகத்தோடு முகம்... “ஸ்வாமியப்பா! நாளைக்கு எப்பிடியும் அவங்களெ கொண்டு வந்திருவேளா, ஸாமியப்பா...”

பட்டென்று அதல பாதாளத்திற்கு அறுத்து சரிந்தது போல்...

“ஆமா ஸாமியப்பா, நீங்க நினைச்சா முடியும். எப்பிடியும் அவங்களெ கொண்டு வந்திரணும் ஸ்வாமியப்பா”.

ராணி தானாகவே அவரை இறுக அணைத்தாள். அவரது முகத்தோடு, நெருங்கி; எப்பிடியும் கொண்டு வந்திரணும் ஸாமியப்பா ...” என்று அந்த உதடுகளில் ...

“ராணி ... விடு ... என்னை !”

வெடித்துச் சிதறியது போல அவர் அவளது பிடியை விலக்கிவிட்டு உள்ளே போய் விளக்கேற்றினார்.

ஒளி வெள்ளத்தில் ராணி துவண்டு ஒரு பைத்தியம் போல் நிற்கிறாள். “ஸ்வாமியப்பா !”

“இரு ராணி. எப்பிடியும் அவனைக் கொண்டு வந்திருதேன் ...” உரக்க அரற்றியவாறு குருஸ்வாமி படிகளில் இறங்கிக் கீழே தேவி கோயில் முற்றத்தைக் கடந்து, முடுக்கு ரோட்டில் இறங்கியபோது, தெருவில் இருட்டு நிறைந்திருந்தது.

மொட்டை மாடியில் குருஸ்வாமியின் தாடி கம்பீரம் நிறைந்த பெரிய உருவப் படத்தைப் புதிதாகப் பார்ப்பது போல வெறித்துப் பார்த்துக் கொண்டிருந்தாள் ராணி !

OOO

பின்னிணைப்பு

ஆ. மாதவனின் புதிய படைப்பு

ஆ. மாதவன் என்று கேட்கையில் அவர் 'கடைத்தெருக் கதைகள்' தான் நினைவில் வருகிறது. அதைப் பற்றி எழுத நேர்ந்த ஒரு சந்தர்ப்பத்தில் அது சாலையின் ஆத்மாவைப் பிரதிபலிக்கிறது என்று குறிப்பிட்டிருந்தேன்.

'கிருஷ்ணப் பருந்து' என்று தலைப்பைத் தாங்கியிருக்கும் இந்தப் புதிய படைப்பிலும் 'சாலைக் கம்போளம்'தான் சித்திரிக்கப்படுகிறது - ஒரு முக்கியமான வித்தியாசத்துடன். நாவலில் இரு பகுதிகள் இருக்கின்றன. இரண்டாவது பகுதிதான் முதற்பகுதிக்கு அர்த்தத்தையும் செறிவையும் நுணுக்கத்தையும் தருகிறது. இயற்கையாகப் பாத்திரங்களை உருவாக்குவதிலும், பிராந்திய பாஷையைப் பளிச்சென்று ஒரு சீறும் வேகமாக உருவாக்குவதிலும், இங்கும் அவர் வெற்றியைக் காணலாம். ஆனால் இவையல்ல, நான் ஒரு முக்கியமான வித்தியாசம் என்று குறிப்பிட்டது. இந்த நாவலில் சிந்தனையின் நிழல் சற்று அழுத்தமாகவே விழுந்திருக்கிறது.

நாவலை நாம் படிக்கையில் அதன் மேல் தளம் ஒரு திசையில் நகர்வதைப் பார்க்கும் நாம், அதன் அடித்தளம் அதன் எதிர்த்திசையில் நகர்வதை உணரலாம். ஒரே சமயத்தில் இவ்வித இரண்டு இயக்கங்கள் சலிப்பதைச் செய்துகாட்டுவது ஒரு ஆற்றல் என்றே நான் கருதுகிறேன். இங்குதான்

கலாபூர்வமான வாழ்க்கைப் பிரதிபலிப்பே அதன் விமர்சனமாக மாறுகிறது.

சாமியப்பா, வேலப்பன், ராணி, பார்வதி – இந்தப் பெயர்களில்கூட சிலேடை புகுந்து விளையாடுகிறதோ என்ற ஐயம் உறுதியானால்கூட அது நாவலின் நுணுக்கத்தையும் ஆழத்தையும் கோடிட்டுக் காண்பிக்கிறது. நாவலின் முடிவு நம்மை மிகவும் சிந்திக்கச் செய்யும்.

இந்த நாவல் பலமான சர்ச்சைக்கு இடங்கொடுக்கும். அதுவே அதன் வெற்றி. இந்த நாவல் மாதவனின் படைப்புப் பயணத்தில் ஒரு புதிய திருப்பம்.

திருவனந்தபுரம் **நகுலன்**
1–11–80

ஆ. மாதவனின் பிற நூல்கள்
(காலச்சுவடு வெளியீடு)

புனலும் மணலும்
(நாவல்)
ரூ. 225

தமிழ்ப் புனைகதையின் களம் குடும்பப் பின்னணியிலிருந்து விலகிப் பரந்த பின்புலமாக உருப்பெற்று வந்த காலப் பகுதியில் எழுதப்பட்ட நாவல் 'புனலும் மணலும்.' சம்பிரதாயமான குடும்பப் பின்னணியும் அதன் சிக்கல்களும் இந்த நாவலிலும் உண்டு. ஆனால் அந்தச் சிக்கல்கள் மட்டுமே நாவலின் மையமல்ல... இந்நாவலின் மீது சொல்லப்பட்ட விமர்சனங்களைப் பின் தள்ளிவிட்டுப் 'புனலும் மணலும்' நாவல் இன்றும் சமகாலத்தன்மையுடன் நிலைத்திருக்கிறது. இன்று பரவலாக விவாதிக்கப்படும் பிரச்சினைகளுடன் படைப்பு, காலத்தைக் கடந்து உறவுகொண்டிருக்கிறது. நாவல் எழுதப்பட்டு வாசிக்கப்பட்ட முன்கால மனநிலை இன்று மாறியபோதும் நாவல் நிகழ்காலத்துக்குரியதாக விளங்குவது, சமகாலப் பிரச்சினைகளின் தொடர்பால் என்று கருதுகிறேன். மேலும் அழுத்தமாகச் சொல்வதென்றால் இன்றைய பிரச்சினைகள் பற்றிய அறிகுறிகளை நாவல் பல ஆண்டுகளுக்கும் முன்பாகவே அடையாளம் கண்டிருக்கிறது. படைப்பில் நிகழும் இந்த 'தீர்க்கதரிசன'மே 'புனலும் மணலும்' நாவலை மறுவாசிப்பில் கூடுதல் கவனத்துக்குரியதாக்குகிறது.

முன்னுரையில் சுகுமாரன்

நாயனம்
(தமிழ் கிளாசிக் சிறுகதைகள்)
ரூ. 250

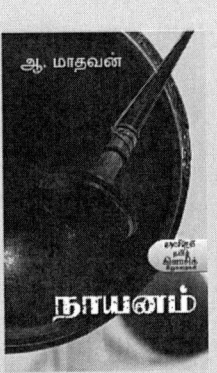

ஆ. மாதவனின் சிறுகதைகள் யதார்த்தவாதப் பிரிவைச் சார்ந்தவை. அன்றாட வாழ்வில் நமது பார்வைக்குத் தட்டுப்படும் மனிதர்களும் நிகழ்ச்சிகளுமே அவரது புனைவுலகிலும் இடம்பெறுகின்றன. அவை நமக்குச் சாதாரண மனித நடவடிக்கைகளாக மட்டுமே பார்வையில் பட்டுக் கலைந்துபோகின்றன. நமது பார்வைக்கு அகப்படாத அந்த உலகின் இயக்கத்தை மையமாகக் கொண்டது மாதவனின் கலைப்பார்வை. அந்தச் செயல்களில் காணப்படும் நன்மையும் தீமையும் அந்த மனிதர்களின் இயல்பு என்று எந்த மிகையும் சார்பும் இல்லாமல் சித்திரிக்கப்படுகின்றன. குற்றமும் காமமும் பழிவாங்கலும் இயல்பான மனித குணங்களாகவே முன்வைக்கப்படுகின்றன. அவைபற்றி நாம் கொண்டிருக்கும் கருத்துகளை அவர்கள்மீது சுமத்திப் பார்க்க அனுமதிக்காத வகையிலேயே அந்தச் சித்திரிப்புகள் அமைகின்றன.

காலச்சுவடு பப்ளிகேஷன்ஸ் (பி) லிட்.
Published by Kalachuvadu Publications (Pvt. Ltd.),
669, K.P. Road, Nagercoil 629001, India
Phone: 91-4652-278525
e-mail: publications@kalachuvadu.com

07/2025/S.No. 1087, kcp 5898, 18.6 (8) uss